भारत कथा माला

AF742795

२१ युवामनाच्या सर्वोत्तम कथा

महाराष्ट्र

संपादक

अशोक मिश्रा

डायमंड बुक्स

www.diamondbooks.in

प्रकाशक : डायमंड पॉकेट बुक्स (प्रा.) लि. X-30 ओखला इंडस्ट्रियल एरिया, फेज-II नई दिल्ली-110020

फोन : 011-40712200

ई-मेल : wecare@diamondbooks.in.

वेबसाइट : www.diamondbooks.in

संस्करण : 2025

---

21 Shreshth Yuvaman ki Kahaniyan: Maharashtra

By: Ashok Mishra

प्रकाशकीय

मी अनेक वर्षांपासून विचार करत होतो की असे साहित्य प्रस्तुत करावयास हवे की जे भारतातील लोकसाहित्याचे प्रतिनिधित्व असू शकेल.

दरवर्षी एक नवा प्रयोग करण्याच्या माझ्या इच्छेनुसार, १ जानेवारी २०२१ रोजी सकाळी, मी '**भारत कथा माला**' मध्ये उदयोन्मुख लेखकांच्या कलाकृती प्रकाशित करण्याचा संकल्प केला. येथून भारत कथा माला जन्मास आली.

स्वातंत्र्याच्या ७५ व्या वर्धापन दिनानिमित्त (**अमृत महोत्सव**), डायमंड बुक्सने २८ राज्ये आणि ९ केंद्रशासित प्रदेशांमधून विविध भारतीय भाषांमधून हिंदीमध्ये कामे प्रकाशित केली आहेत, ज्यामध्ये प्रत्येक राज्यातील चार पुस्तके, २१ श्रेष्ठ नारीमन की कहानियां, २१ श्रेष्ठ बालमन की कहानियां, २१ श्रेष्ठ युवामन की कहानियां आणि २१ लोककथा यांचा समावेश आहे.

या कथामालेत समाविष्ट असलेले लेखक अशा फुलांसारखे आहेत ज्यात साहित्याचा सुगंध असतो, ज्यांच्या प्रत्येक फुलाला सुगंध असतो. मी लेखणीच्या त्या सर्व जादूगारांना आणि लेखणीच्या शिपायांना सलाम ठोकतो, ज्यांनी या कथामालेला त्यांच्या श्रुती, स्मृती आणि विद्येने सजविले आहे.

भारत कथा माला द्वारे, मला प्रत्येक फूल समर्पित करण्याची संधी मिळाली आहे. एक प्रकाशक म्हणून, माझ्या ६० वर्षांच्या प्रकाशन यात्रेचा अभिमान बाळगण्याची संधी देणाऱ्या सर्वांचा मी ऋणी आहे.

हे पुस्तक समर्पित आहे,

आदरणीय नरेंद्र कोहली यांच्या स्मृतीस, ज्यांच्यासोबत मला परदेश प्रवास करण्याचा आणि खूप काही शिकण्याचा आनंद मिळाला

माझा असे मत आहे की भारत हा एक विशाल देश आहे जिथे अनेक संस्कृती आणि परंपरा आहेत. विविध राज्यांचे सण, जीवनशैली, शैक्षणिक स्थिती, वर्तमान आणि भविष्याबद्दलचे विचार, खाद्यपदार्थांच्या पाककृती, सांस्कृतिक विकास, वाक्प्रचार, पोशाख आणि उत्सव इत्यादींबद्दल माहिती देखील उपलब्ध आहे. त्या कथांद्वारे उपलब्ध होतात. भारतातील सर्व राज्यांमधील रहिवाशांनी साहित्याद्वारे एकमेकांना जाणून घ्यावे, समजून घ्यावे आणि प्रभावित व्हावे हे लक्षात ठेवून, असे साहित्य उपलब्ध करून देणे हे आमचे मुख्य उद्दिष्ट बनले. दोन वर्षांच्या कठोर परिश्रमानंतर, डायमंड बुक्सने यावर्षी **'भारत कथा माला'** चे प्रकाशन शक्य केले. 'भारत कथा माला' हे २८ राज्ये आणि ९ केंद्रशासित प्रदेशांमधील सुमारे ३००० लेखक आणि १०० संपादकांच्या अथक परिश्रमाचे फळ आहे. या कथा मालामध्ये सुमारे १२६ पुस्तके प्रकाशित झाली आहेत ज्यात ३००० हून अधिक निर्मितींचा समावेश करण्यात आला आहे. 'अमृत महोत्सव'च्या या शुभ प्रसंगी केलेले हे एक उत्तम काम आहे जे हिंदी वाचकांना एक वेगळ्या प्रकारचा अनुभव देईल.

आपल्या दीर्घ प्रवासात, डायमंड बुक्सने हिंदी, इंग्रजी आणि इतर बारा प्रमुख भारतीय भाषांमध्ये दहा हजारांहून अधिक पुस्तके प्रकाशित केली आहेत. दररोज एक पुस्तक प्रकाशित करण्याचा आमचा विक्रम अजूनही कायम आहे.

आम्हाला ही प्रेरणा आमच्या आजोबांकडून मिळाली, ज्यांनी १९२८ मध्ये मुलतान (पाकिस्तान) येथून प्रकाशन सुरू केले, ही प्रकाशन यात्रा १९४८ मध्ये दिल्लीत सुरू झाली आणि ती चौथ्या पिढीत अद्यापही चालू आहे.

नरेंद्र कुमार वर्मा

nk@dpb.in

संपादकीय

महाराष्ट्र हे भारताचे एक राज्य आहे जे भारताच्या दक्षिण-मध्य भागात स्थित आहे. त्याची गणती भारतातील सर्वात श्रीमंत आणि समृद्ध राज्यांमध्ये केली जाते. महाराष्ट्र हा शब्द संस्कृतमधून आला आहे जो 'महा' आणि 'राष्ट्र' या दोन शब्दांपासून बनलेला आहे ज्याचा अर्थ 'महान देश' असा होतो. हे नाव येथील संतांची देणगी आहे. त्याची राजधानी मुंबई आहे जे भारतातील सर्वात मोठे शहर आहे आणि देशाची आर्थिक राजधानी आहे तसेच फिल्म नगरी, माया नगरी आणि बॉलिवूड म्हणून ओळखली जाते.

२०११ मध्ये महाराष्ट्राची लोकसंख्या ११,२३,७२,९७२ होती, जगात फक्त अकरा देश असे आहेत ज्यांची लोकसंख्या महाराष्ट्रापेक्षा जास्त आहे. मराठी भाषिकांच्या मागणीवरून १ मे १९६० रोजी हे राज्य अस्तित्वात आले. मुंबई, पुणे, ठाणे, नाशिक, नागपूर, अहमदनगर, औरंगाबाद, जालना, कोल्हापूर, सोलापूर, भुसावळ, अकोला, अमरावती, चंद्रपूर, नांदेड, भंडारा, वर्धा ही महाराष्ट्रातील इतर प्रमुख शहरे आहेत. येथील पुणे शहर हे भारतातील सहावे सर्वात मोठे शहर आहे.

नागपूर ही उपराजधानी आहे. महाराष्ट्रात गुढीपाडवा, शिव जयंती आणि गणेश उत्सव हे सण मोठ्या प्रमाणात आणि उत्साहात साजरे केले जातात.

देशाच्या मध्यभागी असलेल्या महाराष्ट्राची मुख्य भाषा मराठी आहे पण इथे हिंदी, मराठी आणि इंग्रजी बहिणींसारख्या एकसाथ चालतात.मराठीचे दुसरे नाव मरहट्टा आहे. इथे हिंदी भाषिकांची संख्याही बरीच आहे. महाराष्ट्राची सीमा मध्य प्रदेश, छत्तीसगड, आंध्र, कर्नाटक आणि गोव्याला लागून आहे.

महाराष्ट्रातील मुंबई हे शहर एकेकाळी हिंदी भाषेचे प्रमुख लेखक आणि संपादक धर्मवीर भारती, कमलेश्वर, सुदीप, रवींद्र कालिया, अवध नारायण मुद्गल, आलोक भट्टाचार्य, जगदंबा प्रसाद दीक्षित यांचे शहर आहे. दुसरीकडे, मुंबई शहर कमलाकांत त्रिपाठी, जितेंद्र भाटिया, आबिद सुरती यांच्या लेखनाचेही साक्षीदार राहिले आहे. एकेकाळी मुन्शी प्रेमचंद आणि अमृतलाल नागर हे देखील चित्रपट उद्योगात पाय

रोवण्यासाठी येथे आले होते. प्रतिष्ठित महिला कथालेखकांमध्ये सूर्यबाला, सुधा अरोरा, मधु कांकरिया यांचे साहित्यात महत्त्वाचे स्थान आहे. मुंबईतील मंजुश्री, मधु अरोरा, प्रमिला श्रीवास्तव, अनुकृती उपाध्याय, ममता सिंग, रश्मी रविजा यांनी सतत कथा लिहून सध्याच्या लेखन क्षेत्रात आपले महत्त्वपूर्ण स्थान निर्माण केले आहे. कथा लेखिका संतोष श्रीवास्तव बऱ्याच काळापासून मुंबईकर म्हणून वावरत आहेत, ज्यांचे अधिकांश लेखन मुंबईतच झाले आहे. जिलानी बानो, आशा पांडे निरंतर कथा लिहित आहेत.

महाराष्ट्राच्या जन माणसांवर संतांचा मोठा प्रभाव आहे. महाराष्ट्राची भूमी स्वामी गजानन महाराज, साईबाबा, संत नामदेव, संत ज्ञानेश्वर, संत एकनाथ, तुकाराम, रामदास, भक्त पुंडलिक, संत गोरोबा, संत जनाबाई, संत कान्होपात्रा, संत सेना महाराज, संत चोखामेळा, भानुदास महाराज, संत बहिणाबाई आदींच्या प्रबोधनाने पावन झाली आहे.

महाराष्ट्र ही महापुरुषांची भूमी आहे जिथे शिवाजी, गंगाधर अधिकारी, गोपाळ कृष्ण गोखले, ज्योतिबा फुले, भीमराव आंबेडकर यांच्या महान विचारांना आदरांजली वाहिली जाते. महिला मुक्तीची सुरुवात देखील महाराष्ट्राच्या भूमीपासूनच झाली. म्हणूनच महाराष्ट्रात महिलांवरील हिंसाचाराचे वातावरण कोणत्याही हिंदी भाषिक राज्याच्या तुलनेत कमी आहे, ज्यामुळे समाजातही बराच समतोल दिसून येतो. हिंदीमध्ये ज्या दलित आंदोलनाची खूप चर्चा होते, ते प्रथम महाराष्ट्राच्या भूमीपासूनच सुरू झाले. राष्ट्रीय स्वयंसेवक संघाची सुरुवात महाराष्ट्राच्या भूमीवर नागपूरपासून झाली आणि दुसरीकडे डाव्या पक्षाची स्थापनाही झाली. वर्धा शहर हे महात्मा गांधी आणि संत विनोबा भावे यांचे तपश्चर्येचे स्थान राहिले आहे. राज्यातील एकमेव केंद्रीय विद्यापीठ, महात्मा गांधी आंतरराष्ट्रीय हिंदी विद्यापीठ वर्धा शहरात आहे.

महाराष्ट्रात हिंदी भाषिक समुदायाची संख्या मोठ्या प्रमाणात आहे आणि असे हिंदी लेखक देखील आहेत ज्यांनी त्यांच्या लेखनातून संपूर्ण देशात आपला ठसा उमटवला आहे. "युवामन की कहानियां" या प्रस्तुत संकलनात महाराष्ट्राची राजधानी मुंबई, पुणे, ठाणे, नागपूर, नाशिक, वर्धा आणि इतर ठिकाणी काम करणाऱ्या कथाकारांकडून आम्हाला पूर्ण पाठिंबा मिळाला आहे.कथालेखकांबद्दल योग्य माहिती असूनही, कोणताही महत्त्वाचे लेखक वगळले जाऊ नये म्हणून, ज्येष्ठ कथालेखक धीरेंद्र अस्थाना, दामोदर

खडसे, हरीश पाठक, हरी मृदुल जी यांच्याशी सतत चर्चा करण्यात आली आणि ही यादी तयार करण्यात आली. हिंदी कथांचे विद्वान श्री गंगा शरण सिंह यांच्याशीही संवाद झाला.

या संग्रहामध्ये दामोदर खडसे, सूरज प्रकाश, धीरेंद्र अस्थाना, हरीश पाठक, जयशंकर, सुंदरचंद ठाकूर, रवी बुले, विमलचंद्र पांडे, राकेश मिश्रा, पराग मांडले हे प्रसिद्ध कथाकार आहेत. हरी मृदुल, राजेंद्र श्रीवास्तव, आनंद भारती, अशोक गुजराती हे हिंदी कथांमध्ये आपली भूमिका बजावत आहेत. शिवेंद्र, शेषनाथ पांडे, वीरेंद्र प्रताप यादव ही हिंदी कथांमध्ये उदयास येणारी नावे आहेत. नागपूर येथील प्रसिद्ध कथाकार मनोज रूपडा यांची लघुकथा सापडली नाही म्हणून त्यांचा संग्रहात समावेश करता आला नाही. येथे संपादक असूनही त्यांनाही त्यांच्या एका प्रातिनिधिक कथेचा समावेश करण्याचा मोह आवरता आला नाही. जयंत पवार हे मराठी कथेतील एक प्रतिष्ठित कथाकार आहेत तर दीपध्वज कासोदे आणि गोविंद उज्ज्वल निकम हे प्रातिनिधिक कथाकार आहेत.

महाराष्ट्रातील कथाकार ज्या कथा लिहितात त्या समाजातील तरुण आणि सामान्य माणसाच्या वेदना आणि दु:खावर केंद्रित असतात. कथांचा मूळ स्वर वैविध्यपूर्ण आणि सप्तरंगी आहे, ज्यामध्ये इंद्रधनुष्यासारखे अनेक रंग आहेत. संग्रहातील प्रत्येक कथाकाराच्या कथा एकमेकांपेक्षा अनोख्या आहेत, ज्या वाचून मराठमोळ्या कथानकाची मजबूत पार्श्वभूमी लक्षात येते. एक फरक स्पष्टपणे दिसून येतो की मराठी भाषेत लिहिल्या जाणाऱ्या कथांमध्ये ग्रामीण जीवनाचे चित्रण मुख्यत: आढळते, तर शहरी समाज आणि सामान्य माणसाची सहवेदना देखील असते. याचे कारण असे असू शकते की महाराष्ट्राच्या भूमीवर सर्वाधिक शेतकऱ्यांनी आत्महत्या केल्या आहेत. हे खरे आहे की गुणवत्तेच्या बाबतीत मराठी कथा हिंदी कथांच्या समतुल्य आहेत.

डायमंड पॉकेट बुक्सचे संपादक श्री. एम. एम. चंद्रा यांनी संभाषणादरम्यान मला महाराष्ट्रातील तरुणांच्या कथा संपादित करण्याचा प्रस्ताव दिला आणि अशा प्रकारे हे सर्व सुरू झाले.मी थोडासा संकोच करत होतो पण ते मला काम करण्यास प्रेरित करत राहिले, काही हरकत नाही. अशाप्रकारे, मी मालिकेसाठी कथाकार मित्रांना फोन आणि ईमेल करू लागलो. त्यानंतर, सर्वांच्या सहकार्याने, हे काम पूर्ण झाले. यासाठी, ही योजना यशस्वी केल्याबद्दल सर्व कथाकार मित्रांचे मनापासून आभार. डायमंड पॉकेट बुक्सचे

संचालक श्री. नरेंद्र कुमार वर्मा यांनी मला या महत्त्वाच्या संग्रहाचा भाग बनवले, याबद्दल त्यांचे मनापासून आभार. संपादक चंद्रा संपादनाच्या प्रगतीचा आढावा घेत राहिले, त्यांचे मैत्रीपूर्ण मार्गदर्शन राहिले, म्हणून त्यांचे आभार मानणे ही एक औपचारिकता असेल. वाचकांना हे संकलन कसे भावेल हे मला जाणून घ्यायचे आहे. संग्रहात काही त्रुटी असतील तर त्या माझ्या स्वत:च्या आहेत कारण संपादनालाही काही एक मर्यादा आहेत ज्यामध्ये सर्वकाही समाविष्ट करणे शक्य नाही. आता हे पुस्तक वाचकांच्या हातात आहे,अस्तु!

- अशोक मिश्रा

वर्धा, १४ ऑक्टोबर २०२१

ईमेल- amishrafaiz@gmail.com

मो.- ७८८८०४८७६५

अनुक्रम

सूरज प्रकाश

सूरज प्रकाश हे मुळात कथाकार आणि अनुवादक आहेत. त्यांचा जन्म १४ जून १९५२ रोजी डेहराडून येथे झाला. रिझर्व्ह बँकेतून निवृत्त झाल्यानंतर ते मुंबईत राहत सर्जनशीलतेत गुंतून गेले. त्यांच्या साठहून अधिक कथा नामांकित मासिकांमध्ये प्रकाशित झाल्या आहेत. त्यांचे प्रमुख कथासंग्रह आहेत - अधूरी तस्विर, छुटे हुए घर, मर्द नहीं रोते, खो जाते हैं घर, छोटे नवाब बडे नवाब, लहरों की बांसुरी व अन्य कहानियां . त्यांच्या तीन कादंबऱ्या प्रकाशित झाल्या आहेत, त्यापैकी देश बिराना खूप चर्चेत राहिली. त्यांनी मोठ्या प्रमाणात अनुवाद देखील केली आहेत, त्यापैकी चार्ली चॅप्लिन आणि चार्ल्स डार्विन यांचे आत्मचरित्र प्रमुख आहेत. अलिकडेच, त्यांचे लेखकों की दुनिया हे एक महत्त्वाचे काम प्रकाशित झाले आहे, जे हिंदीमध्ये एक अद्वितीय सादरीकरण आहे. त्यांच्या लेखनासाठी त्यांना अनेक पुरस्कार आणि सन्मानांनी सन्मानित करण्यात आले आहे.

भीती

शारदा कामावर परतली आहे कडेवर एका महिन्याच्या बाळाला घेऊन.मिसेस रस्तोगींनी दरवाजा उघडला. तिला पाहून ती आनंदी झाली, "अभिनंदन शारदा. तू आलीस हे फार बरे झाले. तू पाठवलेली मुलगी खूप चोऱ्याही करायची. ती नखरेपण खूप करायची . मला बघू दे कसा आहेस तुझा मुलगा ?"

त्यांनी पाहिले की प्रसूतीनंतर शारदा आणखी सुंदर झाली होती. ती दिसायला खूपच कुरूप आणि काळी आहे, पण तिचे तेजस्वी डोळे, कष्टाळू, कसलेले शरीर आणि मस्त चाल पाहून तिच्या कुरूपतेकडे लक्ष नाही जायचे.

शारदा आत येऊन श्रीमती रस्तोगींना कापडात गुंडाळलेल्या तिच्या मुलाचा चेहरा दाखवण्यापूर्वीच त्यांनी तिला थांबवले, "एक मिनिट थांब, रिकाम्या हाताने मुलाचा चेहरा पाहू नये. आधी मला काही शगून आणू दे." असे म्हणत त्या आत गेल्या.त्या ड्रॉईंग रूममध्ये परत येईपर्यंत शारदाने मुलाला कार्पेटवर झोपवले होते आणि स्टीरिओवर गाण्यांची कॅसेट लावली होती. ती विचारत होती, "साहेब कसे आहेत, प्रिया मॅम कशा आहेत, संदीप बाबू कसे आहेत, आता तुमची गुडघेदुखी कशी आहे?" मुलाला थोपटताना, शारदा गेल्या दीड ते दोन महिन्यांचे हिशोब घेत होती.

श्रीमती रस्तोगी यांनी मुलाचा चेहरा पाहताच आश्चर्याने मागे झाल्या, "हे कसे शक्य आहे?" त्यांचा श्वास तीव्र झाला. त्यांचे कपाळ घामाने डबडबले.त्यांनी शारदाकडे पाहिले, जी तिच्या मुलामध्ये मग्न होती. त्यांनी सोफ्याचा आधार घेत तिथेच बसल्या. त्यांच्या तोंडातून एकही शब्द निघाला नाही. "काय झाले! हे कसे घडले! शारदाचे बाळ आणि..." त्यांच्या हृदयाला काहीतरी जाणवू लागले. "हे मूल संदीपसारखे कसे दिसते? तोच गोल चेहरा, निळे डोळे, हनुवटीवर काळा तीळ!" शारदा खूप काळी आहे आणि तिची पहिली दोन्ही मुलेही त्यांच्या आईसारखी दिसतात. तिने तिचा नवराही पाहिला आहे, तो शारदापेक्षा फक्त उन्नीस-बीस आहे! तर... तर... मग हे मूल आपला स्वत:चा नातू आहे का? शारदा... या काळ्या मोलकरणीकडून? एका विवाहित महिलेकडून, दोन मुलांच्या आईकडून... घरोघर भांडी घासणारीकडून... त्या पुढे विचार करू शकल्या नाहीत. त्यांनी पुन्हा एकदा शारदाकडे पाहिले. तिचे लक्ष अजूनही मुलावर होते. ती तिच्या राजा मुन्नाबद्दल बोलत होती. त्या आता तिथे जास्त वेळ बसू शकल्या नाहीत. त्यांनी शगुन म्हणून पैसे मुलाजवळ ठेवले, अभिनंदनाचे शब्द बडबडत आत निघून गेल्या. काय होवून बसले? संदीप... संदीप... त्यांना कसे जाणवले नाही संदीप या नोकराणीबरोबर ... त्यांना कधीच कसला संशय आला नाही आणि प्रकरण इतके पुढे निघून गेले आहे... त्यांचे डोके गरगर फिरायला लागले.

शारदा घरात फिरत आहे. ती म्हणत आहे, "त्या मुलगी घर तर खूप घाण करून सोडून गेली आहे. मी चार दिवसांत ते पूर्वीसारखे चमकवीन." तिने चहा बनवला आहे. तिने त्यांच्यासमोर एक कप ठेवला. त्या तीक्ष्ण डोळ्यांनी शारदाकडे पाहताहेत. तिचा

चेहरा नव्या मातृत्वाने चमकत आहे. त्यांना विचारावेसे वाटते - शब्द त्यांच्या ओठांवर येतात पण तिथेच थबकतात. शारदाची बडबड सतत चालू आहे, "माझा राजा मुन्ना लाखात एक आहे. मी त्याला एक मोठा माणूस बनवीन. तो मला अजिबात त्रास देत नाही. माझ्या आधीच्या मुलांनी मला किती त्रास दिला." श्रीमती रस्तोगींना यातले काहीही ऐकू जात नाही. शारदाचे शब्द जणू काही हातोड्यासारखे ठक..ठक डोक्यावर आदळताहेत. ती घाबरली आहे.त्या सताड डोळ्यांनी पाहत आहेत. त्यांनी काही वेळा हाताच्या इशाऱ्याने शारदाला गप्प बसवण्याचा प्रयत्न केला, परंतु त्या तेही करू शकल्या नाहीत.

जेव्हा शारदा स्वयंपाकघरात चहाची भांडी धुण्यासाठी गेली तेव्हा त्यांनी पुन्हा एकदा गुपचूप मुलाला पाहिले. "संशयाला तर काही जागा नाही. त्याचे निळे डोळे आणि गौर वर्ण संपूर्ण कहाणी सांगते." ती क्षणभर त्याच्याकडे पाहत राहिली. त्यांनी आपले हात त्याला आपल्या मांडीवर घेण्यासाठी पुढे सरकले - शेवटी, तो तिचेच रक्त आहे - पण ती संकोचली आणि हात मागे खेचले. ती पटकन तिच्या खोलीत परतली. तिला शारदा त्याच्या खोलीत संदीपच्या फोटोसमोर उभी असलेली दिसली. तर काय... शारदा या मुलाला घेऊन या घरात घुसण्याचे मनसुबे तर रचत नाही ना? संदीप तू हे काय केलेस! तू याचा विचार करायला हवा होतास! त्यांचे हात आणि पाय थरथरू लागले. त्या वाट पाहू लागल्या - शारदा लवकर निघून जावी. त्यांना अश्रू आवरता आवरत नव्हते.

चहा पिऊन शारदा निघून गेली, "मी उद्यापासून कामावर येईन. मला अजून इतर घरांना सांगायचे आहे. सर्वजण त्या मुलीला कंटाळले आहेत."

तर याचा हा अर्थ होईल की एका तासात संपूर्ण कॉलनीला कळेल की शारदा ज्या तिसऱ्या मुलाला घेऊन जे तिच्या हातात आहे आणि घरोघरी जाऊन अभिनंदन गोळा करत आहे ते मूल संदीप रस्तोगीचे आहे, जो प्रोफेसर व्ही.डी. रस्तोगी यांचा हरहुन्नरी मुलगा आहे. कॉलनीत ती ज्या घरात जाईल तिथे मुलाच्या कुटुंबाच्या वंशाचे पान सर्वांना कळेल. प्रत्येकजण त्याची कुंडली वाचू लागेल. काय करावे, प्रोफेसरांना फोन करावा. पण ते तर तीन वाजेपर्यंत येतीलही. प्रियाला फोनवर सांगावे का! हे ऐकून ती बिचारी बाई घाबरेल. काय करावे! ती वेड्यासारखी घरात फिरत आहे. संदीपने काय केले

आहे? त्याने सर्व काही उद्ध्वस्त केले आहे. आता कॉलनीत बातमी पसरण्यास एक तासही लागणार नाही. सर्वजण त्याच्यावर थुंकतील. नातेवाईक आहेत. ते कॅम्पस आहे. ते प्रियाचे ऑफिस आहे. पंख नसलेली बातमी सर्वत्र पोहोचेल. या वाईटाला हे घर उद्ध्वस्त करायला मिळाले होते! मला कसे कळले की मी एवढ्या मोठ्या समस्या पाळली आहे. त्या स्वत:ला दुषणे देत रडत आहेत.

प्रोफेसर साहेब येताच, श्रीमती रस्तोगींनी त्यांच्या छातीवरचे ओणे उचलले आणि त्यांच्या छातीवर ठेवले. ते स्तब्ध झाले. अरे! संदीपची ही इतकी वाईट निवड. जवानीची ही कुठली आग? त्यांनी हे मोठ्याने म्हणायला हवे होते. प्रियासाठी वर शोधण्यापूर्वी त्यांनी त्याच्यासाठी मुलगी शोधायला हवी होती. लवकरच काहीतरी करायला हवे. हे प्रकरण प्रियाच्या सासरवाडीपर्यंतही पोहोचू शकते.होय, अजून प्रकरण निश्चित झालेले नाही. त्यांनाही काळजी वाटत आहे. ते काय करायचे याचा विचार करत आहेत. जर हे सर्व खरे असेल, तर संदीप कानपूरला परतण्यापूर्वी काहीतरी करावे लागेल. शारदाला येथून काढावे लागेल. तिला काय फरक पडतो? ती कुठेही झोपडी बांधून राहील. चार पैसे कमवेल. पण इथे, जो कोणी शारदाच्या मांडीवर हे मूल पाहील तो आमच्या कुटुंबावर हसेल. इतक्या वर्षांत कमावलेल्या आदराचे गाठोडे घेऊन शारदा घरोघर फिरेल. तिच्या तोंडावर कोणीही काहीही बोलणार नाही, पण सगळेच मजा घेतील. काय करावे!

त्यांनी विचारले, "तुम्ही काय म्हणता? ती काही पैसे घेऊन येथून निघून जाईल का? तिचा नवरा काय करतो?"

"काय करतो? तो तर दिवसभर दारू पिऊन झोपतो. ती कामावर गेली की तो मुलांची काळजी घेतो. मी ऐकले आहे की कुठेतरी एक माळी आहे. मला माहित नाही की ती ही जागा सोडण्यास तयार होईल की नाही." मग श्रीमती रस्तोगींनी विचारले, "हे करता येत नाही का? मुलाला तिच्यापासून दूर नेऊन अनाथाश्रमात ठेवावे. पण मला माहित नाही की ती ते मान्य करेल की नाही?"

"कशी वागत होती ती?"

"तिला तर खूप अभिमान वाटत होता. जशी काय ती सर्वांची सख्य असल्यासारखी सर्वांबद्दल विचारत होती. आत ती संदीपच्या खोलीत त्याच्या फोटोसमोर उभी होती.

ऐका, मला आणखी एका गोष्टीची भीती वाटते," त्यांनी शंका व्यक्त केली, "तिचे वागणे बरोबर वाटत नाही. ती घराची मालकिन होण्याचे स्वप्न पाहतेय का?"

"इतका पुढचा विचार करू नकोस. घरात शिरणे इतके सोपे नाही. तुला खात्री आहे का की तो मुलगा संदीपसारखाच दिसतो?" त्यांनी पुन्हा खात्री करण्याचा प्रयत्न केला.

"मी आता तुम्हाला काय सांगू? उद्या तुम्ही त्याला स्वत:च्या डोळ्यांनी पाहून घ्या," त्या पुन्हा रडू लागल्या, "पण तुम्हाला जे काही करायचे आहे ते लवकर करा"

तिघांनाही रात्रभर झोप येत नव्हती. श्रीमती रस्तोगी रात्रभर काळजीत होत्या. ती आली आहेत, एका हातात बाळ आणि दुसऱ्या हातात गाठोडे. तिने संदीपच्या खोलीवर जबरदस्तीने कब्जा केला आहे. तिने त्यांना घराबाहेर काढले आहे. ती प्रियावरही जबरदस्ती करीत आहे. स्वत: मालकिन बनून ती संपूर्ण घराला त्रास देत आहे. संदीपही एका बाजूला हात जोडून उभा आहे. रात्रभर त्यांच्या मनात वाईट विचार येत राहिले. कॉलनीतील सर्व लोक त्याचे अभिनंदन करण्यासाठी येत आहेत. ते खूप हसत आहेत, टवाळी करत आहेत. नपुंसकांची टोळी आली आहे दाराशी नाचायला.बक्षिस घेतल्याशिवाय निघून जात नाहीये.त्या रात्रभर उठत बसत राहिल्या, रडत आणि विलाप करत राहिल्या.

तिकडे, प्रोफेसर रस्तोगी रात्रभर कूस बदलत राहिले. त्यांनी त्यांच्या आयुष्यात अनेक चढ-उतार पाहिले होते. पण यापूर्वी कधीही असे घडले नव्हते की संपूर्ण कुटुंबाची प्रतिष्ठा धोक्यात यावी आणि ते काहीही करू शकत नाहीत

प्रिया तर विचार करून करून वेडी होत झाली. ती सर्वांच्या नजरेला नजर कशी मिळवेल? ही बातमी तिच्या सासरच्या लोकांनपर्यंतही पोहोचेल. त्यांना तिच्या माहेरच्यांना आयुष्यभर अपमानित करण्याचे निमित्त मिळेल. मग ऑफिस आहे, लोक आहेत. सगळेच कुरतडतील . कशी तरी सकाळ झाली. ती आली. त्याच आत्मविश्वासाने आणि बेफिकीर वृत्तीने. तिच्या मांडीवर बाळ. ती येताच सर्वांचा रक्तदाब वाढला. सगळे पूर्णपणे व्यस्त दिसू लागले. प्रिया पुस्तक घेऊन बसली. प्रोफेसर साहेब काही फाईल्स घेऊन अभ्यासिकेत गेले. श्रीमती रस्तोगी सांधेवाताचे दुखणे घेऊन बेडरूममध्ये गेल्या आणि विव्हळत झोपल्या.

सुरुवातीला कोणीही तिच्यासाठी दार उघडायला आले नाही. तिने दोन-तीन वेळा बेल वाजवली तेव्हा प्रिया उठली. दोघांची नजर एकमेकांना भिडली. शारदा हसली, "कशी आहात ताई साहेब ?" प्रिया काहीही न बोलता बाजूला झाली. ती काहीही बोलू शकली नाही. शारदा तोऱ्यात आत आली. तिने मुलाला कार्पेटवर ठेवले. स्टीरिओ चालू केला.एसी चालू केला. मग ती चहा बनवण्यासाठी स्वयंपाकघराकडे निघाली. इतक्या वेळात सर्वांचे श्वास रोखले गेले होते. तिला थांबवण्याची कोणाचीही हिंमत नव्हती. जणू काही सर्वजण तिच्या नियंत्रणाखाली आहेत. प्रिया तिच्यावर ओरडायची. तिच्या वस्तूंना कोणी हात लावला तरी तिला सहन होत नव्हते, विशेषत: स्टीरिओला. आज प्रिया असहाय्य दिसत होती आणि श्रीमती रस्तोगी, ज्या शारदाच्या कामात दोष काढत फिरायच्या , त्याही पूर्णपणे शांत आहेत. तिघेही व्यस्त असल्याचे भासवत आहेत. स्टीरिओचा आवाज संपूर्ण घरात घुमत आहे. तो बंद करण्याची कोणाचीही हिंमत नाही.

शारदा तिचे काम खूप लवकर आटोपण्याचा प्रयत्न करत होती. दरम्यान ती तिच्या राजा मुन्नाकडेही लक्ष देत होती.घरातील कामांसोबतच ती त्याला दूध पाजायची, त्याचे कपडे बदलायची, सर्व काही चालू आहे. जेव्हा ती बाथरूममध्ये कपडे धुण्यासाठी गेली तेव्हा श्रीमती रस्तोगी पटकन उठल्या आणि प्रिया आणि प्रोफेसर साहेबांना ड्रॉईंग रूममध्ये घेऊन आल्या.

"अरे! तो खरोखर संदीपसारखाच दिसत आहे. तो किती गोंडस मुलगा आहे." त्याला उचलण्यासाठी प्रोफेसर साहेबांचे हातही सळसळू लागले. त्यांनी मोठ्या मुश्किलीने स्वत:ला आवरले. प्रिया रडू लागली. मिसेस रस्तोगींना चक्कर आली. ती तिथेच पडली. दोघांनीही तिला कसेतरी उचलले आणि बेडरूममध्ये नेले.

जोपर्यंत ती घरात होती तोपर्यंत फक्त तिची उपस्थिती जाणवत होती. बाकीचे तिघेही पुतळ्यांसारखे होते. पूर्णपणे शांत. उदास. ते शोकात गुरफटलेले होते. आज प्रियालाही असे वाटले की तिची नजर वारंवार संदीपच्या खोलीकडे वळत आहे. तिने संदीपची खोली पूर्णपणे स्वच्छ केली. तिने तिचा बहुतेक वेळ त्या खोलीत घालवला. प्रियाने स्वत:ला मानसिकदृष्ट्या तयार केले की जर शारदाने संदीपबद्दल काही विचारले तर ती

लगेच तिला घेरेल. पण शारदाने अशी कोणतीही अधीरता दाखवली नाही. अडीच ते तीन तास या तिघांना बंदिस्त ठेवल्यानंतर, ती छम...छम... आवाज करत निघून गेली.

ती निघून जाताच तिघेही डोके धरून बसले. पहिली समस्या होती तिला कबुल कसे करावे. आपण संदीपशी नंतर निपटून घेऊ.प्रथम, याबद्दल लवकर काहीतरी करायला हवे. आतापर्यंत संपूर्ण कॉलनीला कळले असेल. सध्या तरी संदीपला काही दिवस कानपूरमध्ये राहण्यासाठी सांगितले पाहिजे. संदीपने येणे देखील योग्य नाही कारण जर त्याने शारदाची बाजू घेतली तर तो एक अनर्थ ठरेल. त्याला फोनवर याबद्दल काहीही सांगू नये.

जरी शारदा कबूल करत नसली तरी, प्रथम हे करायला हवे, तिला काहीतरी देवून आणि आज किंवा उद्या येथून कायमचे निघून जाण्यास सांगायला पाहिजे. जर ती आली नाही, तर तिच्याकडून बाळ घेऊन ते अनाथाश्रमात देण्याचा प्रयत्न केला पाहिजे. त्यांना तिसरा कोणताही मार्ग सुचत नव्हता. हो, जर तिने घरात घुसण्याचा प्रयत्न केला तर हे स्पष्ट होईल की तिचा हा हेतू आधीपासून होता आणि म्हणूनच तिने संदीपला फसवले. अशा परिस्थितीत, तिच्याशी व्यवहार करणे सोपे होईल. जनमत त्यांच्या बाजूनेही होईल.

आता प्रश्न हा आहे - कॉलनीतील लोकांच्या नजरेला कसे तोंड द्यायचे? बाहेर जाणे-येणे कमी करता येईल, पूर्णपणे थांबवता येणार नाही. लोकांना बोलण्यासाठी काहीतरी मसाला हवा असतो. ते त्याची चेष्टा करतील. त्यावर थुं-थु करतील. जर सगळं असंच चालू राहिलं तर उद्या ते मूल मोठं होईल आणि त्याच रस्त्यांवर आणि परिसरात खेळेल. आपण कोणा- कोणाचं तोंड बंद ठेवणार?

संध्याकाळपर्यंत तिघेही विचार करत राहिले, त्यांना काहीही ठरवता आले नाही. आता ते शारदाला थेट हे सांगू शकत नाहीत, बघ, तू आमच्या संदीपसोबत मजा केलीस. मजा केलीस. कोणी कोणाला अडकवले हे विसरून जा. पण तुझ्या मूर्खपणाचे परिणाम आता आमच्यासमोर आहेत. बघ, आम्ही इज्जतदार लोक आहोत. अर्थात हे आमच्या मुलामुळे घडले पण या मुलाची इथे उपस्थिती आमच्या इज्जतीला कलंकित करत आहे, म्हणून तू त्याला, तुझ्या वसवलेल्या जीवनाला आणि कामकाजासाठी घेऊन कायमचे येथून निघून जा.

हे सगळं कोण बोलेल ? त्याच्यात शारदाला तोंड देण्याची हिंमत नव्हती,त्यांना तिची मजा आणि बेफिकीरी सहन होत नव्हती.

ती संध्याकाळी पुन्हा आली. सगळे पुन्हा स्तब्ध झाले. दिवसभराचे सर्व नियोजन निष्फळ राहिले. मुलाला त्याच प्रकारे कार्पेटवर झोपवणे, स्टीरिओ वाजवणे, घरात गुणगुणत फिरणे, मुलाबद्दल अनेक गोष्टी सांगणे, त्याला दूध पाजणे, कोणत्या ना कोणत्या बहाण्याने संदीपच्या खोलीत जाणे, सर्व काही चालू राहिले. एखाद्या नाटकाप्रमाणे, ती एकटीच तिची भूमिका बजावत राहिली. बाकीचे तिघेही मूक प्रेक्षक बनून राहिले. तिने संदीपबद्दल विचारले नाही, ना कोणालाही तिच्याशी बोलण्याची संधी मिळाली.

पुन्हा एकदा ती हातातून निसटली. ती निघून जाताच तिघेही गोंधळले - तिला काय हवे आहे ? एकीकडे, तिने हे घर स्वत:चे समजून घरातल्या वस्तू वापरायला सुरुवात केली आहे आणि दुसरीकडे, तिच्या कोणत्याही प्रकारच्या मागण्या नाहीत. हे सांगायलाच नको. तिने संपूर्ण घराला बांधून ठेवले आहे. तिला काम सोडण्यास कसे सांगितले जाऊ शकते ? किमान तिला बोलण्यासाठी काहीतरी शोधायला हवे. दोन्ही वेळा कोणीही तिच्याशी बोलले नाही, पण तिला काळजी नव्हती. ती तिच्या मुलामध्ये मग्न आहे.

कॉलनीत एकच गोंधळ उडाला आहे. काही महिला काही निमित्तानं घरात आल्या. त्यांनी शारदालाही आडवलं.त्या परतल्यानंतर त्यांना बरं वाटलं, पण त्या ज्यासाठी ते आल्या होत्या ते विचारलं नाही. काही महिलांनी शारदाला थेट विचारण्याचा प्रयत्न केला, पण तिने स्पष्ट नकार दिला. लोक हसतात - तिच्या नाही म्हणण्याने काय फरक पडतो, त्याच्या नसांमध्ये कोणाचे रक्त वाहत आहे हे कोणीही सांगू शकते. ती कोणाच्याही टोमण्यांना उत्तर देत नाही. पण ती त्यांना टाळते.

आता ती पूर्वीसारखी मळकट कपडे घालत नाही. ती मुलाला खूप स्वच्छ ठेवते. ती तिच्या दर्जापेक्षाही त्याला महागडे कपडे घालते. त्याआधी दोघे मुले तिच्यासोबत कधीही दिसली नाहीत, पण तिसरा नेहमीच तिच्या मांडीवर असतो. काही घरांमध्ये, तिला जुने कपडे मुलाला देण्याचा प्रयत्न केला पण तिने ते घेण्यास स्पष्ट नकार दिला. पूर्वी, हीच शारदा स्वत:साठी आणि मुलांसाठी सर्वकाही मागायची.

तिसऱ्या दिवशी, प्रकरण मिटले. ते मिटण्याऐवजी ते आणखी बिकट झाले. त्यावेळी प्रोफेसर घरी नव्हते. ती आली. तिने मुलाला कार्पेटवर ठेवले. स्टीरिओ चालू करण्यासाठी वळताच प्रिया ओरडली, "त्याला इथून घेऊन जा. तू त्याला रोज कार्पेटवर झोपवतेस. तो बिघडत चालला आहे."

शारदा काही बोलण्यापूर्वीच प्रियाने आणखी एक आदेश दिला, "आणि आजपासून माझ्या स्टिरिओला कोणीही हात लावणार नाही याची काळजी घे. जर तुला नीट काम करायचे असेल तर ते कर नाहीतर दुसरे घर शोध."

शारदा एकदम स्तब्ध झाली. कदाचित तिला हे अपेक्षित नव्हते. तिने मुलाला उचलले आणि एका कोपऱ्यात बसली. श्रीमती रस्तोगींनाही ही संधी योग्य वाटली. त्याही वादात उतरल्या. "मला सांग, तू संदीपला कधीपासून अडकवले हेस? मला सांग!"

"तुम्हाला काय म्हणायचंय?" शारदाने विचारले, "कोणी कोणाला अडकवले आहे?"

"मग तुझा मुलगा संदीपसारखा कसा दिसतो?" स्वत:वर नियंत्रण ठेवण्याचा प्रयत्न करूनही त्याचा आवाज भरून आला.

"मला कसं माहित?" शारदा सहज म्हणाली.

"जर तुला माहित नसेल, तर कोणाला असेल? कुठे कुठे तोंड मारठ फिरते माहित नाही. आमच्या साध्या मुलाला अडकवले आहे. आम्हाला कुठेच काही जागा ठेवली नाही."

शारदा लगेच उभी राहिली आणि म्हणाली, "शांत रहा बाईसाहेब, जर तुम्ही माझ्या चारित्र्याबद्दल काही वाईट बोललात तर, मी इतका वेळ शांतपणे ऐकत आहे आणि तुम्ही अजूनही बोलत आहात. मला माझे कामापुरते काम ठेवते.फालतू लफड्यात पडत नाही."

"जर तु फालतु लफड्यात पडत नाही, तर मला सांग की मुल एकमेकांसारखी कसे दिसतेय?" आता प्रियाने सूत्रे हाती घेतली आहेत.

"मला काय माहित? जर तुम्हाला कामावरून काढायचे असेल तर ते सांगा. मी लगेच निघून गेले असते. पण मी काहीही फालतू ऐकणार नाहीये." असं म्हणत तिने मुलाला उचललं आणि लगेच बाहेर पडली.

क्षणभर आई आणि मुलगी दोघीही स्तब्ध झाल्या. हे काय झाले ? मग त्यांनी सुटकेचा नि:श्वास सोडला. आता निदान तरी ती नेहमीच त्यांच्या छातीवर बसून राहणार नाही. एक पेचप्रसंग निश्चितच निर्माण झाला आहे. तिच्याशी संवाद साधण्यासाठी जी परिस्थिती निर्माण झाली होती ती अचानक हाताबाहेर गेली. दोघांनीही इतक्या अडचणींसह आलेली संधी गमावली. आता तिला कॉलनी सोडण्यास सांगितले जाऊ शकत नाही आणि तिच्याकडून मुलाची मागणीही करता येणार नाही. तिची वृत्ती पाहून असे दिसते की ती सहजासहजी जाऊ देणार नाही. तथापि, हे स्पष्ट झाले आहे की तिचा या घरात घुसण्याचा कोणताही हेतू नाही.

जेव्हा प्रोफेसर साहेबांना संपूर्ण प्रकरण कळले तेव्हा ते चिडले, "तुम्हाला थोडाही धीर धरता आला नाही ? तुम्ही जाणूनबुजून परिस्थिती उलटवली आहे. जर तिने स्वत:च्या मर्जीने कामावर येणे थांबवले तर आपल्याला तिला बोलण्याचा किंवा ऐकण्याचा अधिकार राहणार नाही."

शारदाचे आता कामावर येणे बंद झाले आहे. ती इतर घरांमध्येही मुलासोबत अशीच सावधगिरीने फिरत आहे. आतल्याआत सुरू असलेल्या कुजबुजी आता अधिक स्पष्ट झाल्या आहेत. लोकांना पूर्णपणे विश्वास होवू लागला आहे.

खूप विचार आणि तयारी केल्यानंतर,प्रोफेसर रस्तोगी रात्रीच्या अंधारात शारदाच्या झोपडीत गेले. त्यांनी इतके पैसे घेतले जे शारदा दहा वर्षांत कमवू शकली नसती. पण पैसे पाहून शारदा ओरडली, "पैसे कशासाठी ? मी काम करायचे तेव्हा पैसे घ्यायचे. मी कठोर परिश्रम करते. मी तेच करत राहीन. मी येथून का जावे ? मी कुठे जावे ?"

जेव्हा प्रोफेसरांनी तिचे वागणे पाहिले, तेव्हा त्यांनी तिला आणखी एक आमिष दाखवले - एवढे पैसेघे आणि हे मूल आम्हाला दे,कायमचे. हे ऐकून शारदा इतक्या मोठ्याने ओरडली की संपूर्ण कॉलनीला ऐकू जाईल, "सांग, स्पष्ट ऐका साहेब - हे मूल माझे आहे. फक्त माझे आहे. मी ते कोणत्याही किंमतीत देणार नाही. समजून घ्या ? जर तुम्हाला शंका असेल की हे मूल संदीप बाबूचे आहे, तर तुम्ही त्याला का विचारत नाही ? तुम्ही त्याला कुठे लपवले आहे ?" ती तिच्या झोपडीत घुसली.

प्रोफेसर साहेब पूर्णपणे तुटून गेले, अंधारात अडखळत परत येत आहेत. ते विचार करत आहेत की उद्या किंवा परवा ते आपले घर बदलून दुसऱ्या कॉलनीत निघून जावे.

१/१०१ रिद्धी गार्डन, मालाड,

पूर्व मुंबई - ४०००९७

मो. ९९३०९९१४१४

ईमेल: kathaakar@gmail.com

●●●

धीरेंद्र अस्थाना

धीरेंद्र अस्थाना हे हिंदी कथा साहित्याचे एक प्रसिद्ध कथाकार आहेत. त्यांचा जन्म २५ डिसेंबर १९५६ रोजी डेहराडून येथे झाला. ते तीन दशकांहून अधिक काळ अनेक प्रतिष्ठित हिंदी दैनिक वृत्तपत्रांशी संबंधित आहेत. ते जनसत्ताच्या साबरंग मासिकाचे दीर्घकाळ फीचर एडिटर होते. त्यांचे डझनभर कथासंग्रह आणि कादंबऱ्या प्रकाशित झाल्या आहेत. लोग हाशिये पर, उस रात की गंध, नींद के बाहर, पिता, बहादुर को नींद नही आती हे त्यांचे प्रमुख कथासंग्रह आहेत. त्यांचे आत्मचरित्र 'जीवन का क्या किया' खूप लोकप्रिय झाले आहे. त्यांच्या लेखनासाठी त्यांना अनेक पुरस्कार आणि सन्मानांनी सन्मानित करण्यात आले आहे. सध्या ते मुंबईत राहत असून स्वतंत्रपणे लेखन करत आहेत.

पराधीन

जेव्हा मी डोळे उघडले तेव्हा खोली अर्धी अंधारी होती. माझ्या सवयीप्रमाणे मी माझा डावा हात आरतीच्या शरीराकडे वळवला, पण आरतीच्या शरीराला स्पर्श होण्याऐवजी माझा हात रिकाम्या पलंगावर फिरवला गेला.

राजीव निगम घाबरून बेडवर बसला. त्याने स्विच दाबला आणि झिरो वॅटचा बल्ब लावला. बेडरूममध्ये हळूहळू एक भयानक शांतता पसरली. खिडकीबाहेर मुसळधार पाऊस पडत होता. राजीव निगमला या पावसात काहीतरी अनुचित घडले असावे असे का वाटले ते कळत नाही. भिंतीवरील घड्याळ पहाटेचे ५:३० वाजल्याचे दाखवत होते.

राजीवने काही वेळ वाट पाहिली की कदाचित आरती शौचालयात असेल पण जेव्हा घड्याळात पावने सहा वाजले तेव्हा राजीव पुन्हा रात्रीत पोहोचला.

त्याच्या वाट्याचा हिस्सा संपवून, राजीव नेहमीप्रमाणे दाल खिचडी खात होता आणि आरती हॉलमध्ये फेसबुकवर व्यस्त होती. खिचडी संपवून, त्याने वॉश बेसिनमध्ये हात धुतले आणि आरतीला शुभ रात्री म्हटल्यानंतर, तो येऊन बेडच्या त्याच्या बाजूला झोपला. हा रोजचा दिनक्रम नीरस वाटत होता.ती अशी रात्र होती ज्यामध्ये रहस्य, रोमांच आणि प्रेम नव्हते. ही रात्रही इतर रात्रींसारखीच निघून गेली होती. पण या रात्रीच्या सकाळी काहीतरी असे होते जे खिडकीबाहेर पावसात विजेसारखे चमकत होते, जणू काही संशयास्पद वाटत होते.

राजीव संपूर्ण घरात फिरला. संपूर्ण घर रिकामे होते. त्या रिकाम्या घरात आरतीचा सुगंधही नव्हता. सकाळचे ७ वाजले होते. जुलैमध्ये पावसाळा ऐन भरात असताना राजीव मुंबईत होता. अचानक हॉलमधील सोफ्यावर पडलेला मोबाईल मेसेजने चमकला. राजीवने मेसेज वाचला, मोबाईल सोफ्यावर ठेवला, नंतर मेसेज वाचला आणि पुन्हा मोबाईल सोफ्यावर ठेवला. एका छोट्या व्हॉट्सअप मेसेजने भरलेले संपूर्ण रंगीबेरंगी आयुष्य बेरंग कसे बनू शकते? झोपेत चाललेले हे वाईट स्वप्न आहे की स्वप्नाबाहेर घडणारा शाप आहे? हे कसे शक्य आहे? सामान्य जीवनाचे कोणतेही परिमाण, चर्चा, समीकरण या घडलेल्या क्षणाची व्याख्या करण्यास असमर्थ आहे.

वयाच्या बासष्टव्या वर्षी... राजीव अंधाराच्या पायऱ्या उतरत होता... कोणी आपल्या जोडीदाराला कसे सोडून जाऊ शकते. पण मोबाईलच्या स्क्रीनवर रेकॉर्ड केलेले सत्य आरतीच्या जगातून पायी चालत राजीवपर्यंत पोहोचले होते. चाळीस वर्षांच्या दीर्घ आयुष्यात राजीव ज्या आरतीबद्दल अनभिज्ञ राहिला तिचा हा चेहरा कोणता? या कोणत्या नवीन आरतीने राजीवचे आयुष्य जाळून टाकले? ही अशी वेळ आहे जेव्हा आरती आणि आयुष्यही बोटांमधून निसटत आहे. मग?

आरतीचा व्हॉट्सअप मेसेज होता- 'ही काही विश्वासघात नाहीये. हा चाळीस वर्षांच्या पराधीनतेच्या तंदूरमध्ये भाजलेला निर्णय आहे. तू म्हणायचास की तूच लोक,

ठिकाणे आणि गोष्टी सोडून देतो आहेस. इथे मी तुला, तुझ्या सवयी, तुझे घर आणि तुझे राज्य सोडून निरोप घेते आहे. आता जे काही आयुष्य उरले आहे ते मला माझ्या इच्छेनुसार, माझ्या पद्धतीने, माझ्या स्वत:च्या शैलीत जगायचे आहे. मी मुक्त होत आहे आणि मी तुलाही मुक्त करत आहे.'

राजीव अंधाराच्या वळणदार पायऱ्यांवर अडखळला. त्याला आधार देणारे कोणीही नव्हते, काहीही नव्हते. चाळीस वर्षे एकत्र घालवल्यानंतरही असेच होते का? अचानक एखाद्याला नि:शस्त्र आणि कल्पनेपलीकडे असलेल्या अरण्यात सोडून जाणे! राजीवचे आयुष्यभराचे ज्ञान, अनुभव आणि अभ्यास भविष्यातील येणाऱ्या संकटाच्या जंगलातील आगीत भस्मसात होत होते.

मग आयुष्य डळमळीत होऊ लागले. सकाळी ७:३० वाजता आरती पूजेदरम्यान वाजणारी घंटा वाजली नाही. शंखनाद झाला नाही. अगरबत्तीचा सुगंध पसरला नाही. सकाळी ८ वाजताचा चहा उपलब्ध नव्हता. तुळस आणि आल्याच्या चवीचा अप्रतिम चहा. राजीवने पाणी प्यायला आणि फ्रेश व्हायला गेला. फ्रेश झाल्यावर त्याने आरतीला फोन केला, पण तो नॉट रिचेबल आला. त्याने वॉचमनला फोन केला. त्याने सांगितले, "मी मॅडमसाठी स्टेशनसाठी ऑटो आणला होता.त्या म्हणत होती की त्यांची आई आजारी आहे,त्यांना अचानक जावे लागेल.त्या आठ ते दहा दिवस येणार नाहीत. रात्री १०-१०:३० वाजताची वेळ झाली असेल, साहेब." राजीवने आरतीच्या आईला फोन केला. त्या म्हणाल्या, "ती कुठे गेली! हे कसे शक्य आहे! काही भांडण झाले होते का?"

राजीवने फोन कट केला आणि त्याचा मुलगा रवीला फोन केला. बेल वाजत राहिली. फोन उचलला जात नव्हता. मुलगा एका टीव्ही चॅनेलमध्ये वरिष्ठ रिपोर्टर होता आणि अंधेरी (पश्चिम) येथे एका छोट्या भाड्याच्या फ्लॅटमध्ये त्याच्या पत्नीसोबत राहत होता. त्यानंतर राजीव निगम कोणालाही फोन करू शकला नाही! त्याने शेजारच्या फ्लॅटची बेल वाजवली. दार उघडले. ती शेजारीण प्रिया होती. 'मला एक कप चहा मिळेल का?' राजीवला तिचा आवाज खूप दयनीय वाटला.

'नक्कीच.' प्रिया म्हणाली, 'मी आणते.'

प्रिया चहा घेऊन आली. ती म्हणाली, 'काकू इतक्या सकाळी कुठे गेल्या?'

'ती सकाळी गेली नाही तर रात्री गेली.' राजीवने उत्तर दिले, 'तिची आई आजारी आहे.'ती कांदिवलीला गेली आहे.

'अरे!' प्रिया म्हणाली, 'तुम्हाला आणखी काही हवे असेल तर मला सांगा.'

राजीव चहाचा कप घेऊन स्वयंपाकघरात आला. त्याने बॉक्स शोधायला सुरुवात केली. त्याला एका बॉक्समध्ये बिस्किटे सापडली. स्वयंपाकघरात थोडी शांतता पसरली.

'बघ' राजीव आदल्या रात्री दारूच्या नशेत होता, 'पराधीन कोण आहे? मला चहा कसा बनवायचा हेही येत नाही. तू मला कधीच स्वयंपाकघरात येऊ दिले नाहीस. लग्नाच्या चार वर्षांनंतरचा तो कार्यक्रम तुला आठवत असेल जिथे शहरातील एका वयस्कर लेखिकेने तुला विचारले होते की तुला किती मुले आहेत आरती? तू लगेच उत्तर दिले होते - दोन. एक माझा आणि एक सासूचा. आज बासष्ट वर्षांच्या वयात, या मुलाला एकटे सोडताना तुझे हृदय थोडेही थरथरले नाही. अर्थात हा तुझा अचानक घेतलेला निर्णय नसावा. या निर्णयावर अनेक पावसाळे गेले असतील. अनेक एकाकी तप्त दुपारी तो जळून गेला असेल. खूप थंड रात्रीत तो गोठला असेल. पण मला या कठोर निर्णयाची कल्पनाही आली नाही. तू मला तयारीसाठी वेळही दिला नाहीस. तू उठलीस आणि निघून गेलीस. हे जीवन आहे, बदूकीची धमाकेदार गोळी नाही.

राजीव, आंघोळ करून तयार झाल्यावर, वर्तमानपत्र घेऊन बसला. त्याची रोजचा रोजनामचा. फरक एवढाच होता की आज त्याच्यासमोर नाश्ता नव्हता. आरतीच्या निर्णयाबद्दल त्याच्या मनात एक मोठे शून्य तयार झाले होते.तो आरतीच्या अनपेक्षित पावलाचा आणि त्याच्या आयुष्याच्या भूमितीचा ताळमेळ घालू शकत नव्हता. आरती कुठे गेली असेल? तीही बासष्ट वर्षांची होती. या वयात तिच्यात कसली हिंमत निर्माण झाली आणि का? तीही एकटीच असेल. अचानक राजीव आरतीच्या एकाकीपणाची कल्पना करून घाबरला. तो एका प्रसिद्ध शहरातील एका सुप्रसिद्ध वसाहतीत त्याच्या स्वत:च्या फ्लॅटमध्ये बसला होता. आरती कुठे असेल? कोणत्या शहराच्या कोणत्या कोपऱ्यात, पूर्णपणे एकटी. तिने कोणत्या प्रकारचे स्वतंत्र जीवन जगण्याचा निर्णय घेतला आहे ज्यामध्ये प्रत्येक पावलावर धोके आहेत. आरती यावेळी कुठे असेल? ती रात्री १०:३० वाजता निघून गेली, तर ती सकाळी नऊ वाजता कुठे असेल. तिची प्रार्थना,

तिचा नाश्ता, स्वयंपाकघरातून उडी मारणारा तिचा प्रश्न - 'तू ऑम्लेट खाशील की ब्रेड की मी पराठा बनवू ?'

राजीवच्या हृदयात दोन स्टेंट आहेत. त्याला तिथे काहीतरी घडत आहे असे वाटले. तो घाबरला. पुन्हा एकदा त्याने दोन फोन केले. एक त्याच्या मुलाला, ज्याचा फोन सतत वाजत होता. दुसरा आरतीला,जो नॉट रिचेबल येत होता.

लेस स्पायसी असं सांगूनही, दुपारी हॉटेलमधून आलेल्या बटर पनीरमुळे राजीव निगम अॅसिडिटी झाली. आरतीने काय खाल्ले असेल, तिने काही खाल्ले की नाही ? एक ना अनेक प्रश्न निर्माण व्हायचे आणि ते एका अंधारलेल्या खोल खड्ड्यात पडायचे. मग संपूर्ण दिवस इकडे तिकडे ध्येयहीनपणे चालत, बसून, पडून, उठून बाल्कनीत जात आणि तिथेच शून्यात पाहत उभा राहिला. ना मुलाने परत फोन केला, ना आरतीची घंटी वाजली. पाऊस मंदावला होता. रात्र उतरत होती. राजीव निगमच्या रासायनिक पराक्रमात स्वत:ला बुडवून घेण्याची ही वेळ होती. पहिल्यांदाच आरती या रात्रीचा भाग नव्हती.अशा आणखी रात्री येणार आहेत या विचाराने राजीवच्या पाठीचा कणा थोडा थरथरला. राजीवच्या लायब्ररीत एका रॅकमध्ये वाइन ठेवण्यात आली होती. पण त्याची चव चाखण्याचा प्रश्न गुंतागुंतीचा झाला. स्वयंपाकघरातील ड्रॉवर जंगलात बदलला.जणू काही. भाजलेल्या काजूचा सुगंध नाही, ना व्हिनेगरमध्ये भिजवलेल्या कांद्याचा वास. फ्रिजमध्ये तीन अंडी होती पण राजीवला गॅस कसा पेटवायचा, अंडी कशी उकळायची किंवा ऑम्लेट कसे बनवायचे हेही माहित नव्हते ? थकलेल्या आणि निराश झालेल्या त्याने चिकन लॉलीपॉप आणि डाळ खिचडी मागवली आणि बडबडला... आरती तू काय खाणार आहेस ?

एक विधी म्हणून दारू पिण्यात आली. खिचडी भांड्यात थंडावली. राजीव इच्छा असूनही खाऊ शकत नव्हता. त्याच्या मनातील जंगलामध्ये आगीत एक वेडेपणा होता जो आरतीला हाक मारत होता आणि प्रतिसादात जंगलातील आगीचा काळोखा, अपारदर्शक धूर परत आला. राजीवच्या पतनाची वेळ जवळ येत होती.

सकाळी राजीव रात्रीतून शाहजहांसारखा म्हातारा झाला. त्याचे घोटे तुटू लागले, श्वास घेण्यास त्रास होऊ लागला, त्याचे मन हरवले आणि त्याचे हृदय थरथर कापू

लागले. त्याचे केस आणि भुवया पूर्णपणे पांढऱ्या झाल्या आणि त्याचे काळिज अधूनमधून भरून येऊ लागले.

हे फक्त माझ्यासोबतच घडत आहे का की आरतीलाही या अनुभवातून जावे लागत आहे? त्याला जाणून घ्यायचे होते पण प्रश्न बोगद्यात शिरायचा आणि बराच प्रवास केल्यानंतर बोगद्याबाहेर आकाशात लटकायचा.

ती एक अतिशय विचित्र सकाळ होती. काहीही त्याच्या जागी नव्हते. शेजाऱ्यांकडून दररोज उधार घेता येत नसल्याने चहा नव्हता. नाश्ता नव्हता. जेवण नव्हते. एकटे घर होते जे खडखडाट करत होते आणि त्यात कुठूनही शांतता येत नव्हती. परिस्थिती आणखी बिकट होती, आरतीच्या येण्याची कोणतीही कुजबूज जाणवत नव्हती.

आवाज आला. मुलगा रवीचा आवाज आला. राजीवचा मोबाईल वाजला आणि मुलगा रवी स्क्रीनवर चमकत होता. राजीवने पटकन फोन उचलला. रवीने सांगितले की त्याच्या स्क्रीनचा डिस्प्ले उडाला होता त्यामुळे मिस्ड कॉल कोणी केला हे पाहू शकला नाही. मग काल, पावसात अंधेरी पूल कोसळल्यामुळे, तो संपूर्ण दिवस संपूर्ण कॅमेरा टीमसह रिपोर्टिंग करण्यात व्यस्त होता. कॅमेरामनचा फोनही रिपोर्टिंगसाठी वापरावा लागला. रवीची कहाणी संपल्यावर राजीव गंभीर स्वरात म्हणाला - 'तुझी आई घर सोडून गेली आहे.'फोनवर संपर्क होत नाहीये. माझं मन लागत नाहिये. दुसरं म्हणजे मला स्वयंपाकघरातलं काम करां करायचं हे अजिबात कळत नाहीये. मी काही दिवस तुमच्यासोबत राहू शकतो का?

'बाबा, तुम्ही दु:खी आहात, ठीक आहे पण माझे ऐका.' रवीने रिपोर्टरच्या शैलीत स्पष्ट केले, 'तुम्ही सातशे चौरस फूट बाल्कनी असलेल्या घरात आरामात राहत आहात. माझ्याकडे ३५० चौरस फूट आकाराचे वन रूम किचन आहे. तुम्हाला त्यात कसे बसेल? मग, नीलम सकाळी ८ वाजता कामावर जाते आणि रात्री ८ वाजता परत येते. मी दुपारी २ वाजता कामावर जातो आणि रात्री १२-१ वाजता कामावरून परत येतो. तूम्ही या वेळापत्रकात कसे बसाल? आता मम्मीबद्दल! मी लहान असताना, तूम्ही रागाच्या भरात मम्मीला वाटी, ग्लास, चमचा किंवा इतर कोणत्याही भांड्याने मारायचे.

तेव्हा मम्मीने तुम्हाला सोडले नाही. मग आता मम्मी घर सोडून गेली असे इतके गंभीर काय झाले?

राजीवला धक्का बसला आणि त्याला दुखापतही झाली - त्याचा मुलगा भूतकाळाचा झेंडा फडकवत होता. थरथरत्या आवाजात तो म्हणाला - 'मला आत्ता काहीच आठवत नाही. कोणास ठाऊक, तो नशेत काहीतरी बोललो असेल...'

'आता मुद्द्यावर येऊ या, आपण रात्री सगळं ब्लॅक आऊट व्हावं इतकं का मद्यपान करावं? पण माझा उद्देश तुम्हाला व्याख्यान देण्याचा नाहीये. तुम्ही घरी आरामात राहा. चहा, नाश्ता, जेवण, सगळं हॉटेलमधून मिळतं. टीव्ही बघा, पुस्तके वाचा, सकाळी आणि संध्याकाळी फिरायला जा. दरम्यान, मी मम्मीच्या फोनवरून मम्मीचे ठिकाण शोधेन. मला कळताच मी तुम्हाला फोन करेन. ठीक आहे, काळजी घ्या.' रवीने कॉल डिस्कनेक्ट केला.

पुन्हा पाऊस सुरू झाला. राजीव घराच्या बाल्कनीत आला. त्याला आरती गेल्याच्या रात्री काय घडले ते आठवू लागले. तो दारू पित असताना अचानक आरतीने त्याला अडवले, 'लवकर कर. तुझ्यामुळे मी अनेकदा जिमला जाऊ शकत नाही. कोणत्याही कायद्याच्या पुस्तकात असे लिहिले आहे का की रात्री १२ वाजेपर्यंत दारू प्यावी. तुम्ही ८ वाजता सुरुवात करून १० वाजता का संपवू शकत नाही?'

राजीव दारूच्या नशेत होता. दारूच्या नशेत त्याला कोणी अडवलेले आवडत नव्हते. तो म्हणाला, 'पती दारू पिईपर्यंत पत्नीने जागे राहावे असे कोणत्या कायद्याच्या पुस्तकात लिहिले आहे?'

'अहाहा.' आरती म्हणाली, 'जर मी तू झोपेपर्यंत जागी राहिली नाहीस, तर तू रोज इकडे तिकडे पडून तुझे डोके आणि पाय मोडत राहशील. तुला चार वेळा गंभीर दुखापत झाली आहे. तुला दोनदा टाकेही टाकावे लागले आहेत. कोणाच्याही मदतीशिवाय मी तुला रुग्णालयात कसे नेले हे फक्त मलाच माहिती आहे. कधीकधी मला असे वाटते की मी तुला सोडून गेले तरच तुला माझे दु:ख कळेल.'

'हा तुझा अंदाज आहे. तू तो डझनभर वेळा पुन्हा सांगितला आहेस.' राजीव विनोदाने म्हणाला, 'पावसाचे ढग गडगडाट करत नाहीत.'

‘आर यु सिरियस?’ आरती गंभीर होती.

"हो, मी तेच म्हणेन," राजीव बोलून गेला, आधीच नशेत.

‘ठीक आहे,’ आरती म्हणाली, सोफ्यावर स्वत:ला झोकत आणि फेसबुकमध्ये स्वत:ला बुडवून घेत.

यानंतर त्याने दारू संपवली, जेवण केले, हात धुतले आणि आरतीला शुभ रात्री म्हटल्यानंतर तो बेडरूममध्ये गेला.

तर, आरती दारू पिलेल्यांच्या कमेंट्सचे कारण देऊन निघून गेली का? आयुष्याच्या सुरुवातीपासून आतापर्यंत दारू पिल्यानंतर होणारे भांडणे होत आहेत. सकाळी राजीव माफी मागायचा. प्रायश्चित्त म्हणून तो घरातील बरीच कामेही करायचा.

तर मग? आरतीच्या मनात असा कोणता उत्साह होता ज्यामुळे ती घराचा उंबरठा ओलांडू शकली! राजीवला काहीच समजले नाही जेव्हा पुन्हा मोबाईल वाजला. यावेळी आरतीची आई होती. ती म्हणत होती - ‘आरतीचा ठावठिकाणा कळेपर्यंत, राजीव, तू माझ्या घरी ये.’

‘धन्यवाद मम्मी.’ राजीव म्हणाला, ‘हा उपाय नाही. तुम्ही स्वत: नोकरांवर अवलंबून आहात. मीही येऊन त्याच्यावर ओझे बनू का? काळजी करू नका. मला आरती सापडेल.’ त्याने आरतीच्या आईचे सांत्वन केले.

दुपारचा १:३० वाजला होता. राजीवने हॉटेलधून दाल खिचडी आणि मसाला पापड ऑर्डर केला आणि बेडरूममध्ये येऊन झोपला. आरती काय करत असेल आणि तिला माहित नाही की तिने आतापर्यंत जेवली आहे की नाही. तो खरोखर काळजीत होता. शेवटी, आरती देखील त्याच्यासारखीच एक मरणासन्न दिवा होती.

हा जीवनाचा एक नैसर्गिक नियम आहे. जेव्हा कोणी आपल्यासोबत चालत असते तेव्हा त्यांची उपस्थिती तितकी महत्त्वाची वाटत नाही, पण जेव्हा तो आपले जीवन सोडून जातो तेव्हा आपल्याला जाणवते की त्यांच्याशिवाय आपण किती रिकामे, एकाकी आणि अपूर्ण झालो आहोत. राजीव आरतीशिवाय प्रत्येक क्षणी ही भावना जगत होता. त्याला अचानक त्याच्या जवळच्या मित्र देशबंधूच्या तारुण्यात वाचलेल्या कवितेच्या ओळी

आठवल्या: "कधीकधी वर्तमान भविष्यासारखे आपल्या पुढे धावते. कधीकधी ते आपल्या मागे भुतासारखे येते. आपण सर्वजण शेकोटीवर उलटे लटकत असतो. आपल्या नसाभोवती आग आहे आणि त्या बारूदाने भरलेल्या आहेत."

आरतीच्या मनात अशी स्फोटक भावना जन्माला आली होती का? राजीव निगम विचार करत होते तेव्हा दारावरची बेल वाजली. नक्कीच दाल खिचडी ती आली असावी.

राजीव निगम तुरुंगात व्हीआयपी सुविधा असलेल्या कैद्यासारखा झाला होता. त्याच्या पायांना सोरायसिस होता, त्यामुळे त्याला पावसाळ्याच्या दिवसात घराबाहेर जाण्यास मनाई होती. तो घरातच फिरायचा. त्याच्या उजाड जीवनासाठी बाल्कनी हा हिरवा पर्याय होता. बाल्कनीत उभे राहून तो पक्षी आणि कावळ्यांची देहबोली आणि सांकेतिक भाषा शिकला. तो रोटी (भाकरी) घेऊन उभा राहायचा आणि कावळा त्याच्या हातातून रोटी हिसकावून घ्यायचा. तो असूनही पक्षी त्याच्या आजूबाजूला बाजरीचे दाणे टोचत राहायचे. तो निसर्गाच्या जगात आरतीशी जुळवून घेत होता. पूर्वी आरतीचे जग आता हळूहळू राजीवच्या रूपात प्रवेश करत होते. थोडी अडचण होती पण आता तो चहा बनवायला शिकला. तो सकाळी दूध उकळून चहा बनवायचा. तो रात्री चवीनुसार अंडी उकळायलाही लागला. एवढेच नाही तर त्याने चहा, दूध आणि नाश्त्याची भांडी स्वत: स्वच्छ करायला सुरुवात केली, एके दिवशी त्याने फिनाईल लावून संपूर्ण घर पांढरे केले. चहा चवदार बनवण्यासाठी त्याने फोनवरून चहाच्या मसाल्यांचे पॅकेट मागवले.

या कायापलटात, मुलगा रवीचा फोन आला, "मम्मीचा फोन ट्रेस झाला आहे. ठिकाण दिल्ली आहे. अधिक माहितीसाठी थांबा. आणि ऐका, मम्मीकडे पैसे असतीलच ना?"

'असायला हवे,' राजीव म्हणाला. 'त्याच्या बँकेचे एटीएम कार्ड त्या ठिकाणी दिसत नाही. याचा अर्थ पैशाची कोणतीही समस्या नसावी.'

'ठीक आहे.' फोन ठेवण्यापूर्वी रवी म्हणाला, 'दिल्ली हे तुमचे जुने शहर आहे.'

दिल्लीच्या भाषेत राजीवचे मन बागांकडे वळले. अरे, आरती त्याच दिल्लीत आहे जिथे ते अठ्ठावीस वर्षांपूर्वी सोडून गेले होते. मुलगा रवी मुंबईत वाढला असेल, पण त्याचा जन्म दिल्लीत झाला. दक्षिण दिल्लीतील सरोजिनी नगर भागातील रुग्णालयात.

राजीवच्या डोळ्यांनी त्याच्या संघर्षाच्या दिवसांचे ते क्षण चमकले जेव्हा आरती आणि राजीव नेताजी नगर कॉलनीत एक खोली भाड्याने घेऊन राहत होते. म्हणजे दोन खोल्यांच्या घरात, एक खोली आणि स्वयंपाकघर घरमालकाचे होते आणि फक्त एक खोली भाडेकरूचे होते. शौचालय आणि बाथरूम सामायिक होते. आणि तेही शौचालय आणि बाथरूमपेक्षा घरमालकाला प्रथम प्राधान्य होते.ती सरकारी घरे होती. छापे पडल्यास पण भाडेकरूंना संपूर्ण रात्र बाहेर काढावी लागायची. आरती राजीवने अशा अनेक रात्री रस्त्यांवर आणि फुटपाथवर सिनेमाचा शेवटचा शो पाहण्यात घालवल्या होत्या.

जेव्हा आपण दिल्लीत होतो तेव्हा तुम्हाला दिल्लीबद्दलच्या बऱ्याच गोष्टी आठवत असतील, बरोबर आरती? तुला आठवतंय का एकदा जेव्हा आपण दर्यागंजमधील गोलचा सिनेमाच्या बाहेर दुसऱ्या बाजूला नेताजी नगरला जाणारी बस पकडण्यासाठी उभे होतो, तेव्हा एक भटक्या प्रकारचा माणूस आला आणि तुमच्या कानात कुजबुजला, 'चला जाऊया.' तुम्ही घाबरलात. आणि तुम्ही धावत माझ्याशी चिकटून राहिलात. तेव्हा आपण खूप लहान होतो! प्रत्येकी फक्त २२ वर्षांचे होतो. मग आपली बस आली आणि आपण त्यात चढलो. तेव्हाच तुम्हाला बरे वाटले. दिल्लीतील अशा अनेक गोड आणि आंबट घटना आहेत ज्यांच्याशी आपले जीवन एकमेकांशी गुंतून आहे. आणि आता तू त्याच दिल्लीत आहेस. मुंबईहून स्थलांतरित झाल्यानंतर, तू जिथून सुरुवात केली होती तिथून तू त्याच दिल्लीला तुझे गंतव्यस्थान म्हणून निवडले हे विनाकारण नाही. एकत्र, निश्चिंत, निश्चिंत. तू दिल्लीत आहेस, बरोबर? दिल्ली लोकांसाठी एक खडतर ठिकाण असू शकते, परंतु माझ्यासाठी ते एका चमकत्या शहरासारखे आहे. मी तुला शोधेन.

तुला आठवतंय का जेव्हा आपण दोघे देहरादूनमध्ये लग्न करून दिल्लीला आलो होतो, तेव्हा एका रात्री मी दर्यागंजमधील गेस्ट हाऊसमधून गायब झालो आणि माझ्या मित्राच्या घरी जल्लोष करण्यासाठी गेलो. त्यावेळी मोबाईल फोनही उपलब्ध नव्हते. तरीही, तू मला माझ्या मित्राच्या घरी कसे शोधले आणि मला पुन्हा गेस्ट हाऊसमध्ये कसे आणले, शिव्या दिल्या आणि मारहाण केली हे मला माहित नाही. मला वाटतं मी तुलाही परत आणेन. रवी तुझे ठिकाण शोधत आहे.

रवीचा फोन आला, 'मला मम्मीचा फोन आला होता. पण तिने मला तुम्हाला सांगण्यास मनाई केली आहे. पप्पा, मम्मी तिची जवळची मैत्रीण सरिता डोनेरियाच्या घरी

आहे. मी तिचे नाव आणि पत्ता तुम्हाला व्हाट्सअप करेन. आणि नीट ऐका. आठवतंय, एकदा भांडण झाल्यानंतर तुम्ही मम्मीला आणि मला सोडून जोधपूरला मुकेश चाचूच्या घरी गेला होतास. मग मम्मीने तुम्हाला शोधलं आणि खूप समजावल्यानंतर तुम्हा ला परत आणलं. आता तुझी पाळी आहे. जा आणि त्या स्त्रिला घेऊन या जी तुमचे वास्तव आहे.' रवीने कॉल डिस्कनेक्ट केला. राजीवचे संपूर्ण मन सुन्न झाले. माझा मुलगा खूप प्रौढ झाला आहे. तेवढ्यात त्याच्या फोनवर एक प्रकाश पडला. रवीने पत्ता पाठवला होता- सरिता डोनारिया, जे-19, पूर्व विनोद नगर, दिल्ली.

जरी राजीवकडे सरिताचा फोन नंबर होता. तो मस्करीने सरिताला सुखी सेठानीला फोन करायचा. पण त्याने स्वत:ला फोन करण्यापासून रोखले. तो दिल्लीला जाण्याची तयारी करू लागला. पण आरती रवीशी बोलली पण तिचा पत्ता त्याला सांगण्यास नकार दिला हे जाणून त्याला खूप वाईट वाटले. ठीक आहे आरती, माझ्या शंभर पापांसाठी मी तुझा एक हट्टीपणा माफ करू शकतो. त्याने विचार केला आणि त्याची ब्रीफकेस पॅक करू लागला.

राजधानीतून उतरल्यानंतर, राजीवने उबर घेतली आणि बरोबर ५५ मिनिटांत तो सरिताच्या तीन मजली घराखाली उभा होता. त्याच्या संपूर्ण शरीरात एक अज्ञात प्रकारची अस्वस्थता पसरली होती. तो या घरात आधी दोन रात्री राहिला होता. दिल्लीतील निर्दयी घर अफाट आत्मीयतेने भरलेले होते. शुद्ध घरगुती वातावरण, साधे आणि मैत्रीपूर्ण कुटुंब, फसवणूक आणि ढोंगीपणाने विरहित. आरतीने योग्य जागा निवडली होती.

राजीवने बेल वाजवली. तळमजला रिकामा होता. ज्याला दार उघडायचे होते त्याला पहिल्या मजल्यावरून यावे लागले. तीन मिनिटे दार उघडले नाही तेव्हा राजीवने दोनदा बेल वाजवली. वरच्या मजल्यावर काही आवाज ऐकू येत होते. एक आवाज स्पष्टपणे आला, 'आरती, दार उघड आणि बघ कोण आले आहे. मी आंघोळ करत आहे. सगळे कामावर गेले आहेत, यावेळी कोण येऊ शकले असते?'

'मी जातेय.'

अरे, आरतीचा आवाज! राजीवचे सर्व स्नायु थरथर कापले. तो स्वत:ची तयारी करू लागला.

दरवाजा उघडला गेला

‘तू इथे आहेस?’ आरती स्तब्ध झाली.

‘हो, मीही इथेच आहे.’ राजीवने खांदे उडवले, ‘मी आणखी कुठे जाऊ शकतो?’

आरती दरवाजातून बाजूला सरकली.

संपर्क: डी-२/१०२, देवतारा अपार्टमेंट,
मीरा सागर कॉम्प्लेक्स, रामदेव पार्क रोड,
मीरा रोड-पूर्व, ठाणे-४०११०७, मुंबई
मोबाईल: ९८२१८७२६९३, ९१३७३१५५४३

●●●

हरीश पाठक

हरीश पाठक हे मुळात कथाकार आहेत. त्यांचा जन्म २० डिसेंबर १९५७ रोजी ग्वाल्हेर येथे झाला. ते बऱ्याच काळापासून कथा लिहित आहेत. ते चार दशकांपासून पत्रकारितेशी जोडलेले होते. ते धर्मयुग या प्रतिष्ठित मासिकाच्या संपादकीय विभाकाचे घटक आहेत. ते राष्ट्रीय सहारा, कुबेर टाईम्स, नवभारत या अनेक दैनिक वृत्तपत्रांचे संपादक आहेत. सध्या ते मुंबईत राहून लेखन आणि संपादन करण्यात व्यस्त आहेत. त्यांच्या सोळा कथा, प्रतिनिधि कथासह चार कथा संग्रह प्रकाशित झाली आहेत. त्यांचे आणखी एक पुस्तक त्रिकोण के तीनों कोन आणि पत्रकारितेवरील आणखी दोन पुस्तके प्रकाशित झाली आहेत. त्यांच्या लेखनासाठी त्यांना अनेक पुरस्कार आणि फेलोशिपने सम्मानित करण्यात आले आहेत.

एका दिवसाचे युद्ध

अर्चनाचा हुंदका बाहेर पडला.रागाने थरथरणाऱ्या तिच्या आवाजाने अनुरागला आश्चर्य वाटले.

"आठ चाळीस झाले आहेत आणि बाईंची अजून काहीच बातमी नाहीये. मी काय करू? तिला जेव्हा जेव्हा वाटेल तेव्हा ती तिच्या घरी थांबते आणि राहते. या अवस्थेत मी बब्बूला कोणाच्या भरोशावर सोडू?" पाय आपटत अर्चना खिडकीकडे धावली.

वेळेला आपल्या तोंडात धरून घड्याळाची सुई पुन्हा पुढे सरकली, अनुराग दरवाजातून बाहेर आला. त्याने व्हरांड्याच्या खिडकीतून डोकावले आणि पाहिले की

क्रांतीनगरच्या अरुंद गल्लीत सर्वत्र शांतता होती, अर्धनग्न बाळ वगळता. त्याला इच्छा असूनही पार्वतीबाईंच्या आगमनाची कोणतीही खूण दिसत नव्हती.

फोन वाजला. अनुराग पटकन फोनकडे सरकला. त्याला ऐकले , " ड्युटी रूममधून सुधा बोलत आहे, मॅडम आहेत ?"

"बोल सुधा" - तो मोठ्या कष्टाने बोलू शकला.

"शिमित अमीनचा फोन आला होता.ते अर्ध्या तासात येतील. मॅडमही रस्त्यात आहेत ?"

फोनवर शांतता होती. मग अचानक फोन डिस्कनेक्ट झाला.

"यादव भाभी सहमत झाल्या आहेत, हे फक्त आजच्यापुरते आहे, मी बब्बूला त्यांच्या घरी सोडत आहे."

अर्चनाच्या आवाजाचे थोडाफार त्याच्या कानावर पडला. त्याला एकदम दाराकडे धावायचे होते, त्याला अर्चनाला सुधाच्या फोनबद्दल सांगायचे होते, त्याला बब्बूला प्रेमाने मिठी मारायची होती, त्याला अर्चनाला यादव भाभींच्या घरी घेऊन सोबत जायचे होते, मग दरवाजा झटक्यात बंद झाला.

अनुरागचे डोळे पुन्हा भिंतीवर खिळले. घड्याळाच्या काट्यांमधल्या वेळेच्या फडफडण्याने त्याला आतून हलवले.

कार शेड जवळील दगडी गल्ली ओलांडून तो रस्त्यावर कधी पोहोचला, साई बाबा मंदिरासमोरचा रस्ता कसा ओलांडला, खडखडाट असलेले रेल्वे रुळ ओलांडून तो मागे किंवा पुढे न पाहता प्लॅटफॉर्म क्रमांक तीनवर कसा पोहोचला हे त्याला कळलेच नाही. त्याच्या घरापासून स्टेशनपर्यंतचे सतरा मिनिटांचे अंतर त्याने कसे आणि किती वेगाने पार केले हेही त्याला उमगले नाही.

आता तो पायऱ्या ओलांडल्यानंतर पुलावर होता आणि त्याला पुलावरून खाली उतरून प्लॅटफॉर्म क्रमांक पाचवर पोहोचायचे होते. काहीही असो, कोणत्याही परिस्थितीत. त्याने रुळांच्या पलीकडे पाहिले आणि त्याला नऊ बेचाळीसची एक फास्ट त्याच्या दिशेने येताना दिसली.

यावेळी अनुराग धावू लागला. समोरची गर्दीच गर्दी होती आणि अनुराग गर्दीत धडपडत होता. शेवटच्या पायरीवर पोहोचल्यावर ट्रेन गेलेली होती. तो थोडा वेळ थांबला. त्याने पाहिले पण फास्ट ट्रेनचे कोणतेही चिन्ह नव्हते. इंडिकेटर तरी काही वेगळेच दाखवत होते.

त्याच्या जोराच्या श्वासांवर नियंत्रण ठेवत त्याने ऐकले, "प्लॅटफॉर्म क्रमांक ५ वर येणारी ९:४२ वाजताची जलद लोकल ट्रेन आज प्लॅटफॉर्म क्रमांक ३ वरून निघेल. प्रवाशांना झालेल्या गैरसोयीबद्दल आम्हाला माफी असावी."

मग आपल्याला हा डोंगर ओलांडायचा आहे - तो असहाय्यपणे पायऱ्यांवर तरंगणाऱ्या लोकांच्या समुद्राकडे पाहत होता. तीन ते पाच, पुन्हा पाच ते तीन, अनुरागने काय करावे? तो पुन्हा पायऱ्यांवर होता. गर्दी हळूहळू दूर जात होती. त्या गर्दीच्या अगदी मध्यभागी अडकलेला अनुराग प्लॅटफॉर्म क्रमांक तीनवर पोहोचला तेव्हा ट्रेन निघायला झाली होती. जेव्हा अनुराग डाव्या हाताने रेलिंग धरून ट्रेनमध्ये चढला तेव्हा त्याच्या उजव्या हातातल्या बॅगा डोक्यावर आदळत त्याच्या आधीच डब्यात शिरल्या होत्या.

दाराशी अडकलेला, त्याला समजत नव्हते की याच गर्दीने त्याला प्लॅटफॉर्म क्रमांक तीनवरून प्लॅटफॉर्म क्रमांक पाचवर कसे फेकले, याच गर्दीने त्याला प्लॅटफॉर्म क्रमांक पाचवरून प्लॅटफॉर्म क्रमांक तीनवर कसे आणले आणि आता गर्दीच्या धक्क्यामुळे तो डब्यात चढला आहे.

अनुरागला अद्यापही धाप लागली होती. मुसळधार पावसात रस्त्याच्या कडेला उभा असलेला किंवा धडामधूम ग्रेनेडच्या वर्षावात भिंतीला चिकटून राहून आपल्या दहाही बोटांनी जीव धरण्याचा प्रयत्न करणारा निःशस्त्र सैनिक जसा उभा असतो, तशीच अनुरागची अवस्था अगदी ट्रेनच्या दाराला चिकटून राहणाऱ्या सैनिकासारखी होती.

सुरुवातीला त्याला खचाखच भरलेल्या ट्रेनमध्ये कसे चढायचे हे समजत नव्हते. त्याला चांगले आठवते की जेव्हा तो नुकताच मुंबई आणि या रेल्वे कॉलनीत आला होता तेव्हा अतुल कुमार त्याला तासनतास या शहराचे नियम आणि कायदे सांगत असे. ट्रेनमध्ये चढताना आणि उतरताना त्याला दररोज त्याच्या नवीन टिप्स ऐकाव्या लागत होत्या.

त्याला अनेकदा त्या सकाळची आठवण येते जेव्हा उंच अतुल कुमार घराबाहेर पडताच वाटेत प्रत्येक मंदिरासमोर झुकायचा. बऱ्याचदा, सूर्याला नमस्कार करताना, त्याच्या कपाळावरचा पांढरा टिळा त्याच्या काळ्या शरीरावर चिकटलेला राहायचा.

त्यानंतर अनुराग त्यांना स्टेशनवर घेऊन जायचा. अतुल कुमार त्याला सांगायचे, "नेहमी मधल्या डब्यात चढ. खिसेकापू चोर याच स्टेशनवरून मागच्या डब्यात चढतात. कधी चुकूनही लगेजच्या डब्यात चढू नको. गुन्हेगार त्यात समुहाने बसतात. तुला कधीच कळणार नाही की ते तुम्हाला कुठे लुटतील आणि ढकलून देतील. पुढच्या डब्यात सुशिक्षित लोक आहेत, पण त्यांची टोळी इतकी मजबूत आहे की ते तुम्हाला चढू देत नाहीत आणि उतरूही देत नाहीत. ही टोळी कल्याणहून चढते आणि व्हीटीवर उतरते. हा मधला डबा सर्वात सुरक्षित आहे. सर्व चांगले लोक यात चढतात."

एके दिवशी तो अतुल कुमारसोबत डब्यात चढला. भजन गात आणि हस्तांदोलन करत, अतुल कुमार त्याच्या पुढे चालत गेले आणि तो त्याच्या मागे मागे गेला. ते दोघेही स्टेशनवर पोहोचले. ट्रेन आली. गर्दीतून उतरले आणि त्याला अतुल कुमार गर्दीशी झुंजत असल्याचे दिसले. त्याच्या बुश शर्टची सर्व बटणे उघडी होती. त्याची निळी बॅग दुसऱ्याच्या हातात फडफडत होती.आवाज आला. एका माणसाची मुठी हवेत होती. अधूनमधून एक किंकाळी ऐकू येत होती. धोतर घातलेले लोक प्लॅटफॉर्मवर जवळजवळ निर्वस्त्र उभे होते आणि एक मूल डब्यातून रडत बाहेर आले.

ट्रेन सुरू झाली. गर्दीने भरलेल्या ट्रेनने वेग पकडला तेव्हा त्याने अतुल कुमारला डाव्या हाताने दरवाजाचे हँडल शांतपणे धरलेले पाहिले. भीतीमुळे अनुरागची अवस्था वाईट झाली होती. संध्याकाळी तो अतुल कुमारला ताबडतोब भेटला.

"कसे आहात? तुम्हाला दुखापत झाली आहे का?" त्यांना भेटताच त्याने विचारले.

"मला काय झाले?" अतुल कुमारला खात्री होती.

"सकाळी गर्दीने तुम्हाला खूप वेढले होते." तो जवळजवळ अडखळत म्हणाला.

"ही तर रोजची गोष्ट आहे. गर्दीला काय घाबरायचं? ती तर आपल्या आयुष्याचा एक भाग आहे. तीच आपल्याला ऑफिसला घेऊन जाते,बंधू. जर गर्दी चढू किंवा उतरू देत नसेल तर मी काय एकटा चढू शकत नाही का?"

अतुल कुमारचे शब्द त्याच्या मनात खोलवर रुजले. सकाळी त्याच्या नसांमध्ये भिती पसरली होती ती भीती अचानक अतुल कुमारला भेटल्यानंतर एका आश्चर्यात बदलली जी त्याला पुन्हा आठवायचीही इच्छा नव्हती.

त्याची इच्छा होती की आज तो घरी आरामात बसावा. त्याला बब्बूला आपल्या मांडीवर घेऊन एका खोलीतून दुसऱ्या खोलीत शांतपणे फिरायचे होते, कधी व्हरांड्यात तर कधी रेल्वे कॉलनीच्या मोठ्या मैदानात जे बहुतेकदा निर्जन असायचे. त्याला बब्बूला झोपाळ्यात बसवून 'आ जा री आंखों में निंदिया, तू आ जा री आ' असे गुणगुणायचे होते जे अम्मा बहुतेकदा कोणत्याही मुलाला झोपवताना गुणगुणत असे, किंवा कधीकधी त्याला बब्बूला बेडवर बसवून इतके जोरात गाणे वाजवायचे होते की शेजारचे सरदारजी 'क्या हुआ बेटा' म्हणत बाहेर येतील. तो बब्बू थकेपर्यंत त्याच्यासोबत नाचत राहायचे होते.

पण गुरुवारी तो कसा रजा घेऊ शकतो? त्याने अनेक वेळा, अनेक प्रकारे विचार केला की, अशा प्रकारे धावल्यानंतर तो कुठे पोहोचेल? त्याचे अंतिम ठिकाण कुठे आहे? दररोज धावण्यामुळे जर अर्चना त्याच्या मेंदूतील नस फाटली तर ती काय करेल? बब्बूचे काय होईल? त्याने असा विचारही केला होता की या अवस्थेत अर्चना प्रथम कोणाला बोलवेल? जरी तिने कोणाला बोलावले तरी या शहरात कोणी धावत येईल का?

अनुरागचे या वसाहतीत येणे हा देखील एक योगायोग होता. अर्चना आणि अनुराग, त्यांच्या स्वत:च्या शहरात, त्यांच्या पद्धतीने स्वत:चे जीवन जगत असताना, वेगवेगळ्या डोळ्यांनी तेच स्वप्न पाहत होते. छोट्या शहरातील जीवनाला कंटाळून महानगरात स्थायिक होऊन मोठे माणूस होण्याचे कधीही न संपणारे स्वप्न. या स्वप्नाचे एक टोक अर्चनाच्या पल्लूशी जोडलेले होते आणि दुसरे टोक होते अनुरागरत्न उपाध्याय.

अर्चनाच्या हातात स्वप्नांशिवाय काहीच नव्हते. ती आकाशवाणी दरभंगामध्ये एक सामान्य उद्घोषक होती. तिला तिच्या गुंजणाऱ्या आवाजावर विश्वास होता, पण फक्त आवाजाच्या आधारावर जीवनाच्या निसरड्या रस्त्यावर कसे चालायचे? जेव्हा ती रुंद लाल बिंदी आणि डोक्याला पल्लू घालून उंबरठा ओलांडायची तेव्हा जिया म्हणायची, "लग्नाची मिरवणूक आता या घरात येईल." अर्चना चूपचापपणे घराबाहेर पडायची.

अर्चना प्रथम ड्युटी रूममध्ये जायची. ती चार्ट पाहायची. ती प्रोग्राम ऑफिसरला भेटायची. ती पटकथा हातात घ्यायची. ती एकदा वाचायची. ती रेकॉर्ड निवडायची. ती पटकथेनुसार गाणे वाजवायची. काही वेळाने, अर्चनाचा आवाज वाऱ्याच्या रथावर स्वार होताना ऐकू यायचा-

प्रिय भगिनींनो,

'स्वप्न महाल' मध्ये अर्चना शुक्लाचा तुम्हाला प्रेमळ नमस्कार. आज आपण गिरिडीह येथील चमेली मंडल यांच्या विनंतीने स्वप्नांच्या या महालाची सुरुवात करत आहोत.त्यांची ही निवड आपल्या सर्वांची आवड आहे. खरं हे आहे की जीवनाच्या धावपळीत आपण इतके एकटे पडत आहोत की, या गाण्यात ही वेदना खूप चांगल्या प्रकारे व्यक्त केली आहे. चला तर मग चमेली मंडल यांच्या आवडीचे गीत ऐकू या-

अर्चनाचा आवाज थांबून हवेत घुमला :

मी तुझ्यावर रागावलो नाहीये, आयुष्य, मला आश्चर्य वाटतंय,

- होय मला आश्चर्य वाटते,

तुमच्या निरागस प्रश्नांनी मला त्रास होतो.

- हो, मला काळजी वाटतेय.

अनुरागच्या हातात काळजीचे चक्र वेगाने फिरत राहिले. सकाळपासून संध्याकाळपर्यंत तो प्रत्येक लहान-मोठ्या वर्तमानपत्रात जायचा. अचानक त्याच्या तोंडावर येणाऱ्या सर्व प्रश्नांची उत्तरे त्याला सापडत नव्हती. एके रात्री त्याला वाटले की एका लहान वर्तमानपत्रातील छोटीशी नोकरी त्याला काय देईल?

मग कोण काय देईल? मागण्याच्या आणि देण्याच्या या संघर्षात सकाळ झाली आहे आणि तो निजामुद्दीन रेल्वे स्टेशनवर उभा आहे.

हा त्याचा दिल्लीतील पहिला दिवस होता. कॅलेंडर बदलत असताना, तो पहिला दिवस रबरासारखा लांबला आणि आठ वर्षांत बदलला. या आठ वर्षांच्या आठवणींच्या खडतर रस्त्यांवर असहाय्यपणे उभे राहून, अनुरागरत्न उपाध्याय दरम्यान 'स्वप्न महाल'च्या अर्चना शुक्लाशी खूप जवळून जोडला गेला होता. हा विचार त्याच्या मनात रुजला होता की जेव्हा आकाश सर्वत्र निळे होते, प्रत्येकाच्या डोळ्यात स्वप्ने उगवतात,

आशा कोणाच्याही जीव घेऊ शकतात, मन कुठेही निर्भयपणे उडू शकते, मग समांतर धावणाऱ्या स्वप्नांना छप्पर का मिळू नये? चमकदार पांढऱ्या छताखाली दररोज गर्जना करणारी स्वप्ने पाहणे किती रोमांचक असेल?

ज्या दिवशी अनुरागच्या मनात हा विचार आला, त्या रात्री अर्चना शुक्लाची झोप कोणी हिरावून घेतली असेल हे देवालाच ठाऊक. सगळं काही तिच्या मुठीत तुटलेल्या इंद्रधनुष्याचे विखुरलेले रंग गोळा केल्यासारखे वाटत होते. ते दिवस तिच्या आठवणींमध्ये अधूनमधून खेळत होते. ती पूर्णपणे सजून आकाशवाणीत जायची. ती तिच्या निळ्या रुमालाने जुन्या रेकॉर्डवरील धूळ पुन्हा पुन्हा पुसायची. कधी ती वाणी जयरामचे 'बोल रे पपिहरा' गाणे ऐकायची, तर कधी ती 'खुद मेरे घर आना मेरी जिंदगी' गुणगुणायची. अर्चना शुक्ला तुला झाले तरी काय आहे? ती स्वत:ला अनेक वेळा विचारायची.

पण अर्चनाने स्वत:ला विचारलेला हा प्रश्न घराच्या भिंतीभोवती फिरत असे आणि फिरल्यानंतर तो तिच्याकडे परतायचा.

अनुराग पुन्हा दिल्लीच्या आठवणींमध्ये गुंतला.

त्या दिवशी, वर्तमानपत्राची पाने उलटत असताना, त्याची नजर अचानक एका जाहिरातीवर स्थिरावली. त्याने ती जाहिरात वरपासून खालपर्यंत, डावीकडून उजवीकडे वाचली आणि तो असा निष्कर्ष काढला की ही जाहिरात फक्त आणि फक्त त्याच्यासाठीच प्रकाशित झाली आहे. जेव्हा जेव्हा तो जाहिरात वाचत असे, तेव्हा काही अज्ञात कारणास्तव, समुद्राच्या उसळत्या आणि कोसळणाऱ्या लाटांचे मोठे संगीत त्याच्या कानाजवळ वाजू लागायचे. त्याला असे वाटायचे की हा आवाज त्याच्या कानाचे पडदे फाडून त्याच्या आत खोलवर जाईल. त्याने आपले दोन्ही हात कानांवर ठेवले, पण आवाज थांबला नाही.

त्याने वर्तमानपत्रातून जाहिरात कापली आणि खिशात ठेवली. क्षणभर त्याला असे वाटले की त्याचे हृदयाचे ठोके वाढले आहेत. या वाढलेल्या हृदयाच्या ठोक्यांसह त्याचे मन उडी मारून मुंबईला पोहोचेल.मनातल्या मनात ठरवेन हेतूंच्या पातळ धाग्याला धरून, तो निश्चितच अनेकांचे स्वप्न असलेल्या समुद्राच्या पृष्ठभागाला स्पर्श करेल. त्याने ठरवले की यावेळी इतरांचे स्वप्न त्याचे वास्तव बनेल. नंतरचे अनेक दृश्ये मिसळलेली

आहेत जी अनुराग स्पष्टपणे पाहू शकत नाही. अनुरागची असहाय्यता या काळ्या आणि पांढऱ्या आठवणींमध्ये नोंदली गेली आहे, एका रात्री तो दिल्लीतून शांतपणे गायब झाला, अनेक रात्री समुद्राच्या वाळूवर ध्येयहीन भटकत राहिला, जाहिरातीचे सत्य पूर्णपणे हिसकावून घेतले, देशातील सर्वात मोठ्या वर्तमानपत्रात नोकरी मिळवली, अभिमानाने ऐतिहासिक दगडी इमारतीला त्याचे कार्यालय म्हटले, दरभंगाला धावत गेला, धावत गेला आणि अर्चनाला मिठी मारली, तिचे कपडे लाल फुलांनी भरलेल्या एका लहान बॉक्समध्ये भरले, धापा टाकत स्टेशनवर आला, चालत्या ट्रेनमध्ये चढला - अनुरागला हळूहळू सर्वकाही आठवले.

त्याला ते क्षण आठवले ज्यात दोन डोळ्यांमध्ये भीती नोंदवली गेली होती, ज्यामध्ये अस्वस्थता होती, ज्यामध्ये तिरस्कार होता आणि ज्यामध्ये दु:खाची अविस्मरणीय कहाणी होती. त्याच्या डोळ्यासमोर प्रेम, तहान, भूक, भीती, अहंकार, दया, अभिमान, शांती, शून्यता, कपट, यातना, कपट आणि प्रसिद्धीचे इतके चेहरे उलगडले गेले होते की अनुरागरत्न उपाध्याय त्या चेहऱ्यांवरील पातळ थर ओरबाडूही इच्छित नव्हता.

ट्रेन थांबली होती. अनुरागने आजूबाजूला पाहण्याचा प्रयत्न केला पण त्याला इच्छा असूनही डोके फिरवता आले नाही. शरीरे एकमेकांवर घासत होती. त्याला फक्त हातांची हालचाल दिसत होती. जेव्हा त्याने डावीकडे आणि उजवीकडे पाहिले तेव्हा त्याला दिसले की एकाच वेळी अनेक गाड्या थांबल्या होत्या. काही प्रवासी कोणत्याही भीतीशिवाय रुळांवर धावत होते. काही मोठ्याने बोलत होते. काहींना उतरायचे होते पण लोक त्यांना उतरू देत नव्हते. काही त्यांच्या मोबाईल फोनवर बोलत होते तर काही त्यांचे मोबाईल फोन काम करत नसल्याची तक्रार करत होते.

"सर्व दुकाने बंद होत आहेत. दादरमध्ये अनेक ठिकाणी दगडफेक सुरू झाली आहे. काल रात्री शिवाजी पार्कवरील सभेत सुरू झालेल्या गोंधळाची आग आज संपूर्ण मुंबईत पसरली आहे." अनुरागने काही लोकांना आपसात बोलताना ऐकले.

"८, १७ ची विरार फास्ट अजूनही अडकलेली आहे. जर ती हाललीच नाही तर या फास्टची काय आशा?"

"आज सकाळी एल्फिन्स्टनमध्ये एका महिलेचा अपघातात मृत्यू झाला. घाईघाईत ती रुळ ओलांडत होतो."

"काल रात्री सात-आठ मुलांनी एका टॅक्सी चालकाला इतकी मारहाण केली की तो रुग्णालयात नेत असतानाच मरण पावला." "लाल बाग, लोअर परेल, काळा चौकी, पांडुरंगवाडी, प्रभादेवी, फूल बाजार आणि सर्वत्र हिंसाचार सुरूच आहे. जिंदाबादचे नारे देणारी मुले नावे आणि पत्ते विचारत आहेत आणि लोकांना इतके मारहाण करत आहेत की ते मरणासन्न होतील."

"पोलिस गप्प आहेत. पोलिस कॅप्टन त्यांच्या मुलीच्या लग्नाच्या तयारीत व्यस्त आहेत आणि मुख्यमंत्री, त्यांची खुर्ची वाचवण्याच्या प्रयत्नात, काल रात्रीपासून दिल्ली कोर्टात हजेरी लावत आहेत."

ट्रेनच्या प्रत्येक कोपऱ्यातून येणाऱ्या विविध बातम्यांनी अनुरागचे मन थरथर कापत होते. जेव्हा तो पुढे सरकण्याचा प्रयत्न करत होता तेव्हा कोणीतरी त्याचा शर्ट इतक्या वेगाने ओढला की त्याला वाटले की शर्ट फाटेल. मग तो फाटलेला शर्ट घालून ऑफिसला कसा जाणार ?

गर्दीत अडकून त्याला अर्चना आठवली. सकाळची अस्वस्थता अनुराग पाहू शकत नव्हता. त्याला वाटले की तिच्या डोळ्यांतून अचानक पाऊस पडू लागेल आणि त्या टपकणाऱ्या थेंबासोबत अनेक गोष्टी वाहू लागतील - अनुरागचा संयम, तिचे हास्य, तिचा स्वाभिमान, तिचे धाडस, तिचा दृढनिश्चय आणि तिचा विश्वास. पण अर्चना तुटली नाही आणि त्यानेही धीर सोडला नाही. जर तो अशा गोष्टींवर तुटला असता तर तो दिल्लीला परतला असता, गावाला नाही तर किती वर्षांपूर्वी कोण जाणे. शेवटी, मुंबईतील रोजचा त्रास माणसाला हादरवून टाकतो, पण तो या त्रासांमधून शिकतो. अनुराग स्वत:च स्वत:च्या प्रश्नांची उत्तरे देत होता.

मग त्याला बब्बूची आठवण झाली. हा जीवनाचा कसला रंग आहे ? दरभंगा येथील अर्चना, जी त्याच्या डोळ्यात स्वप्ने जागवते, ती मुंबईच्या रेल्वे कॉलनीत तिची स्वप्ने मोठे होताना पाहत आहे आणि छिंदवाडाच्या एका दुर्गम गावातील अनुरागरत्न उपाध्याय दिल्लीमार्गे प्रसिद्ध पत्रकार होण्याच्या त्याच्या दृढनिश्चयाने मुंबईच्या या फिरत्या जीवनाचा भाग बनण्यासाठी शापित आहे.

पार्वती जामसांडेकर, ज्या ३० दिवसांसाठी ७०० रुपये घेत होत्या,त्या एकही दिवस न आल्याने बब्बू, त्याची आणि अर्चनाची तारांबळ उडायची. काकू, भाभी, काकू

आणि आईच्या संपूर्ण कुटुंबात, पार्वतीबाई इतक्या शक्तिशाली बनतात की त्यांचा तो एक दिवस उरलेल्या स्वप्नांचा चुराडा करतो जो अर्चना आणि अनुरागच्या वर्षानुवर्षे आयुष्याचा आधार आहे.

अनुराग दादरमार्गे अंधेरी स्टेशनवर उतरला, पण त्याला कुठेही ऑटो किंवा बसचे नामोनिशानही दिसले नाही. स्टेशनबाहेरचा क्रॉसिंग काचांनी भरलेला होता. एका हिंसक जमावाने बसेसवर दगडफेक केल्याचे कळले.क्रॉसिंगभोवतीची दुकाने लुटण्याचा प्रयत्न झाला. दंगलखोरांनी नवरंग सिनेमात सुरू असलेला भोजपुरी सिनेमा थांबवला. त्यांनी चित्रपटाचे पोस्टर फाडले आणि काही प्रेक्षकांना मारहाण केली. पोलिसांचा सायरन ऐकताच जमाव पळून गेला.

असहाय अनुराग ऑफिसकडे चालू लागला. त्याला प्रत्येक वळणावर तणाव दिसत होता. बंद दुकानांबाहेर उभे असलेले लोक खवळलेले होते. हनुमान मंदिराबाहेर असलेल्या भाजीपाला दुकानांची स्थिती स्पष्टपणे सांगत होती की काही काळापूर्वी तिथे काय घडले असावे.जमाव एका रडणाऱ्या महिलेला धीर देत होती, पण तिचे अश्रू थांबत नव्हते. रस्त्यावर फक्त काही बसेस रेंगाळत होत्या. त्या रेंगाळणाऱ्या बसेसच्या प्रत्येक भागावर प्रवासी लटकत होते.

ऑॅफिसमध्ये गोंधळ माजला होता. लोक इकडे तिकडे लहान-लहान गट करून एकमेकांशी बोलत होते. त्याला पाहताच गर्दी पांगली.

दिनकर त्याच्या समोर काही पत्रकारांसह होता. तो सांगत होता- शहरात हिंसाचार वाढत आहे. सर्वत्र पत्रकार आणि छायाचित्रकार तैनात आहेत. दत्ता जाधव आणि संदीप माने यांना सांताक्रूझ आणि सहारा विमानतळांवर पाठवण्यात आले आहे. कल्याण, ठाणे, नवी मुंबई दादर, चर्चगेट आणि व्हीटी येथेही पथके पाठवण्यात आली आहेत. मनीषा पाटणकर मंत्रालयात आहे आणि प्रफुल्ल सरदेसाई पोलिस मुख्यालयात आहेत.

अनुराग सतत येणाऱ्या बातम्या पाहत आणि ऐकत होता. पहिली आवृत्ती लवकरच प्रेसला पाठवायची आहे. तो त्याच्या घरी फोनवरून सूचना देत होता. तो वारंवार प्रेसला मशीन लवकरात लवकर सुरू करण्यास सांगत होता. आपले वृत्तपत्र बाजारात सर्वात अगोदर पोहोचले पाहिजे.

बातम्या येत होत्या-

सिद्धिविनायक, महालक्ष्मी आणि बाबुलनाथ मंदिरात सुरक्षा व्यवस्था वाढवण्यात आली आहे.

"पोलिस मुख्यालयात एका निनावी फोनमुळे, सर्व पोलिस ठाण्यांना कडक सुरक्षा व्यवस्था करण्याचे आदेश देण्यात आले आहेत."

"नरिमन पॉइंटवर एका बेशिस्त जमावाने एका स्टॉलला अग्नीच्या हवाली केले."

"कांजूर मार्गावर काही तरुणांनी ट्रेनमधून उतरून प्रवाशांना मारहाण केली.

"नव्या मुंबईत हिंसक जमावाने हिंदी शाळेची इमारत पेटवली."

अनुराग प्रत्येक बातमीवर लक्ष ठेवून होता. पहिली आवृत्ती आधीच छापायला गेला होता, पण अनुरागची भीती थांबत नव्हती. तो फोनवर प्रत्येक रिपोर्टरशी लक्ष ठेऊन होता. तो प्रत्येक क्षणी त्यांच्याकडून बातम्या घेत होता.

फोन वाजला. दुसऱ्या बाजूला अर्चना होती. तिचा आवाज थरकापत होता. तिने ऐकले, "यादव भाभीच्या घरात दिवसभर इलेक्ट्रिक स्टोव्ह जळत असतो. तिने स्वयंपाकघरही भाड्याने घेतले आहे. आत्ताच कॉलनीतून कोणीतरी तिला फोन करून याबद्दल सांगितले, तिला धक्काच बसला. बब्बू, जर घुटुआळ स्टोव्हपर्यंत पोहोचला तर. मी घरी जातेय."

अनुरागला असं वाटलं जणू कोणीतरी त्याच्या मणक्यातून वीज प्रवाह चमकून गेला . त्याला खूप घाम येऊ लागला. अनिच्छेने, त्याला काही वर्षांपूर्वी आग्रा मानसिक रुग्णालयात पाहिलेला कर्नल भाटियाचा फिकट चेहरा आठवला. त्याच्या वेड्या पत्नीसमोर थकलेल्या कर्नलला उभे असलेले पाहून तो थरथरला होता.

तीन मुलींनंतर, कर्नलला एक मुलगा झाला. स्वयंपाकघरात काम करत असताना, श्रीमती भाटिया अचानक आंघोळीसाठी गेल्या आणि त्यांचा एकुलता एक मुलगा, जो जमिनीवर जळणाऱ्या इलेक्ट्रिक स्टोव्हजवळ खेळत होता, त्याने त्याला स्पर्श केला. श्रीमती भाटिया स्वयंपाकघरात पोहोचल्या तोपर्यंत सर्व काही संपलेले होते. कर्नल घरी पोहोचेपर्यंत मुलाचा श्वास थांबला होता.

मुलाचा निर्जीव मृतदेह पाहून, श्रीमती भाटिया इतक्या गप्प बसल्या की जगातील कोणताही उपचार तिला बरा करू शकला नाही. त्या उठताना आणि बसताना ओरडत होत्या - "माझा मुलगा परत द्या." जेव्हा तिच्या प्राणघातक ओरडण्या घरातून येऊ

लागल्या तेव्हा तिला मानसिक रुग्णालयात दाखल करण्यात आले. वर्षानुवर्षे, ती त्याच कंपाऊंडमध्ये फिरत राहते आणि तिच्या मुलाची आठवण करत राहते.

अनुरागने विचार करणे थांबवले.

तो स्टेशनवर पोहोचला तेव्हा वेगवान ट्रेन आधीच आली होती. रस्त्यांवर सकाळच्या गोंधळाचे ठसे होते. तो चालत्या ट्रेनला चिकटून राहिला. तो गर्दीत अडकला. त्याला जवळजवळ श्वास घेतानाही त्रास झाला होता. तो रडत रडत आत गेला. त्याला रडायचे होते, पण त्या क्षणी डोके ठेवून रडू शकेल असा कोणताही कोपरा नव्हता. त्याने फोन डायल केला, नंतर तो डिस्कनेक्ट केला.मग पुन्हा फोन केला. मला रिंग ऐकू आली पण मी इतकी घाबरलो की मी फोन बंद केला.

त्याने ट्रेनच्या बाहेर पाहिले. त्याला असे वाटले की त्याने इतके रंगहीन, निस्तेज आकाश यापूर्वी कधीही पाहिले नव्हते. त्याने त्याचे कोरडे ओठांवरून जीभ फिरवली. मग त्याला अर्चनाशी बोलण्याचा विचार आला. मग त्याने फोन लावला, पण बेल वाजतच राहिली आणि वाजतच राहिली.

अनुरागरत्न उपाध्याय आता खूप घाबरला होता. काहीतरी वाईट घडलं असावं. खूप उशीर झाला होता. अर्चनाने फोन करून विचारायला हवं होतं की काय झालं? यादव भाभीच्या घरात दिवसभर इलेक्ट्रिक स्टोव्ह जळत असल्याचं ऐकून ती इतकी का घाबरली? मग त्याने स्वतःला विचारलं. जर काही झालं तर नाही ना?

आता तो कुर्ला स्टेशनवर होता. प्लॅटफॉर्म क्रमांक नऊ ओलांडल्यानंतर तो कार रोडच्या शेजारील रस्त्यावर धावत होता. त्याला त्याच्या इमारतीबाहेर गर्दी जमलेली दिसली. तो थांबला.

आता अनुरागने काय करावे? त्याने मागे वळून स्टेशनवर बराच वेळ विनाकारण फिरत राहावे की त्याने घाईघाईने घराच्या पायऱ्या चढून जावे? जे व्हायचे ते झालेच पाहिजे. मग त्याची भीती बाळगण्यात काय अर्थ आहे?

यावेळी तो त्याच्या घराच्या दाराशी होता. त्याने अर्चना भाजी कापत असताना आणि बब्बू बेडवर झोपलेला पाहिला.

माहित नाही परंतु काही अज्ञात कारणास्तव, अर्चना आणि त्याच्यामध्ये हळूहळू एक निरव शांतता पसरत होती.

संपर्क- एच-३७ हैदराबाद इस्टेट,

नेपियन सी रोड, मुंबई - ४०००२६

मोबाईल : ९३७२४९९४६५, ९५३२७ ३१७७०

ईमेल :-hpApatna@gmail.com

●●●

रवी बुले

गेल्या तीस वर्षांपासून रवी बुले हे पत्रकारिता, सर्जनशील लेखन आणि चित्रपटसृष्टीत कार्यशील आहेत. जबलपूर (मध्य प्रदेश) येथील राणी दुर्गावती विद्यापीठातून त्यांनी हिंदी साहित्य आणि भाषाशास्त्रात एम.ए. (१९९५) केले आहे.त्यांचे हिंदीतील दोन कथासंग्रह (आइने सपने और वसंतसेना, २००८ आणि यु ना होता तो क्या होता, २०१२) आणि एक कादंबरी (दलाल की बीवी, २०१४) यांसह स्वत:ला एक लेखक म्हणून स्थापित केल्यानंतर, २०२१ मध्ये प्रदर्शित झालेल्या 'आखेत' या फीचर चित्रपटाने त्यांना दिग्दर्शक म्हणून एक नवी ओळख मिळाली. हा चित्रपट प्रामुख्याने ओटीटी प्लॅटफॉर्मवर उपलब्ध आहे. नव्या काळातील प्रसिद्ध कथाकारांपैकी एक असलेले रवी बुले यांचा जन्म ५ सप्टेंबर १९७१ रोजी जबलपूर (मध्य प्रदेश) येथे झाला. ते दोन दशकांपासून मुंबईत राहत आहेत. त्यांचे नाव हिंदीतील विश्वासार्ह चित्रपट समीक्षकांमध्ये घेतले जाते. रवी बुले २००० पासून सतत चित्रपट समीक्षा करत आहेत. आजकाल ते एबीपी लाईव्ह (डिजिटल) साठी चित्रपट समीक्षा लिहितात. अमर उजाला, दैनिक जागरण, राजस्थान पत्रिका आणि दैनिक भास्कर यांसारख्या वृत्तपत्रांमध्ये पत्रकार म्हणून तीन दशके घालवल्यानंतर, ते आता चित्रपट लेखन, दिग्दर्शन आणि निर्मितीमध्ये पूर्णपणे सक्रिय आहेत.

हीरो : एक लव्ह स्टोरी

कथेचा नायक होण्याचे स्वप्न कोण पाहत नाही! प्रत्येक व्यक्तीला असे वाटते की त्याचे जीवन एक अद्भुत कथा आहे. तो कथेचा नायक आहे. जर त्याची कथा प्रकाशित

झाली तर ती खळबळ उडवेल. दुनिया आपली नखे चावत,चावत एकवेळ अशी येईल की बोटेही चावेल,तो लेखकाचा, कथेसाठी लेखक शोधे घेईल. पण लेखकांना सत्य माहित असते. कथा लिहिणे हे इतके कठीण काम आहे की दुनिया ते काम मानत नाही. तर बहुतेक जीवनाच्या कथा फ्लॉप होतात. कोणीही विचारत नाही, त्यांच्याकडे तेच दु:ख आहे, तेच रडगाणे आहे, तिच जुनी दृश्ये आहेत, तोच शेवट आहे, अशा परिस्थितीत, एक चांगली कथा लिहा! देव तुम्हाला आशीर्वाद देवो. या सगळ्यामध्ये, माझा जवळचा मित्र सैफ 'कधी-कधी' असा विचार करत होता, माझ्या कथेचा नायक बनण्याचा, यावेळी तो गंभीर होता. जेव्हा मी त्याला ही 'कथा' सांगितली तेव्हापासून तो त्यात नायक बनण्यासाठी वेडापिसा झाला होता. आमची मैत्री इतकी जुनी आहे की आम्ही अंतर्वस्त्रांची देखील देवाणघेवाण करायचो. त्यामुळे, त्याची इच्छा माझ्यासाठी किती महत्त्वाची असेल हे सहज समजू शकते. जेव्हा संपूर्ण गांभीर्याने सैफ या कथेत नायक बनणार हे ठरले गेले, तेव्हा मी त्याला कथेचा 'मुहूर्त' वेळेवर गाठण्यास सांगितले जेणेकरून कथा 'हिट' होऊ शकेल. सैफला कथेचा नायक म्हणून 'साइन' करण्याचा प्रश्नच नव्हता. कारण आमची मैत्री आणि एकमेकांवरील गाढा विश्वास होता.

ती वेळ शेवटी आलीच जेव्हा मला ही कथा सुरू करायची होती,तेव्हा सैफू गायब! मुहूर्त एका वेगवान घोड्यासारखा धावत होता, मागे धुळीचे एक वावटळ सोडून. जर मुहूर्त निघून गेला तर कथेचा सत्यानाश नक्कीच. कोणताही संपादक किंवा प्रकाशक त्याला हातही लावणार नाही. ते लिफाफा न उघडता किंवा वाचल्याशिवाय परत करतात. जरी एखाद्या गरीब संपादकाने कथा छापली तरी वाचक ती टाकाऊ न्यूजप्रिंटमध्ये आणि दोन ते चारशेच्या प्रती विक्रीच्या मासिकात मग ती वाचली जाईल का? मुहूर्ताचा घोडा धावला स्वत:च्या धुळीत हरवण्यापूर्वी, मीच स्वत: नायक होण्याचा निर्णय घेतला. माझ्याच स्वत:च्या कथेचा नायक! कोणत्याही कथाकारासाठी, तो त्याच्या कथेचा नायक आहे असे म्हणणे म्हणजे आगीच्या पात्रात उडी मारण्यासारखे आहे. पण मी असहाय्य होतो. सैफू आला नाही आणि मी मुहूर्त पकडलेल्या बटेरसारखा सोडून देऊ इच्छित नव्हतो. म्हणून, प्रिय वाचकांनो, मी तुम्हाला विनंती करतो की मला कथेचा नायक मानून त्याचा आनंद घ्या. सैफूला विसरून जा. जो व्यक्ती वेळेची कदर करत नाही, वेळ त्याच्याशी कधीही एकनिष्ठ राहत नाही. सैफूने हिरो बनण्याची सुवर्णसंधी गमावली आहे

आणि तुम्हाला दिसेल की एके दिवशी त्याला त्याची मोठी किंमत मोजावी लागेल. त्याला पश्चात्ताप होईल. असो. दुर्दैवाने त्याच्यासोबत घडलेला हा क्षुल्लक अपघात विसरून, चला मी-तुम्ही कथेच्या रंजक जगात प्रवेश करू या.

प्लिज जस्ट अ मिनट,

कथा ही एकट्या व्यक्तीची गोष्ट नाही, मी त्याच्या स्टारकास्टबद्दल स्पष्टीकरण देतो. मी मुख्य भूमिकेत आहे आणि प्रीतो माझ्या इमारतीच्या वरच्या इमारतीत राहते. माझे आई आणि वडील, त्यागी जी, म्हणजेच प्रीतोचे वडील, सहाय्यक भूमिकेत आहेत. श्रीमती सहाय यांचा गेस्ट अँपिरियन्स आहे, त्यांना मी कधीही 'आंटी' म्हणू शकत नाही.

चला, पायऱ्या आधीच सुरू झाल्या आहेत.

जेव्हा प्रीतो नागिनसारखी डोलत वर जायची, तेव्हा पायऱ्या वर जायच्या आणि जेव्हा ती खारीसारखी उड्या मारत खाली यायची, तेव्हा पायऱ्या खाली येत असायच्या.

पायऱ्यांवर तिला असे पाहणे मला आरशात माझ्या चेहऱ्यावर वाढलेल्या नवीन मिशा आणि दाढीकडे काळजीपूर्वक पाहण्याइतकेच रोमांचक आणि आकर्षक वाटायचे. जेव्हा जेव्हा प्रीतोचा स्कर्ट वाऱ्यात थोडासा उडायचा तेव्हा तिचे गोरे गोमटे पाय गुडघ्यांपासून वर उघडे पडायचे. स्वप्न आणि वास्तव यात, माझ्या डोळ्यांसमोर काळोखाचा एक छोटासा विस्तार व्हायचा. त्यात वीज चमकायची, गुलाबी प्रकाश! ती वीज माझ्या डोळ्यात सामावून जायची.

डोळे बंद करून मी बराच वेळ थरथरायचो. एखाद्या नाजूक डहाळी प्रमाणे! डोळे उघडायलाही मला भीती वाटायची. मला खूप घाम येत होता असे मला वाटले. पण मला घाम आला नाही. मग माझ्या मनाला थोडेसे लज्जास्पद वाटायचे . चोर नजरेने मला घरात कोणी पकडले आहे का ते पाहायचो. जेव्हा मी स्वत:ला एकटे पाहायचो तेव्हा मला धीर मिळायचा. माझ्या हृदयाला एक थंडावा मिळायचा. माझ्या 'तीरे नजर' ने प्रीतोला घायाळ केले असले तरी तिने ते दाखवले नाही. तिची ही सहनशीलता माझ्यासाठी 'ग्रीन सिग्नल' होती.

संपूर्ण घराच्या नजरेतून सुटून मी तिला पायऱ्या चढताना आणि उतरताना पाहायचो. त्याशिवाय, याशिवाय ती पुन्हा कधीच दिसायची नाही. एजाज इस्टेट्सच्या पाचव्या मजल्यावर राहूनही, ती एका श्वासात पायऱ्या चढायची. तिचे सुडौल आणि सुडौल पाय

क्षणभरही डगमगायची नसत. तिचा वेग मला आकर्षित करायचा. जेव्हा ती पायऱ्यांवर दिसायची तेव्हा पायऱ्या देखील जिवंत वाटायच्या. धडधडायची! श्वास घेतल्यासारखी. उर्वरित वेळ, पायऱ्या एखाद्या मृतदेहासारख्या स्थिर पडून राहायच्या आणि त्यावर चढणारे आणि उतरणारे लोक कीटक आणि कोळ्यासारखे दिसत असत. इतके शिथिल, आळशी आणि रांगणारे की कधीकधी मला त्यांची घृणा वाटायची.

पायर्‍यांच्या पलिकडे एका संध्याकाळी, पायऱ्या माझ्या डोळ्यांना पुन्हा अंधकार थोड्याशा अंतरावर पसरला आणि क्षणभर वीज चमकली, ती पायऱ्या चढत असताना गुलाबी वीज चमकली, स्कर्ट हलला आणि तिच्या पायापर्यंतचे तिच्या सुंदर गुळगुळीत पोटर्‍या त्याच्या जागेवरून मुक्त झाल्या आणि माझ्या डोळ्यांत सामावून गेल्या. जणू तिला हे कळले. ती क्षणभर थांबली. माझ्याकडे पाहिले... आणि त्याच वेगाने गायब झाली, एक मऊ आणि थरथरणारे मूर्ति... मी बराच वेळ थरथरत राहिलो. माझ्या समोर पुस्तके आणि वह्या उघड्या पडल्या होत्या, पण मला त्या दिसतही नव्हत्या. माझ्या मृत डोळ्यांसमोर रेशमी पडदा नाचत राहिला. या पडद्यामध्ये काळाची माझी लपाछपी बराच वेळ चालू राहिली, दुसऱ्या बाजूला काय आहे? मी हे पाहण्याचा प्रयत्न करत राहिलो. तेवढ्यात दारावरच्या बेलने पक्ष्यांची किलबिलाट केली, म्हणून मी उठलो आणि दार उघडले... मी स्तब्ध झालो. प्रीतो माझ्या समोर उभी होती, तिने कुर्ती आणि सलवार घातला होता, कपाळावर मोठा गोल लाल टिक्का होता, तिच्या वेण्या केसांच्या मध्यभागी दोन्ही बाजूंना लटकत होत्या, उजव्या वेणीतून गुलाबाचे फूल बाहेर डोकावत होते. माझे तोंड सताड उघडे होते आणि माझ्या कोरड्या ओठांवर मंद स्मित हास्य झळकत होते.

तेवढ्यात आई स्वयंपाकघरातून बाहेर आली, मी आत आलो,थरथर कापणारे शरीर घेऊन, माझ्या हृदयाचे ठोके मला स्पष्टपणे ऐकू येत होते. आता काय होईल... शब्द मनातून तुटून हृदयावर पडत होते. क्षणात काळे ढग जमले आणि वर्षाव करू लागले. तक्रार...! आज माझे काम संपले, मार खाऊन भूतेही पळून जातात. मग माझी काय गत आहे? मी मनात शपथ घेतली की जर मी आज जिवंत राहिलो तर शाळेच्या प्रार्थना सभेत 'विद्यार्थी प्रतिज्ञा' बरोबर म्हणेन, 'भारत आपला देश आहे, आपण सर्व भारतीय आपले भाऊ-बहिन आहोत...' मला पश्चात्ताप झाला की आजपर्यंत मी फक्त माझ्या आई-बहिणींचा आदर का केला आणि आता काय वय आहे? जर तुम्ही अभ्यास करून

'नवाब' झालात तर मजा करण्यासाठी नंतर भरपूर वेळ आहे. आतापासून अशी क्षुल्लक कृत्ये. मी माझ्या आत्म्याला दुषणे दिली. आई-वडिलांनी मला लहानपणापासूनच मोठ्यांचा आदर करायला शिकवले. समवयस्क मुलां मूलींना भाऊ आणि बहिन मानायला शिकवले. आज त्यांच्या शिकवणी फोल ठरल्या आहेत. परिणामांच्या भीतीने माझ्या अस्तित्वाचा प्रत्येक कण थरथर कापत होता. प्रीतोशी बोलल्यानंतर, आई थेट स्वयंपाकघरात गेली. दुर्दैवाच्या भीतीने माझे सहावे इंद्रिय फडफडले. पुस्तक माझ्या हातात होते, पण मी माझ्या मनाची पाने उलटत होतो, कधी मागे, कधी पुढे, अनेक जुने धडे पुन्हा गिरवत होतो आणि भविष्यासाठी नवीन इशारे लिहित होतो. वडीलांनी घरात पाऊल ठेवताच, मन शरीरातून गायब झाले. पोकळ मनाच्या भिंतींवर गिळंकृतांसारख्या अस्वस्थ कल्पना फिरत होत्या.ते अधूनमधून माझ्या शरीरावर आदळत होते. मला कुठेतरी वाचलेली एक ओळ आठवली, 'वेदनेपेक्षा यातनाची कल्पना जास्त वेदनादायक असते', मी ही ओळ जगत होतो. माझे मन आधीच हार मानत होते, माझे शरीरही हार मानायला लागले होते... मी सुन्न होत चाललो होतो.

काही वेळाने आई आली आणि म्हणाली, तयार हो. कपडे बदल, प्रीतोने तुला तिच्या वाढदिवसाला बोलावले आहे. वडिलांनीही परवानगी दिली आहे.

पहिल्यांदा मला काहीच समजले नाही. पण हळूहळू मला जाणवले की आकाशाच्या दाट अंधाराला पराभूत करून, मी रश्मीरथीच्या सूर्याप्रमाणे या जगात पुन्हा प्रवेश करत आहे. दिशा मला शुभेच्छा देत आहेत. अभ्यासक्रमात शिकवले जाणारे कवी हरिवंशराय बच्चन यांची 'आ रही रवी की सवारी' ही कविता माझ्या कानात घुमू लागली. (या कवितेच्या प्रतिध्वनीत माझ्या साहित्यिक आवडीचा पहिला आवाज दिला!) मला असे वाटले की हा माझा पुनर्जन्म असावा, 'कन्फेशन' नंतर माझे मन खूप शुद्ध आणि पवित्र झाले होते. नवजात बाळासारखे निरागस आणि निष्पाप! मी स्वत:ला नरकाच्या अग्नीत जाळले, म्हणूनच देवाने माझ्यासाठी स्वर्गाचे दरवाजे उघडले...!

नाही, स्वप्न नाही, माझे डोळे प्रीतोच्या चेहऱ्याला स्पर्श करत होते. तिच्या चेहऱ्याचा स्पर्श मखमलीसारखा वाटत होता. ती माझ्या डोळ्यात डोकावून माझे हृदय आणि मन तपासत होती. माझ्या घराच्या दरवाज्यात, ती सती सावित्रीसारखी साधी आणि घरगुती दिसत होती. तिच्या घरात, ती अगदी उलट होती. जाहिरातीतील सुंदर मॉडेलसारखी!

तिचे काळे, जाड, सुंदर आणि लहरी केस तिच्या पाठीवर पसरलेले होते, जे कंडिशनिंग शॅम्पूमुळे मोहक झाले होते. तिने तिचे ओठ खूप काळजीपूर्वक सजवले होते. तिने तपकिरी अल्ट्रा क्रीम लिपस्टिकभोवती लिप लाइनरने एक रेषा काढली होती. जी सहज पकडता येत नव्हती. कानात घातलेले गनमेटल रिंग जवळजवळ खांद्यांना स्पर्श करत लटकत होते. संपूर्ण काळजी घेणाऱ्या रिव्हायटालायझिंग फेस पॅकच्या वापरामुळे तिच्या चेहऱ्याची त्वचा स्वच्छ, चमकदार आणि निरोगी दिसत होती. 'इगो फॉर वुमन' बॉडी स्पाने तिच्या शरीरात ताकद निर्माण केली होती. तिच्या नजरेत एक अव्यक्त आव्हान होते... आणि सर्वात महत्त्वाचे म्हणजे, तिने स्कर्टवर ऑफ-शोल्डर ब्लाउज घातला होता, तिचे हात उघडे होते आणि वक्षस्थलापर्यंतच्या पहिल्या बिंदूपर्यंत तिची छाती उघडी होती. आतापर्यंत मी अशी मुलगी फक्त सिनेमा आणि टीव्हीमध्येच पाहिली होती.

ती विशाल खोली माझ्यासमोर एखाद्या अद्भुत लोकसारखी विस्तारलेली होती. चमकणाऱ्या रेशमी अंधारात सर्वत्र मेणबत्त्या होत्या.... मध्यभागी टेबलावर एक खूप मोठा आणि सुंदर केक हृदयासारखा धडधडत होता! त्या केकवर गुलाबी क्रीमचा थर होता. चमकदार लाल क्रीमचे एकवीस गुलाब फुलले होते! 'लाइफ बिगिन्स एट ट्वेंटिवन' असे सोनेरी क्रीममध्ये लिहिले होते! केकच्या मध्यभागी एक मेणबत्ती ठेवली गेली आणि ती पेटवली गेली. खोलीत आम्ही फक्त दोघेच होतो, सोनेरी प्रकाशाने चमकत होतो. ती आणि मी. 'एकमेकांसाठी बनलेले!' मला वाटले की स्वप्नाचा अर्थ असाच लावला जातो. गूढ आणि जादुई! तरीही साधे आणि नैसर्गिक!

एका गीताचे हळूवार स्वर या पार्श्वभूमीवर वाजू लागले, हळूहळू ते स्पष्ट होत गेले.माइ हार्ट इज बीटिंग/कीप्स ऑन रिपीटिंग/आ 'एम वेटिंग फॉर यू... शब्दांच्या स्पष्टतेसोबतच, खोलीतील एकांत प्रत्येक क्षणी अधिकाधिक दाट होत गेला. आम्ही जवळ आलो. मग अगदी एकमेकांसमोर! जणू परस्पर आकर्षणात बांधलेले नायक आणि नायिका एकमेकांसमोर आहेत! संगीताच्या लाटांनी संमोहनाचे एक अदृश्य जाळे पसरवले. मी माझ्या स्वत:च्या हातांनी तिच्या केसांमध्ये गुलाब ठेवला. ती 'कातिलाना अदाज' मध्ये हसली. बोलण्यासाठी किंवा ऐकण्यासाठी काहीही उरले नाही. जणू काही या एका क्षणात वेळ विलीन झाला आहे असे वाटले... आणि तो क्षणही थांबला. गाण्याच्या कोणत्या शब्दाने माझ्या हृदयाला स्पर्श केला कोणास ठाऊक. पायांमध्ये एक

उत्स्फूर्त हालचाल झाली. आम्ही नाचू लागलो - एका अभिजात, इंग्रजी शैलीत. नाचताना, आम्ही एका वर्तुळात फिरत होतो. एक न काढलेला घेर सहजपणे निश्चित होत होता. आम्ही नाचत होतो. खोली देखील आमच्या नृत्यात सामील झाली.

माझ्यापेक्षा ती जास्त कुशल होती. माझ्यापेक्षा तिला जास्त सराव होता. माझा वेग थोडा जास्त होता. माझ्या मनात भावनांची लाट उसळत होती.

तिचे उघडे गोरे खांदे पुन्हा पुन्हा लक्ष वेधून घेत होते. वक्षस्थलांचा पहिला बिंदू त्याचा आकार वाढवत होता. मला तिच्या गुळगुळीत गोऱ्या खांद्यांना चुंबन घ्यायचे वाटत होते. तेवढ्यात माझ्या ज्ञान भांडारात ठेवलेल्या पुस्तकाचे एक पान उघडले. लाल शाईने लिहिलेले एक वाक्य तेजस्वीपणे चमकत होते,'किसेज आर मेंट फॉर लिप्स, इट इज सिली टु वेस्ट देम ऑन शोल्डर्स।'' माझा भोळेपणा मागे ठेवून, मी माझे चुंबन योग्य ठिकाणी घेतले. सुरुवातीला ती थोडीशी संकोचली, नंतर ती स्थिरावली . नाचताना आम्ही एकमेकांच्या ओठांचे इतक्या वेळा चुंबन घेतले, चुंबनांनी नृत्यात जीव ओतला, नृत्याचा वेग आणि एकाग्रता वाढली. माझ्या हृदयाचे ठोके नृत्यापेक्षा वेगवान होते. एका दीर्घ चुंबनाच्या वेळी माझे हृदय धडधडत फुटण्याच्या उंबरठ्यावर पोहोचले. पण असे झाले नाही. आम्ही नाचत राहिलो... खोलीही आमच्या नृत्यात सामील झाली होती.आम्ही एकत्र नाचत राहिलो... चुंबनांच्या दरम्यान संगीताचा वेग वाढत गेला आणि नृत्य प्रत्येक क्षणी गती घेत गेले, जलद... जलद... इतके जलद की ते प्रकाशाच्या वेगासारखे वाटले... पुन्हा सर्वत्र प्रकाश पसरला... संगीत... नृत्य... आणि प्रकाश... सर्वकाही त्याच्या चरम शिखरावर होते.

अचानक सर्व मेणबत्त्या थकल्या आणि विझल्या. त्या ज्या ठिकाणी होत्या त्या जागी त्यांनी त्यांची शेवटचा श्वास सोडला. हृदयाच्या ठोक्यांसारखे संगीत एका चुंबकीय शांततेत बुडाले. नाचणारे शरीर नाहीसे झाले. खोली अंधारात बुडाली. बाकी काहीही शिल्लक राहिले नाही. फक्त काही फिकट गुलाबी प्रतिबिंबे अधूनमधून तरंगत होते... अंधारात गुलाबी प्रतिबिंबे!

ही वेळेची हेरा-फेरी आहे

काळानुसार कॅलेंडरवरील तारखा बदलत होत्या. प्रीतो पायऱ्या उतरत असताना मला सकाळ झाली असे वाटत असे. प्रीतो पायऱ्या चढत असताना माझ्या विश्वासाची

सायंकाळ शांतपणे जात असे.थकल्याविना ती पायऱ्यांवर दिसायची. कधीकधी तिचा स्कर्ट... एके दिवशी मला ती दिसली नाही! पायऱ्या उतरत असताना, किंवा पायऱ्या चढत असतानाही मी दिवसभर अस्वस्थ होतो. रात्रभर मला झोप आली नाही. मला असे वाटले की माझ्या आयुष्यातून काहीतरी खूप महत्वाचे हरवले आहे. असे वाटत होते की माझ्या हृदयात रक्त वाहून नेणारी धमनी हरवली आहे! ती अनेक दिवसांपासून गायब झाली होती. पायऱ्या आता प्रेतासारख्या शांत पडल्या होत्या. त्यात कधीही हालचाल झाली नाही. माझे हृदयही, आता कोणत्याही नाडीशिवाय, शरीरात त्याच्या जागी लटकले होते. मला असे वाटले की पायऱ्यांचा श्वास परत आला की माझे हृदय धडधडत होते. दिवसेंदिवस परिस्थिती विचित्र होत चालली होती. विचारांमध्ये तार्किक सुसंगततेचा अभाव वाढत होता. आता माझे डोळे नेहमीच उघडे राहायचे, ते कधीही बंद झाले नाहीत. जणू मी उघड्या डोळ्यांनी स्वप्न पाहत होतो... तो वेग... तो स्कर्ट... स्वप्न आणि वास्तव यांच्यातील अंधाराचा तो क्षणभरचा पसारा... त्यात चमकणारी गुलाबी वीज...! मी थरथर कापत असे.

आयुष्य एखाद्या प्रकारच्या बंधनाचे बळी झाल्यासारखे वाटत होते. या गूढ बंदिवासात जवळजवळ पंधरा दिवस गेले... ती दिसली नाही. मी निर्जन पायऱ्यांकडे पाहत राहिलो.

एके रात्री मला लघवी करायची असल्याने मी जागा झालो. मला माझ्या आईवडिलांचे पुढच्या खोलीत बोलताना ऐकू येत होते. मी लक्ष दिले नाही. मी शौचालयातून परत येऊन बेडवर झोपलो. मला माझ्या आईचा आवाज स्पष्ट ऐकू येत होता. मी मागे वळून पुन्हा झोपण्याचा प्रयत्न केला. मला झोप लागली होती. मग मला असे काही शब्द ऐकू आले ज्यामुळे मी झोपेत असूनही थरकाप उडाला.

ती धावत आली. १०३ नंबरवरील श्रीमती सहाय यांनी दिवसभरात सांगितलेल्या गोष्टी आई वडिलांना सांगत होती. मी लक्षपूर्वक ऐकू लागलो.

"त्यागीजींची मुलगी आज परत आली आहे. ती मुंबईत सापडली. ती घरातून पळून गेली तेव्हा ती गर्भवती होती. तिच्या कॉलेजमध्ये एक मुलगा आहे, तो तिला घेऊन गेला. कॉलेजला जाण्याच्या बहाण्याने ती दररोज त्याच्यासोबत मजा करायची. त्यागीजी त्यांच्या पत्नीच्या मृत्यूचे आणि त्या मुलीच्या दुष्ट कृत्याचे दु:ख करत होते! एक वाईट

स्त्री... तो बिचारा माणूस काय करू शकत होता? त्याने खूप पैसे खर्च केले आणि पोलिसांचे खिसे भरले. तेव्हा कुठे ते प्रकरण दाबले गेले."

प्रीतोच्या आगमनाची बातमी ऐकताच, माझे हृदय पायऱ्यांसारखे धडधडत असल्याचे मला जाणवले. मला असे वाटले की ती नेहमीप्रमाणे वेगाने खाली येत आहे... मला माहित आहे की संपूर्ण इमारतीत श्रीमती सहाय यांच्या विश्वासार्हतेवर शंका आहे. जेव्हा त्या 'शेजार पुराण' पठण करतात तेव्हा त्रेतायुगातील धोबी येऊन त्यांच्या जिभेवर बसतो हे सर्वज्ञात आहे. ती उत्तमोत्तम लोकांनाही हादरवते. मी प्रतिज्ञा केली होती की मी या गोष्टींवर विश्वास ठेवणार नाही. निर्णय घेण्याची घाई ही माझी सवय नाही. मुलींच्या बाबतीत, सावधगिरी बाळगणे अधिक आवश्यक आहे कारण विद्वानांनी मातीच्या भांड्यांपासून ते काचेच्या खेळण्यांपर्यंत, 'तुटलेले पुन्हा जोडता येत नाही' अशा अनेक संकेतांद्वारे स्पष्ट केले आहे.

आईचा आवाज अजूनही येत होता, सहायजींची पत्नी सांगत होती की प्रीतोने मुंबईत तिचे गर्भाशय स्वच्छ केले आहे. बाळ गर्भाशयातच मरण पावले होते आणि ते विषारी झाले होते. मुलगी पूर्णपणे बारीक आणि बारीक झाली आहे. तिला नीट चालताही येत नाही. श्रीमती सहायांनी तिला स्वत:च्या डोळ्यांनी पाहिले. देवाचे आभार मानतो की ती वाचली. नाहीतर त्यागीजींना तिचा मृतदेह सापडला असता. हे सांगत असताना आईचा आवाज उदास झाला. हे दु:ख मुलीच्या तारुण्यात मरण्याच्या भीतीमुळे निर्माण झाले आहे की आई मुलीच्या वाचल्याबद्दल दु:खी आहे - मला समजले नाही.

"हे?" यानंतर, वडिलांचा आवाज आला, "मुलगा सापडला आहे! तो कोण आहे?"

आई म्हणाली, "हो, कोणीतरी आहे. सैफ..." हे ऐकून मला असं वाटलं की मी माझा तोल गमावला आहे आणि डोंगराच्या माथ्यावरून पडलो आहे. मी वेगाने खाली कोसळत होतो. माझ्या मागे एक मोठा दगड येत होता... पूर्ण वेगाने, त्याचा वेग माझ्यापेक्षा खूप जास्त होता. तो मला कोणत्याही क्षणी चिरडून मातीत मिसळू शकतो. पण देवाची कृपा होती ज्याचे डोळे नेहमीच उघडे असतात.

त्या खडकाच्या मार्गात एक दगड होता, ज्याने त्याची दिशा बदलली आणि एका दाट हिरव्या मऊ झुडुपाने मला त्याच्या कुशीत घेतले. मी खडक कोसळताना पाहत राहिलो. खाली फक्त अंधार होता. गाढ अंधार.

मी काय बोलावे,काय बोलू?

प्रिय वाचकांनो, जर तुम्हाला तुमच्या बालपणीच्या मित्राने कधी फसवले असेल तर तुम्हाला माझे दु:ख नक्कीच समजेल. सैफने कथेत अशा प्रकारे घुसून मला धक्का दिला आहे. मला फसवले आहे असे वाटते. मी सैफला या कथेचा नायक बनण्यास आधीच सांगितले होते. मग त्याने असे का केले? तो हुशार आहे, तो हुशार आहे हे खरे आहे आणि मी बारावीपर्यंत तीन वेळा नापास झालो होतो. पण त्यामुळे काय फरक पडतो? प्रीतो नक्कीच त्याच्या वर्गात शिकते पण मला ती आवडते.

आश्चर्यचकित होऊ नकोस...!! मला हे असं उघडपणे सांगायचं नव्हतं. माझ्या प्रेमात प्रीतीची बदनामी व्हावी असं मला वाटत नव्हतं. म्हणूनच मी तिच्या वाढदिवसाच्या दिवशी घडलेल्या गोष्टी लपवल्या. पण मी मनाने चोर नव्हतो. मी तुम्हाला नंतर सांगितल्या असत्या. प्रेमिकांच्या पुनर्मिलनाने कथा संपतात का नाही! माझ्यावर विश्वास ठेवा, त्या दिवशी, हॉट चुंबनांच्या नृत्याच्या मध्यभागी, प्रीतोने माझ्या डाव्या कानात कुजबुजले, मी तुला चंदू... एकदा नाही तर तीन वेळा, "लव्ह यू.. लव्ह यू.. लव्ह यू... चंदू, चंदू, चंदू..."

माझ्या प्रेमाची शपथ. जर मी खोटे बोललो तर कावळा मला चावेल. मी तुम्हाला एक सुंदर प्रेमकथा सांगू इच्छित होतो. पण वाईट हेतू असलेल्या सैफूने आत घुसून कथा खराब केली आहे. याबद्दल मला माझी खूप लाज वाटते. आता गोष्टी चुकीच्या झाल्या आहेत, मी ती अपूर्ण ठेवून दोषी होऊ इच्छित नाही. त्या रात्री माझ्या पालकांमधील संभाषणानंतर जे काही घडले ते मी तुमच्यासमोर प्रामाणिकपणे मांडत आहे. आता जे आहे ते कथा नाही तर वास्तव आहे.

जग हे एका कडू औषधासारखे आहे

मिसेस सहाय बरोबर होत्या! माझ्यासाठी हा एक मोठा धक्का होता. मी प्रीतोच्या खोलीत बसलो होतो. सकाळी तिचे डोके माझ्या खांद्यावर होते. माझ्या शर्टच्या बाह्या तिच्या अश्रूंनी ओल्या झाल्या होत्या. पश्चात्तापात बुडालेली प्रीतो माझ्याकडे पाहण्याची हिंमत करू शकली नाही. पण माझ्या स्वप्नांच्या तुटण्याने मलाही धक्का बसला. मी प्रीतोला काय बोलावे? काय बोलायचे उरले होते? माझ्या मनात एक मोठा संघर्ष सुरू होता. पण प्रीतोच्या अश्रूंनी माझे हृदय का वितळू नये?

हे शक्य होते का? ती चिरडली गेली. जगातील सर्व भाषांमध्ये असा एकही शब्द नव्हता जो तिच्या जखमा भरून काढू शकेल, तिला सांत्वन देऊ शकेल. आयुष्य फक्त एका अपघाताने संपत नाही. तेही अशा अपघाताने जो सावधगिरीच्या अभावामुळे घडला नाही. एक अपघात जो फसवणूकीने घडला. हो, फसवणूकीने!

प्रीतोने तिच्या कर्कश आवाजात मला सांगितले की सैफने तिला फसवले आहे. जेव्हा प्रीतोला कॉलेजमध्ये कळले की त्याने त्याच्या वाढदिवसाला सैफचा मित्र चंदू वगळता कोणालाही आमंत्रित केले नाही, तेव्हा वर्गातील मुले आणि मुली सैफची चेष्टा करू लागली. त्यांनी त्याला 'विनोदी' देखील म्हटले! मग सैफने अट घातली की तो एका महिन्याच्या आत कॉलेजमधील सर्वात सुंदर मुलीला, प्रीतोला त्याच्या जाळ्यात अडकवेल. अट अशी होती की 'ट्रीट' देणे आणि घेणे. यानंतर, कधीकधी तो त्याच्या हाय-स्पीड बाईकवरून माकडाप्रमाणे उड्या मारून प्रीतोसमोर श्वास रोखणारे स्टंट करू लागला, तर कधीकधी तो मैत्रीच्या नावाखाली प्रीतोला लहान भेटवस्तू देऊ लागला. जेणेकरून भेटवस्तू पाहून प्रीतो घरीही त्याची आठवण ठेवेल. अभ्यासाच्या टेबलावर ठेवायचा एक फ्लॉवर पॉट, एक महागडा परदेशी पेन, शोकेसमध्ये ठेवायची एक छोटी बाहुली जी नेहमीच मान हलवत असे. सर्वात महत्त्वाचे म्हणजे, एक डिओडोरंट, ज्याच्या सुगंधापासून पुढच्या आंघोळीपर्यंत मुक्त होणे अशक्य होते. अशी कोणतीही युक्ती नव्हती जी सैफने प्रयत्न केली नसेल. पण जेव्हा त्याने पाहिले की प्रीतो मैत्रीच्या उंबरठ्यावरून बाहेर पडत नाहीये आणि वेळ निघून जात आहे, तेव्हा त्याने शेवटची पैज लावली. धमकी! प्रेमासाठी मरण्याची धमकी! तो कॉलेजमध्ये विषाची बाटली घेऊन आला. त्याने प्रीतोला सांगितले की जर तिला खऱ्या प्रेमावर विश्वास नसेल तर तो सर्वांसमोर विष पिऊन मरेल. खूप गोंधळानंतर, जेव्हा सैफने शेवटी बाटली त्याच्या तोंडाला लावली तेव्हा प्रीतो हरली. तिने सर्वांसमोर सैफचे प्रेम स्वीकारले. सैफने प्रीतोला मिठी मारली आणि समोर उभ्या असलेल्या त्याच्या मित्रांना डोळे मिचकावले आणि त्यांना अंगठा दाखवला, अंगठा वर! तो पैज जिंकला. त्याने एक उत्तम मेजवानी घेतली आणि सर्वांसमोर विषाची बाटली उघडली आणि ती गिळली. विष पिऊन त्याला धक्का बसलेल्या त्याच्या मित्रांना त्याने सांगितले की ते एक कोल्ड्रिंक आहे! त्याच्या हुशारीने सर्वांना आणखी धक्का बसला. प्रीतो मागच्या दाराने सैफ आणि त्याच्या मित्रांच्या या

उत्सवात पोहोचली असती हे शक्य होते. तिला सत्य कळले असते. पण नशीब सैफसोबत होते. प्रीतोसोबत नाही. हो! नशीब...

प्रेमाच्या कमकुवत दोरीने बांधलेल्या प्रीतो सैफकडे आकर्षित गेली. शेवटी सैफला त्याने दिलेल्या सर्व भेटवस्तूंच्या बदल्यात प्रीतोकडून सर्वात मौल्यवान 'भेट' मिळाली.

याबद्दल प्रीतो म्हणते की सैफू खरोखरच तिच्यावर प्रेम करू लागला होता. म्हणूनच ती इतकी पुढे गेली. हे ऐकून मला 'मूर्ख...' म्हणावेसे वाटले पण प्रीतोची मानसिक स्थिती पाहून मी गप्प राहिलो. प्रीतो म्हणते की जेव्हा तिने सैफूला 'मम्मी-पापा होण्याबद्दल' सांगितले तेव्हा त्याने आनंदाने उडी मारली. पण तो त्याच्या कुटुंबाला ही आनंदाची बातमी देण्यास तयार झाला नाही. तो म्हणाला की हे ऐकून त्याच्या आईला हृदयविकाराचा झटका येईल. तिला आधीच एकदा हृदयविकाराचा झटका आला आहे. मग त्याने मुंबईला पळून जाण्याचा प्लॅन बनवला. तिथे त्याचा एक मित्र आहे. ते तिथे लग्न करतील आणि काही महिन्यांनी ते 'बाळ' घेऊन परततील. 'बाळ' पाहून कुटुंबातील लोक रागावणार नाहीत. काही प्रतिकार आणि अश्रू ढाळल्यानंतर, प्रीतो सहमत झाली. प्रीतोच्या मते, ती मरणारा काय नाही करत...

सैफू प्रीतोसोबत मुंबईला पळून गेला. दोघेही त्याच्या मित्राच्या घरी पोहोचले. काही तासांनंतर, सैफ त्याच्या मित्रासोबत लग्नाची व्यवस्था करणार असल्याचे सांगून निघून गेला आणि नंतर तो परतले नाही. तीन दिवस वाट पाहिल्यानंतर, घाबरलेल्या प्रीतोने गळफास घेऊन आत्महत्या करण्याचा निर्णय घेतला, त्यानंतर त्यागीजी तिला शोधत पोलिसांसह तिथे पोहोचल्या. पुढे काय झाले हे श्रीमती सहाय यांच्यापेक्षा चांगले कोण सांगू शकेल!

वेळ वाईट असते.

कॅलेंडरवरील कितीतरी तारखा प्रीतोच्या अश्रूंनी वाहून गेल्या. पण अश्रू थांबत नव्हते. प्रीतोबद्दल सहानुभूती असूनही मी काय करू शकतो! ती किती भयानक यातनांमधून जात होती हे मला माहित होते. मी पूर्णपणे तिच्यासोबत होतो. खरे प्रेम एका छोट्याशा अपघाताने तुटू शकत नाही हे काही सांगायला नको. तुटणारे प्रेम म्हणजे काय? खरे प्रेम म्हणजे दोन आत्म्यांचे मिलन. शरीराचे नाही! प्रीतोवरील माझे प्रेम अजूनही माझ्या हृदयात अबाधित होते. प्रेम, प्रणय आणि आपुलकी...

तुम्ही काहीही म्हणा. देव हे वरदान फक्त कोणालाही देत नाही. तो काही लोकांना देतो. पण इतक्या कठीण काळात प्रीतोला या गोष्टी सांगणे कसे शक्य होईल? प्रीतोचे मन तिला वारंवार एकच प्रश्न विचारत होते हे माझ्यापासून लपून राहिले नाही - आता तुला कोण स्वीकारेल? हे सर्व जाणून.

जग वाईट आहे.

ती असं म्हणेल. माझ्यावर थुंकेल. असा विचार करत प्रीतो रडू लागली. मी तिला सर्व प्रकारे समजावून सांगणे सोडून दिले होते. मी देवाला प्रार्थना करत होतो की प्रीतोने एकदा माझ्या डोळ्यात डोकावा, तिलाही तेच शुद्ध प्रेम दिसेल. हिऱ्यासारखे चमकणारे.

हिरा, जो सदा सर्वदा तसाच राहतो.

...आणि दैवी प्रेरणेने प्रीतोने माझ्या डोळ्यात पाहिले. मी जो विचार करत होतो तेच घडले.

"चंदू...ओ..." म्हणत प्रीतो मला मिठी मारत रडत होती. तिच्या मनातला राग शेवटच्या क्षणी तिच्या डोळ्यांतून बाहेर पडत होता. शेवटी आम्ही ठरवले की जे घडले ते कायमचे विसरून जाऊ. सगळं नव्याने सुरू करू. नवीन जीवन... नवीन प्रेम... योगायोगाने, हा गेल्या शतकातील शेवटचा दिवस होता. पुढचा दिवस एक नवीन शतक घेऊन येत होता...

जे काही घडले ते आम्ही खरोखरच विसरून गेलो होतो. आयुष्य एक नवीन आकार घेत होते. प्रीतोला पायऱ्या चढताना आणि उतरताना पाहून मला आता स्वत:ला सांत्वन द्यावे लागत नव्हते. शहरातील सर्व रेस्टॉरंट्स आणि बागा आमच्या प्रेमाचे साक्षीदार बनल्या. मी शाळेच्या वर्गात 'फेरी' घालायचो, ती कॉलेजमध्ये फिरायची. संध्याकाळी, आम्ही कॉलनीच्या पहिल्या रस्त्यापर्यंत एकत्र यायचो आणि मग ती पुढे जायची. मी मागून घरी पोहोचायचो.

एके दिवशी आम्ही परतत असताना, सैफ समोरून येताना दिसला. प्रीतोने माझा हात घट्ट धरला आणि सैफ आमच्या शेजारी येऊन उभा राहिला. त्याने प्रीतोशी बोलण्याची इच्छा व्यक्त केली. पण प्रीतोने तिचा चेहरा फिरवला. त्याने प्रीतोला त्याच्यासोबत येण्याची अनेक प्रकारे विनंती केली. प्रीतोने हार मानली नाही. शेवटी त्याने मला सांगितले की तो आणि त्याचा मित्र तिकिटाशिवाय लोकल ट्रेनमध्ये अडकले होते. त्यांना

जामीन देण्यासाठी कोणीही नव्हते, म्हणून दोघांनाही तीन महिने तुरुंगात काढावे लागले. सैफचे बोलणे ऐकून माझे मन घाबरले होते. प्रीतो... पण तिच्या जळत्या नजरा सैफवर टाकत प्रीतो त्याच्या चेहऱ्यावर थुंकली! ती म्हणाली, "आता कोणतीही फसवणूक चालणार नाही... मला तुझ्या खेळाबद्दल कळले आहे सैफ... तू पैज लावली होती..."

प्रीतोच्या प्रतिक्रियेने माझ्या मनाला खूप दिलासा मिळाला. माझी भीती दूर झाली. सैफचा चेहरा पाहण्यासारखा होता. खूप असहाय्य, कमकुवत आणि निराश चेहरा होता, पण त्याने माझ्याकडे एक विकृत हास्य केले. त्याच्या चेहऱ्यावर त्याच्या कृत्याचा कोणताही पश्चात्ताप नव्हता. त्याने त्याच्या गळ्यातील मफलर बाहेर काढली आणि म्हणाला, चेहऱ्यावरील थुंकी पुसली आणि प्रीतोला म्हणाला, "मी तुला पुन्हा भेटेन..." आणि बाईकवरून वेगाने निघून गेला. माझ्या शेवटच्या शब्दांनी घाबरून, प्रीतोने माझा हात आणखी घट्ट धरला. मला तिच्या तळहातावर घाम जाणवला. ती म्हणाली, "सैफू काहीही करू शकतो चंदू..."

तिची भीती समजून मी म्हणालो, "मी इथे आहे...!" पण तिच्या या बोलण्याचा अर्थ मला समजला नाही. त्या दिवशी आम्ही एकत्र परतलो. घरी येईपर्यंत आम्हाला कोणीही पाहिले नाही. सैफच्या भीतीमुळे प्रीतोने कॉलेजला जाणे बंद केले आणि घराबाहेर पडणेही बंद केले. संधी मिळाल्यावर आम्ही कधीकधी छतावर भेटायचो.

लव्ह मैरेज म्हणजे हे शेवटी प्रेमच असते.

माझ्या आयुष्यातील परिस्थिती पाहता, मी लग्नाची कल्पनाही करू शकत नव्हतो. मग एका संध्याकाळी प्रीतोने मला आश्चर्यचकित करून म्हटले, आपण लवकरच लग्न करू शकत नाही का! मी हसायला लागलो. ती गंभीर होती. जे काही घडले ते प्रीतोला भुंग्यासारखे खात होते. ती ते विसरू शकत नव्हती. पण तिच्या बोलण्याने माझ्यात उत्साह निर्माण झाला. मी तिला माझ्या कोपराने मारले आणि म्हणालो, "हम दो हमारे नौ दो ग्यार..." ती लाजून हसली आणि दुसऱ्याच क्षणी पुन्हा गंभीर झाली. मी तिला माझी परिस्थिती समजावून सांगितली. घरात, समाजात माझी काय स्थिती आहे! यावर, आमच्या घरात प्रेमाचा विषय आग लावेल... आणि प्रेमविवाह...! पण प्रीतो यापेक्षा कमी काहीही स्वीकारण्यास तयार नव्हती. तर घरी काहीही बोलण्याची माझी हिंमत नव्हती. जे काही गुप्तपणे चालले होते त्यात काय करायचे होते? प्रीतो रागावली. मोठ्या कष्टाने

तिला राजी केले. तिने दुसरा प्रस्ताव ठेवला. जर ती तिच्या वडिलांशी बोलली आणि मग ते माझ्या घरी बोलले तर कसे होईल!

मी देवाला प्रार्थना केली. मला वाटलं, कदाचित ही त्याची इच्छा असेल. पण हे सगळं वाटतं तितकं सोपं आहे का! जेव्हा प्रीतो माझ्यासोबत असेल तेव्हा ते तितकं कठीण नसतं! मी खूप विचार केला. प्रीतो म्हणाली की ती तिच्या वडिलांशी त्यांच्या मूडनुसार बोलेल. शक्य तितक्या लवकर. पण मी म्हणालो की तुझ्या वडिलांशी बोलण्यापूर्वी तू एकदा तरी माझ्याशी बोलायला हवं. दोन दिवसांपूर्वीच रविवार होता. वडील घरी होते. प्रीतो तिच्या वडिलांसोबत आमच्या दारात उभी होती! मला काही तरी सबबी देऊन बाहेर जाण्याची संधीही मिळाली नाही. मी स्वत:ला माझ्या खोलीत कोंडून घेतले. मी अभ्यासाच्या टेबलावर डोकं आपटलं आणि दगडासारखं झालो.

प्रीतोला एवढी घाई का होती? मी पळून जाणार नव्हतो. निदान एकदा तरी तिच्याशी बोला... पण आता सगळं निरुपयोगी आहे, घराबाहेर हाकलून लावणं निश्चित आहे. मला कुठे जागा मिळेल...! मला घरोघरी भटकावे लागेल. प्रेमात विनाशाशिवाय दुसरे काहीही मिळणार नाही, आयुष्य संपले आहे चंदू... मी जवळजवळ भ्रमात बडबडत होतो. देवालाच माहीत काय ते...

तेवढ्यात आईचा आवाज आला, "चंदू, दार उघड... माझे पाय जणू काही मला स्वत:ची अंत्ययात्रा घेऊन जाण्यासाठी बोलावले आहे असे गोठले. मी दार उघडले आणि बाहेर आलो तेव्हा मला दिसले की वडील हसत होते आणि त्यागीजींशी बोलत होते. प्रीतो लाजून डोके टेकवून बसली होती. आई आशीर्वादाच्या पोझमध्ये डोक्यावर हात ठेवत होती. दोन्ही बहिणी आईजवळ उभ्या होत्या. टेबलावर मिठाईचा डबा ठेवला होता! माझा हात धरून मला ओढत आई म्हणाली, "प्रीतोचे अभिनंदन... तिचे लग्न ठरले आहे... माझ्या हृदयात खंजीर घुसला आहे... खच्च...! जर आईने माझा हात धरला नसता तर मी अर्धवट कापलेल्या झाडासारखा खाली पडला असतो. 'अभिनंदन... प्रीतो...'

आता काय बोलावे...

रात्रीच्या शांततेत, आई-वडिलांच्या खोलीत एक शून्य वॅटचा बल्ब चमकत होता. आईचा आवाज येत होता, "तो खूप चांगला मुलगा आहे... तो एका प्रतिष्ठित कुटुंबातील

आहे... सहायजींची पत्नी सांगत होती की तो काल त्याच्या आईसोबत आला होता. त्याला घडलेल्या घटनेचा पश्चात्ताप होत होता. तो त्यागीजींच्या पाया पडला आणि त्याने माफी मागितली... तो प्रीतोचे पायही स्पर्श करायला तयार होता! बिचारा...! त्याने प्रीतोच्या प्रेमात त्याने खाणे-पिणे बंद केले होते... त्याला वडील नाहीत... तो घरात एकटाच आहे. आई त्याला कसे मरू देईल...? ती थोडी रागावली. पण प्रीतोला पाहून तिच्या उरलेल्या तक्रारी नाहीशा झाल्या. तिने त्याला चार सोन्याच्या बांगड्या घालायला लावल्या आहेत! मुलांनाही आनंदी ठेवावे लागते. काळ कसा आहे बघा, काय झालं... आणि हे वयही वाईट आहे! कसे, केव्हा, कुठे अनवधनाने पाय घसरतात...? आता काय सांगायचे, जर त्या मुलाच्या जागी आपला चंदू असता तर...!"

संपर्क- खोली क्रमांक ००४ ए-आय-३ टाटा हाऊसिंग

ओस्तवाल बीटेगाव समोर, बोईसर पूर्व-४०१५०१

ईमेल: ravibuleiy@gmail.com

मोबाईल: ९५९४९७२२७७

●●●

सुंदरचंद ठाकूर

सुंदरचंद ठाकूर हे हिंदीतील एक प्रतिष्ठित कवी आणि कथाकार आहेत.उत्तराखंडमधील पिथोरागड जिल्ह्यात त्यांचा जन्म ११ ऑगस्ट १९६८ रोजी झाला. भारतीय सैन्यात सुरुवातीचे पाच वर्षे ते अधिकारी होते आणि त्यानंतर १९९७ मध्ये त्यांनी सैन्यातून स्वेच्छा निवृत्ती घेतली. २००३ मध्ये त्यांनी दिल्लीतील नवभारत टाइम्समध्ये संपादकीय सहकारी म्हणून काम करण्यास सुरुवात केली. २०१० पासून ते मुंबईतील नवभारत टाइम्सचे स्थानिक संपादक आहेत. त्यांचे दोन कवितासंग्रह, १ किसी रंग की छाया (२००१), २- एक दुनिया है अनन्या (२०१३) प्रकाशित झाले आहेत. ते कथा देखील लिहितात आणि डिंपलवाली लाडकी आणि बुद्धिक प्रेमी (२०१६) हा कथासंग्रह प्रकाशित झाला आहे. त्यांनी पत्थर पर दूब नावाची कादंबरी प्रकाशित केली आहे. त्यांना कवितेसाठी भारत भूषण अग्रवाल पुरस्कार आणि कोलकाता येथील भारतीय भाषा परिषदेचा युवा पुरस्कार मिळाला आहे. त्यांच्या पत्थर पर डुब या कादंबरीला इंदू शर्मा कथा सन्मान (कथा यूके सन्मान) मिळाला आहे. आजकाल, ते त्याच्या माइंडफिट या युट्यूब चॅनलद्वारे तरुणांना शारीरिक, मानसिक आणि आध्यात्मिक मार्गावर चालण्यासाठी प्रेरित करतात. ते मुंबईत राहून लिहितात आणि संपादनही करतात.

नगर पुरूष

त्याला आज पुन्हा सकाळी उठायला उशीर झाला. आतापर्यंत मुलं शाळेत जायला लागली असतील... त्याला वाटलं. भिंतीवरील घड्याळ आठ वाजवत होते. आजचाही दिवस राहू दे, पण हे किती दिवस चालणार... असा विचार करत तो ड्रॉईंग रूममध्ये आला. हे रोजच व्हायचे. सकाळची झोप लवकर उठण्याचा त्याचा निश्चय मोडत असे.

रात्री उशिरापर्यंत जागे राहिल्यामुळे, त्याला सकाळी डोळे उघडायचे असतानाही तो डोळे उघडू शकत नव्हता.

ड्रॉईंग रूममध्ये पोहोचून तो चहाची वाट पाहू लागला. थोड्या वेळाने त्याची पत्नी चहा घेऊन आली.

त्याने चहाचा पहिला घोट घेतला जशी काही तोंडात काहीतरी कडवट गेल्यासारखे झाले.

या घरात सकाळचा ताजा चहाही नीट मिळत नाही... तो बडबडत उठला आणि स्वयंपाकघरात गेला.

"कधीतरी, सकाळी मला ताजा चहा दे." तो त्याच्या पत्नीला म्हणाला. त्याच्या आवाजात कटुता होती.

"मी सकाळीच तुमच्या बेडजवळ चहा ठेवला होता, तुम्हाला तीन वेळा उठवले. तुम्ही उठला नाहीत." उकडलेले बटाटे सोलताना बायको म्हणाली. त्याने भांड्यांमधून चहाचे भांडे काढले आणि स्वत: चहा बनवू लागला. भांड्यांच्या आवाजात त्याची नाराजी ऐकू येत होती. स्वयंपाकघरातील खिडकीतून बाहेर पाहत त्याने भांडे चुलीवर ठेवले. डिसेंबरचे हलके धुके बाहेर दिसत होते. इतके सुंदर हवामान पाहून त्याला पुन्हा पश्चात्ताप झाला की तो सकाळी फिरायला जाऊ शकत नाही. हा लठ्ठपणा कसा नियंत्रित करायचा? तो काळजीत पडला. त्याचे पोट आता बरेच बाहेर दिसू लागले होते.

थोडे दूध आण... त्याने हाक मारली. मग त्याला जाणवले की तो चार पावले अंतरावर असलेल्या फ्रीजमधून स्वत: दूध आणू शकला असता. पण तोपर्यंत त्याची पत्नी दूध घेऊन आली होती. तो चहा घेऊन परत ड्रॉईंग रूममध्ये आला. सोफ्यावर बसून तो सर्व वर्तमानपत्रे टेबलावर व्यवस्थित ठेवल्याचे पाहून आनंदी झाला. वर्तमानपत्र विक्रेता कचऱ्यासारखे बाल्कनीत फेकून द्यायचा. त्याची पत्नी ती उचलून टेबलावर व्यवस्थित ठेवायची. आता तो बाहेर जाण्याच्या दुविधेतून बाहेर पडला होता. त्याने कुतूहलाने हातातले वर्तमानपत्र उघडले. त्याची पत्नीही टेबलाच्या दुसऱ्या बाजूला असलेले वर्तमानपत्र वाचू लागली. त्याने डोळे वर करून पत्नीकडे पाहिले. तिच्या हातात एक हिंदी वर्तमानपत्र होते.

मी त्याला इंग्रजी वर्तमानपत्रे वाचायला दहा वर्षांपासून सांगत आहे, हे महानगर आहे, गाव किंवा शहर नाही. पण संकुचित विचारसरणीच्या लोकांचे काय? मी अनेक

बहुराष्ट्रीय कंपन्यांमध्ये मुलाखती दिल्या, प्रत्येक वेळी इंग्रजीने मार खाल्ला. मला काही फरक पडत नाही... त्याने स्वत:शी विचार केला. त्याच्या डोळ्यात तिरस्कार होता. तो वर्तमानपत्र वाचू लागला.

ऐक ना, आज मितूच्या शाळेत पीटीएम आहे. मला जरा लवकर ऑफिसला जायचे आहे, तू मितूच्या शाळेत जाऊ शकशील का... ?" त्याची बायको विचारत होती. ऐकून न ऐकून तो वर्तमानपत्रात डोळे गाडून राहिला.

"ऑफिसमध्ये असं काय काम होतं की तू अर्धा तासही मितूच्या शाळेत जाऊ शकणार नाहीस ?" तो बराच वेळ थांबल्यानंतर म्हणाला. त्याच्या आवाजात कटुता होती.

आमच्या कंपनीची आज मासिक बैठक आहे. आम्हाला ९:३० पर्यंत पोहोचायचे आहे. आईची तब्येत ठीक नाहीये, मला नाश्ता बनवायचा आहे. ऑफिसला जाताना तुम्ही एक चक्कर मारून या ... बायको विनवत होती.

हूं.... वर्तमानपत्राची पाने उलटत तो म्हणाला.

पीटीएममध्ये जाणे इतकेपण महत्त्वाचे नाही... जणू काही त्यानेच निकाल दिला आहे.

मितूच्या शेवटच्या पीटीएमला आपण उपस्थित राहू शकलो नव्हतो. आजकाल तिचे मार्क्स चांगले नाहीत. जर एकदा क्लास टिचरला भेटलात तर बरे झाले असते. पत्नीने अजून आशा सोडली नव्हती.

इतके महत्त्वाचे वाटत असेल तर तू स्वत:हून जा! तुला माहिती आहे मी सकाळी किती व्यस्त असतो. माझ्याकडे वर्तमानपत्र वाचायलाही वेळ नसतो. जर मी सकाळी वेळेवर घराबाहेर पडलो नाही तर मी ट्रॅफिक जाममध्ये अडकतो. कधीकधी माझ्या समस्यांबद्दलही विचार कर. आवाजातील कठोरता आता रागात बदलत होती.

बायकोने उत्तर दिले नाही. ती उठली आणि शांतपणे स्वयंपाकघरात गेली. सकाळी इतके काम होते की तिला तिच्या पतीशी वाद घालायचा नव्हता.

ऑफिसला जाताना त्याला क्षणभर वाटलं असतं तर तो त्याच्या मुलीच्या पीटीएमला जाऊ शकला असता. फक्त वीस मिनिटांची गोष्ट होती. त्याला थोडा पश्चात्ताप झाला. गाडी चालवताना त्याने सिगारेटच्या धुरात हा पश्चात्ताप उडवून दिला. तेवढ्यात त्याच्या शेजारी एक लाल मारुती आली. एक तरुणी गाडी चालवत होती. नकळत त्याच्या

ॲक्सिलरेटरवर पायाचा दाब वाढला. त्याला एका तरुणीचं असं पुढे जाणं आवडत नव्हतं. पण पुढे खूप ट्रॅफिक होतं. तो तिला चार-पाच किलोमीटर ओव्हरटेक करण्याचा प्रयत्न करत राहिला, पण लाल गाडी त्याच्या आवाक्याबाहेर गेली होती.

तो ऑफिसमध्ये पोहोचला तेव्हा त्याचा मूड काहीसा अस्वस्थ होता. योगायोगाने, ऑफिसमध्ये प्रवेश करताच त्याची शालिनीशी गाठ पडली. सुंदर, चांगली वागणारी आणि चंचल शालिनी, त्याच्यापेक्षा दहा वर्षांनी लहान. तिच्या व्यक्तिमत्त्वात किती ग्रेस आहे. ती स्वत:ला किती मोहकपणे कैरी करून घेतलय. तिच्याकडे पाहत त्याने विचार केला.

साहेब!... त्याला हे संबोधन आवडले नाही. त्याने शालिनीला अनेकदा कन्हैया म्हणायला सांगितले होते.

"साहेब, आज बाबा तुमच्या जाहिरातीचे कौतुक करत होते." शालिनी लिफ्टमध्ये प्रवेश करताना म्हणाली. लिफ्टमध्ये दोघेही एकटेच होते.

त्याला तीन वर्षांपासून शालिनीचे आकर्षण आहे. त्याच्या ऑफिसमधील प्रत्येकाचे कोणाशी तरी ना कोणाशी तरी संबंध होते. जाहिरात कंपनीत हे फार कठिण काम नव्हते. या बहिर्मुखी आणि उच्चपदस्थ तथाकथित सर्जनशील उस्तादांची एक नव्हे तर अनेक युवा मुलींसोबत सेटिंग होती. त्याचा बॉस स्वत: त्याच्या पीएवर मोहित झाला होता आणि ऑफिसमधून परतताना तो तिला उघडपणे त्याच्या गाडीत घेऊन जायचा. कोणालाच माहिती न होता. पण शालिनी अजूनही त्याच्यापासून अंतर राखून होती. पहिल्या वर्षी तो त्याच्या सभ्यतेने शालिनीला आकर्षित करण्याचा प्रयत्न करत राहिला. जेव्हा गोष्टी व्यवस्थित होत नव्हत्या तेव्हा त्याने तिला शक्य तितक्या सर्व अतिरिक्त सुविधा देऊन तिला खेचण्याचा प्रयत्न केला. जेव्हा यातूनही काहीही घडले नाही, तेव्हा तो नाराज झाला आणि अनेक महिने तिला त्रास देत राहिला. शालिनी त्याच्यापासून तीन स्तर खाली होती. म्हणजेच, एक प्रकारे तो तिचा प्रशासकीय बॉस होता. तो तिला सुट्टीच्या दिवशीही ऑफिसमध्ये बोलावून घेत असे. पण तरीही, गोष्टी जुळून येत नव्हत्या. आता त्याने असे प्रयत्न करणे सोडून दिले होते. पण त्याच्या मनात कुठेतरी खोलवर अजूनही तिच्याबद्दल एक ओढ होती. आज, लिफ्टमध्ये तिच्यासोबत काही क्षण एकटे घालवल्यामूळे त्याला अधीर केले होते.

त्या दिवशी घरी परतल्यावर त्याला कळले की त्याची पत्नी स्वत: पीटीएमला जाऊन आली आहे. ऑफिसमधून परतल्यानंतर तो मद्यपान करायचा आणि नंतर संगणकावर काम करायला सुरुवात करायचा. तो काय करू शकत होता, खाजगी नोकऱ्यांमध्ये जोरदार स्पर्धा होती. देसाई आणि श्रीवास्तव यांना नोकरीवरून काढून टाकण्यात आले कारण एकटा रहेजा त्यांच्यापेक्षा जास्त काम करू लागला होता.

त्याची पत्नी अजून घरी परतली नव्हती. तिला तिच्या मासिक बैठकीबद्दल जाणून घ्यायची उत्सुकता होती. ती रात्री नऊ वाजता घरी पोहोचली.

आज तुला इतका उशीर कसा झाला? तुमच्या मीटिंगचे काय झाले...? तिच्या खोलीत प्रवेश करताच त्याने विचारले.

मी तिथे उशिरा पोहोचले. एचआरचे श्री. घोष खूप नाराज होत होते. पण तसं काहीही झालं नाही. त्याची पत्नी आनंदी होती. कंपनीने आज तिला दोन हजार रुपयांची भेट दिली होती. तिला खुश पाहून तोही खुश झाला.

आज तारीख काय आहे माहीत आहे का? बायको विचारत होती. विचारत असताना तिच्या डोळ्यात थोडासा खोडकरपणा होता. हे एक दुर्मिळ दृश्य होते. मग त्याला आठवले की आज त्यांच्या लग्नाचा वाढदिवस आहे. अचानक त्याच्या मणक्यात शिरशिरी उठली. आजचा दिवस साजरा करायला हवा. त्याने विचार केला. त्याला काय करावे हे समजत नव्हते. त्याने खिशातून हजार रुपयांची नोट काढली आणि गुडघ्यावर वाकून बायकोच्या पायाशी ठेवली. त्याच्या हावभावावर त्याची बायको हसली.

किती कष्ट करते ती आपल्या कुटुंबासाठी. तिला अशा प्रकारे वाढवलं गेलं आहे की ती तिच्या नवऱ्याच्या प्रत्येक गरजांचा विचार करू शकते. तो विनाकारण तिच्यावर रागावत राहतो. त्याने क्षणभर विचार केला. तो उदार होता. पत्नी तिच्या देहाची गंध मागे सोडून स्वयंपाकघरात गेली होती. नव्या उत्साहाने, त्याने संगणकावर जाहिरातीची रूपरेषा तयार करायला सुरुवात केली. हा त्याच्या कंपनीला मिळालेला एक मोठा सरकारी प्रकल्प होता. त्याला आजच जाहिरातीची रूपरेषा तयार करायची होती. तो दीड तास त्यात मग्न होता. दरम्यान, त्याने अनेक पेग प्यायले. शेवटी, तो दारूच्या नशेत जेवणाच्या टेबलावर पोहोचला. त्याच्या आवाजातून थोडासा तोतरेपणा निघून गेला होता.

बाउसाहेब, तुम्ही नेहमीच स्वयंपाकघरात लपता, कधीतरी बाहेर या. त्याची बायको स्वयंपाकघरात रात्रीची भांडी धुत होती. तो मस्करीच्या मूडमध्ये होता. तो आठवत होता की आज त्यांचा वाढदिवस आहे. त्याला भूकही लागली आहे असे वाटले.

"मी जेवण थोडं गरम करू का?" त्याच्या बायकोने आतून हाक मारली. तिच्या आवाजात काळजी होती. त्याला ते आवडलं.

"राहू दे, तू जर माझ्या जवळ बसलीस तर जेवण आपोआप गरम होईल." तो आनंदाने ओरडला. त्याला उठून बायकोचे चुंबन घ्यावेसे वाटत होते. पण आई अजूनही जागी होती.

आज मी तिच्यावर प्रेमाचा वर्षाव करेन... जेवताना त्याने वेडेपणाने विचार केला.

जेवण झाल्यावर तो पुन्हा एकदा संगणकावर काम करू लागला. उद्या त्याला कोणत्याही किंमतीत या जाहिरातीचे प्रेझेंटेशन द्यायचे होते. हा एक कोटीचा प्रश्न होता. पण थोड्याच वेळात थकवा त्याच्यावर येऊ लागला. दरम्यान, त्याची पत्नी मितूला गृहपाठ करायला सांगण्यासाठी बेडरूममध्ये गेली होती. थोड्याच वेळात त्यानेही संगणक बंद केला आणि झोपी गेला. बेडरूममध्ये बेडवर पुस्तके विखुरलेली होती. कात्रीने कापलेले चार्ट पेपरचे तुकडे पसरलेले होते. ग्लू ट्यूब उघडी ठेवली होती. त्यातून ग्लू गळत होता आणि बेडशीटवर पसरत होता. त्याची पत्नी कदाचित मितूला शाळेचा काही प्रोजेक्ट करायला लावत होती. काम करताना दोघेही झोपी गेले असतील असे वाटत होते.

या शाळा मुलांना इतका अभ्यास का देतात... असा त्याने दु:खाने विचार केला आणि त्याचे सर्व सामान गोळा केले आणि जवळच असलेल्या खुर्चीवर ठेवले. बेडवर येऊन त्याने आपली पत्नी आणि मुलीला ब्लँकेटने झाकले. मग त्याने आपल्या पत्नीच्या पाठीवर हळूवारपणे थाप दिली.

"श्श, झोपलीस का...?" तो कुजबुजला.

हं... त्याच्या बायकोचा हलका आवाज आला. त्याला थोडे आश्वस्त वाटले. त्याचा हात बायकोच्या कमरेखाली सरकला. तो पुन्हा कुजबुजला-

इकडे वळ..

त्याची बायको बडबडत त्याच्याकडे वळली.

"भई, कधीतरी तू माझ्याशीपण बोल. ऑफिसमधून परत आल्यावर लगेच झोपायचं सूचतं." तो बायकोचं डोकं छातीवर खेचत म्हणाला.

तो खूप थकतो. प्रमोशननंतर त्याचा कामाचा ताण खूप वाढला आहे. त्यासोबतच त्याच्या डोक्यावर पीआरची जबाबदारीही टाकण्यात आली होती. अरे, असं कसं चालेल! तो विचार करत होता. घरी पोहोचल्यानंतर त्याला पुन्हा कामाला लागायचं आहे. त्याच्या पत्नीच्या बाबतीतही असंच आहे. तो विचार करत होता आणि त्याच्या बोटांमधील खोडसाळपणा कमी होत होता. दुसरीकडे, त्याची पत्नी त्याच्या छातीवर बोटे फिरवू लागली. प्रेम व्यक्त करण्याची ही तिची स्वत:ची पद्धत होती. आता तिला तिच्या नवऱ्याची वर्धापन दिन साजरा करण्याची इच्छा पूर्ण करायची होती. पण मग तिला खोलीतील शांततेत घोरण्याचा परिचित आवाज ऐकू आला.

नगर पुरूष झोपी गेला होता!

संपर्क- सी ५०७ द ओबेरॉय स्प्लेंडर

जेव्हीएलआर अंधेरी पूर्व मुंबई ४०००६० (महाराष्ट्र)

मोबाईल- ९९८७५००५२०

●●●

विमल चंद्र पांडे

युवा कथाकार विमल चंद्र पांडे यांनी २००४ च्या सुमारास कथा लिहिण्यास आरंभ केला. त्यांचा जन्म २० ऑक्टोबर १९८१ रोजी वाराणसी येथे झाला. वाराणसी आणि दिल्ली येथे शिक्षण घेतलेले विमल चंद्र पांडे हे हिंदीमध्ये एम.ए. आहेत. त्यांचा पहिला कथासंग्रह 'डर' होता. त्यानंतर 'उत्तर प्रदेश की खिडकी' प्रकाशित झाला. 'भले दिनों की बात थी' ही कादंबरी आणि 'ई इलाहाबाद है भैया' ही संस्मरण पुस्तके प्रकाशित झाले. कथालेखनासाठी त्यांना भारतीय ज्ञानपीठचा नवलेखान पुरस्कार मिळाला. अनेक भारतीय भाषांमध्ये कथांचे अनुवाद झाले आहेत. सध्या ते मुंबईत राहत आहेत आणि चित्रपटांसाठी संवाद लेखक म्हणून काम करत आहेत.

शुभचिंतक

जो तेहतीस वर्षांचा तो माणूस की ज्याने काळ्या रंगाचा टी-शर्ट घातलेला होता आणि पट्टेदार शर्ट घातलेला माणूस त्याच्या चालण्यावरून कमकुवत दिसत होता. पस्तीस वर्षांपेक्षा जास्त वयाच्या त्या माणसाने जुने कापलेली शिवलेली पँट घातल होती आणि त्याला पाहून असे वाटत होते की या रेडीमेड कपड्यांच्या युगातही तो नियमितपणे शिंप्याकडून कपडे शिवून घेत असावा. टी-शर्ट घातलेला माणूस जीन्स घालत होता आणि त्याच्या शरीराचा निष्काळजीपणा पाहून असे वाटत होते की त्याने शिवलेल्या कपड्यांची नजाकत खूप मागे कुठेतरी सोडली आहे.

ते दोघेही जेव्हा मोटारसायकल पार्क करून त्या रस्त्यावर पोहोचले तेव्हा संध्याकाळचे सहा वाजले होते आणि अंधूकपणा अजून खूप दूर होता. एप्रिलच्या पहिल्या आठवड्यापासूनच उन्हाळा मे-जूनच्या अवतारात पोहोचला होता आणि लोकांचे मन

विनाकारण तापू लागले होते. हे पाहता, शर्ट विक्रेत्याने टी-शर्ट विक्रेत्याला समजावून सांगितले होते की हवामानाची उष्णता डोक्यावर येऊ देणे चुकीचे आहे. टी-शर्ट विक्रेत्याने उलट म्हटले होते की मंटू भैयाही त्याचाच आहे.तो जुना ओळखीचा आहे, त्याचा शत्रू नाही पण तो तत्वांचा विषय आहे. तो म्हणाला की शब्दांना किंमत असते आणि त्यांची किंमत असायला हवी.

दोघांनी एका जुन्या घराबाहेर मोठ्याने मंटू-मंटू अशी हाक मारली आणि दार ठोठावण्याचा प्रयत्न केला नाही. दोघेही त्या अरुंद गल्लीच्या एका बाजूला उभे होते आणि त्यांच्या समोरून काही बैल जात होते. दोघेही शांतपणे उभे राहिले. सात बैल गेल्यावर मंटू बाहेर आला. टी-शर्ट घातलेल्या माणसाने बैल मोजणे थांबवले आणि मंटूकडे जळत्या नजरेने पाहिले. मंटू सुमारे चाळीस वर्षांचा होता आणि त्याच्या चेहऱ्यावर राजकारणाचे दुःख व्यक्त होत होते. त्याचा शर्ट विशेष ऑर्डरवर शिवलेला होता आणि हा खादी शर्ट आणि कुर्ता यांचे मिश्रण असल्याने एक वेगळीच छाप सोडली. टी-शर्ट घातलेला माणूस त्या छापापासून पूर्णपणे दूर राहिला आणि समोर आला आणि मंटूच्या पायांना न वाकता स्पर्श केला जणू तो त्याच्या मांड्यांना स्पर्श करून त्यांचा घट्टपणा तपासत होता.

" कुठे जायला हवे ?" मंटूने विचारले.

त्या बदल्यात, शर्ट घातलेला माणूस काही पावले पुढे गेला आणि नंतर एका गल्लीकडे वळला. जेव्हा टी-शर्ट घातलेला माणूस त्या दिशेने वळला, तेव्हा मंटूही त्या दिशेने वळला. तो संपूर्ण परिसरात मंटू या नावाने ओळखला जात असे आणि एकेकाळी जेव्हा तो विद्यापीठात विद्यार्थी संघटनेच्या निवडणुकीत जिंकला तेव्हा अवनीश कुमार सिंग 'मंटू' बनारसमध्ये प्रसिद्ध झाला. देवालाच माहीत त्याने किती लोकांना त्यांची घरे ताब्यात घेण्यास मदत केली, किती लोकांना पोलिसांपासून मुक्त केले आणि मध्यस्थ म्हणून काम करून किती वाद शांततेने सोडवले. तो पूर्णपणे प्रामाणिकपणे राजकारणात गुंतला होता आणि त्याला समाजसेवेचे माध्यम मानत होता. त्याचा स्पष्ट विश्वास होता की जर संकुचित विचारसरणीचा नेता अध्यक्षाच्यापदावरच पैसे घेऊ लागला तर तो कधीही आमदारपदापर्यंत पोहोचू शकणार नाही. तो स्वतःला मोठ्या विचारसरणीचा माणूस मानत असे आणि आमदार होईपर्यंत तो मनापासून समाजसेवा करत राहिल. पण नंतर समस्या अशी होती की पक्षाच्या उच्चपदस्थांनी, जे त्याच्या सतत मेहनती आणि

प्रामाणिक प्रतिमेला त्यांच्यासाठी धोका मानू लागले, त्यांना राजकारणातून बाहेर काढले. त्याने स्वत:ला थकवले. त्याच्या जागी नवीन भरती झाली आणि मंटू भैय्या आणि त्याचे राजकारण हळूहळू असंबद्ध झाले. मंटूला त्याच्या राजकीय कारकिर्दीच्या अखेरीस एक अननुभवी नेता मानला जात असल्याने त्याला बाजूला करण्यात आल्याचे जास्त दु:ख झाले.

ज्या अरुंद गल्लीतून सर्वजण मिरघाटकडे जात होते, त्या गल्लीत एक मृतदेह मणिकर्णिकाकडे आणला जात होता. गर्दी 'राम नाम के सत्य हो'चा नारा देत वेगाने पुढे जात होती. तिघेही एका बाजूला दाबले गेले आणि मृतदेहावर फेकण्यात आलेल्या लाह्यापैकी एखादेक मंटू भैयाच्या चेहऱ्यावर पडली. तो घाबरला आणि त्याने इतर दोघांकडे पाहिले. टी-शर्ट घातलेल्या माणसाच्या चेहऱ्यावर दृढनिश्चयाचे भाव होते.

"उन्हाळा सुरू झाला आहे. लोक मरायला लागले आहेत." मंटू भैय्याने हे वाक्य बोलून त्याच्या चेहऱ्यावरील लाजाळूपणा दूर करण्याचा प्रयत्न केला. शर्ट घातलेला माणूस हसला पण टी-शर्ट घातलेल्या माणसाच्या चेहऱ्यावर कोणताही भाव नव्हता.

"जा तू मर, मी तुला सोडणार नाही." तो टोमणे मारणाऱ्या आवाजात म्हणाला आणि मंटू पुन्हा त्याच्या मार्गावर चालू लागला. तिथे बसलेल्या एका भिकाऱ्याने लाडू मिळण्याच्या आशेने वर पाहिले पण धष्टपुष्ट मंटूला पाहून त्याने नजर दुसरीकडे फिरविली.

बाकी रस्त्यात ते तिघेही शांत राहिले. मंटूच्या चेहऱ्यावर तणाव होता जो तो लपवण्याचा प्रयत्न करत होता. टी-शर्ट घातलेल्या माणसाच्या चेहऱ्यावर राग होता जो तो व्यक्त करण्याची वाट पाहत होता. शर्ट घातलेला माणूस बाहेरून शांत दिसत होता आणि त्याच्या चेहऱ्यावर एक भाव होता की इथे-तिथे आणि संपूर्ण जगात शांतता नांदली पाहिजे.

"किचाईन ना होये गुरु" हे त्याचे आवडते वाक्य होते आणि हेच त्याची जीवनशैली देखील होती. म्हणूनच तो अनेकदा अशा ठिकाणी आढळत असे जिथे परिस्थिती बिघडण्याची शक्यता होती.

तिघेही चालत चालत मिरघाटला पोहोचले. टी-शर्ट घातलेला माणूस घाटियारा होता आणि घाटाचे कायमचे रहिवासी त्याला चांगले ओळखत होते. मंटूचा चेहरा घाटातील

रहिवाशांमध्येही खूप लोकप्रिय होता. इथेच घाटावर त्याने त्याच्यासाठी जगातील सर्वात वेदनादायक गोष्ट ऐकली.

"काही राजकारणी नेते बनतात आणि त्यांचे नेतृत्व तोट्यातच राहते, जसा मंटू." एका बोटवाल्यानं मंटूबद्दल बोलताना त्याची ओळख एका छोट्या भैयाशी करून दिली आणि चुकून मंटू तिथूनच आला होता. या एका वाक्यामुळे त्याच्या आत्मविश्वासात मोठी घट झाली होती आणि तो घराबाहेर पडणे कमी करून टाकत होता, विशेषत: इतरांच्या कामासाठी. आता एखादा मित्र आला तरी तो नाकारू शकत नव्हता. त्याला त्याच्या मित्रांपेक्षा त्याच्या मित्रांच्या कुटुंबात जास्त आदर आणि प्रेम मिळत असे. त्याचे मित्र त्याला चांगल्या दिवसांबद्दल सांगत असत.त्याला ती आठवण म्हणून जपायची होती. तो त्याच्या मित्रांच्या घरगुती समस्या सोडवण्यासाठी कोणत्याही थराला जाण्यास तयार होता.

दोघेही मीर घाटावर काही पायऱ्या चढून एका मंदिराच्या वरच्या मजल्यावर बसले. मंटू बराच वेळ उभा राहिला तेव्हा शर्ट घातलेल्या माणसाने त्याला बसण्याचा इशारा केला, "बसा भाऊ." तो इकडे तिकडे पाहू लागला तेव्हा टी-शर्ट घातलेल्या माणसाने त्याला टोमणे मारले, " तुमच्यासाठी आता सोफा मागवू का ?"

यावेळी मंटू शांत बसला. तो तिन्ही घाटांकडे पाहत राहिला. खाली पाहिलं तर त्याला बरेच भारतीय आणि परदेशी लोक गंगा आरती पाहण्यासाठी दशाश्वमेध घाटाकडे जात असल्याचे दिसले. धर्मकार्याची वेळ झाली होती आणि भरपूर दिव्यांमध्ये गंगा आरती सुरू होणार होती. काही पर्यटक गंगेत बोट घेऊन दुसऱ्या बाजूने आरतीचा आनंद घेत होते. मंटू मुद्दामहून शांतपणे आरतीकडे पाहत राहिला. कोणालाही संभाषण सुरू करण्याची घाई नव्हती. टी-शर्ट घातलेल्या माणसाने काहीतरी काढण्यासाठी खिशात हात घातला पण अचानक थांबला.

"ग लेबा कि च ?" त्याने मंटूला विचारले. इतक्या दिवसांत हे त्याचे पहिलेच वाक्य होते आणि मंटूला कल्पनाही नव्हती की हे त्याला विचारले जात आहे. तो लगेच सावध झाला. टी-शर्टमधील माणसाच्या मैत्रीपूर्ण वृत्तीने तो उत्साहित झाला होता.

"च च च." मंटूने उत्साहात एकाच अक्षराचे उत्तर अनेक वेळा पुन्हा सांगितले.

टी-शर्ट घातलेल्या माणसाने त्याच्या खिशातून एक लहान पुडी काढली. त्यात एक घाणेरडा कागदाचा पॅकेट होता ज्यामध्ये एक काळी गोळी होती. त्याने त्याच्या

मोटरसायकलच्या चावीची धार गोळीवर दाबली आणि ती त्याला चिकटली. त्याने एक आगपेटी पेटवली आणि चावीची टोक गरम करायला सुरुवात केली. शर्ट घातलेल्या माणसाने सिगारेट अर्धी फाडली होती आणि त्यातून बाहेर आलेला तंबाखू त्याच्या तळहातावर घासत होता.

चावीच्या टोकावरील गोळीने आग पेटवली होती. टी-शर्ट घातलेल्या माणसाने आग विझवली आणि शर्ट घातलेल्या माणसाच्या तळहातावर जिथे तंबाखूचा थर पसरला होता तिथे गोळी टाकली. शर्ट घातलेल्या माणसाने तंबाखूमध्ये मिसळण्यासाठी गोळी घासण्यास सुरुवात केली. उष्णतेमुळे ती घन गोळी मऊ झाली होती आणि तिचे अस्तित्व हळूहळू तंबाखूमध्ये मिसळत होते. बराच वेळ घासल्यानंतर, ती पावडर एका पांढऱ्या पारदर्शक कागदावर पसरवली होती की ज्याच्या मागे सिगारेटच्या डब्यापासून बनवलेली फिल्टरसारखी वस्तू चिकटवली होती. कागद गोलाकार आकारात घडी करून एका टोकावर थुंकून चिकटवले होते. टी-शर्ट घातलेल्या माणसाने सिगारेट पेटवली आणि तीन लांब पफ घेतले आणि मंटूला दिले. मंटूने ती क्रांतीच्या मशालीसारखी धरली. त्याला आशा होती की ही गोष्ट चर्चेचा विषय काढेल. ज्याचा वापर वातावरण आरामदायी बनवण्यासाठी करता येईल. त्याने पहिला पफ घेऊन वातावरण मैत्रीपूर्ण बनवण्याचा प्रयत्न केला.

"ही खूप छान वस्तू आहे, तुला ती कुठून मिळाली?" तो टी-शर्ट विक्रेत्याकडे हसत पाहत होता. टी-शर्ट विक्रेता अजिबात प्रभावित झाला नाही.

"मी कैलास पर्वतावर गेलो होतो. भगवान शंकर तिथे पित होते. मी ते त्यांच्याकडून घेतले." टी-शर्ट घातलेला माणूस हिंदीत शांत राहण्याचा प्रयत्न करत होता पण रागाची ज्वाला नियंत्रणाबाहेर जात होती. तो दुसरीकडे पाहू लागला. जेव्हा सिगारेट शर्ट घातलेल्या माणसाच्या हातात पोहोचली तेव्हा तो धूर आत घेऊ लागला आणि गप्पा मारणे सुरू केले.

"अरे, तो तुमच्या मोठ्या भावासारखा आहे." त्याने टी-शर्ट घातलेल्या माणसाला नैतिकतेचा धडा शिकवण्याचा प्रयत्न केला. टी-शर्ट घातलेला माणूस समोरून उठला आणि मंटू भैयाच्या शेजारी उभा राहिला. त्याच्याकडे अश्लील हावभाव करणाऱ्या शर्ट घातलेल्या माणसाकडे बोट दाखवत तो रागाने म्हणत होता "हा माझा लंड आहे."

ही एक अपमानास्पद गोष्ट होती. त्याच्या समोर उभा असलेला हा असभ्य मुलगा त्याच्या जवळच्या मित्राचा धाकटा भाऊ होता जो सुरुवातीला त्याचे पाय धरायचा आणि त्याला घाबरायचा. नंतर, काही गैरकृत्यांमुळे, त्याची भीती कमी झाली आणि तो हळूहळू त्याच्या कुटुंबापासून वेगळा झाला. कोणीही त्याला काहीही समजावून सांगू शकले नाही कारण तो सर्वांच्या संपर्कात नव्हता. मंटू शांतपणे गंगेच्या लाटांकडे पाहू लागला ज्या दुधाळ प्रकाशामुळे एक अनोखी चमक होती. गंगा आरतीच्या वेळी कॅमेऱ्यांचे फ्लॅश चमकत होते. जेव्हा शर्ट घातलेल्या माणसाने हात दाबून टी-शर्ट घातलेल्या माणसाकडे इशारा केला तेव्हा त्यालाही वाटले की हे खूप झालंय. त्याला वाटले की राग संयमाने व्यक्त केला पाहिजे. शेवटी, काहीही असो, तो मोठ्या भावाचा मित्र आहे. त्याने स्वत:ला थोडे शांत केले. तो मंटूजवळ जाऊन बसला आणि सर्वात स्वाभाविक गोड आवाजात विचारले पण कडवट होती.

"तू म्हणालास का?"

मंटूने त्याच्याकडे पाहिले. त्याला आठवले की या धोकादायक मुलाने वेळेवर व्याज किंवा मुद्दल न भरणाऱ्या अनेकांचे तोंड कसे फोडले होते आणि आंधळे केले होते. त्याला माहित होते की तो त्याच्यावर हात उचलणार नाही, परंतु जर त्याने हात उचलला नाही तर तो काय करेल हा विचार त्याला त्रास देत होता. त्याला आतून थरथर कापत होता आणि त्याने काहीतरी बोलण्यासाठी तोंड उघडले, परंतु काहीच आवाज आला नाही. तो पुन्हा मोठ्या आवाजात म्हणाला, "शनिवारी."

काही काळ शांतता पसरली. घाटावर परदेशी पर्यटकांची ये-जा सुरूच होती. जेव्हा दोन मद्यधुंद इंग्रज तिथून गेले तेव्हा वातावरणाच्या वासाने त्यांना काही क्षण थरथर कापायला लावले. जेव्हा त्यांनी धुराच्या दिशेने मान वळवली तेव्हा टी-शर्टने त्यांना पुढे जाण्याचा इशारा केला. दशाश्वमेध घाटावरून खरेदी केलेल्या बिडीच्या बदल्यात गांजा किंवा चरस ओढण्याची विनंती करणाऱ्या त्या परदेशी लोकांना तो चांगला ओळखत होता. परदेशी वातावरण योग्य वाटले नाही म्हणून ते पुढे गेले. प्रत्येकाच्या हातात एक एक करून सिगारेट जात राहिल्या आणि धूर वाढतच राहिला. सर्वांचे डोळे लाल झाले आणि जड होऊ लागले. नशा हळूहळू पाण्यातील रंगासारखी विरघळत होती.

मंटूने आता दोघांकडे बारकाईने पाहिले. त्याचा आत्मविश्वास परत आला होता. तो काही वेळ टी-शर्ट घातलेल्या माणसाच्या डोळ्यात पाहत राहिला जो आता शांत झाला होता. त्याने आपल्या रागाच्या भरात शांतता आणली होती आणि आता तो मंटूकडे एका परिचित भावनेने पाहत होता. मंटूने त्याच्या डोळ्यात वाचले की तो अजूनही त्याचा आदर करतो पण त्यालाही पैशाची नितांत गरज आहे. मंटू आता फॉर्ममध्ये आला होता आणि तो त्याला विद्यार्थी संघटनेचा अध्यक्ष अवनीश कुमार सिंग 'मंटू' सारखाच संबोधत होता.

"तू लग्न का करत नाहीस? तुझा भाऊ खूप काळजीत आहे." त्याने हसत विचारले. टी-शर्ट घातलेला माणूस स्वत:ला न जुमानता हसला.

"का, तू उध्वस्त झाला आहेस, म्हणून तुला मी तुझा व्हावा असे वाटते?" यावेळी टी-शर्ट घातलेला माणूस ज्या पद्धतीने बोलला, त्यावरून असे वाटले की हाच त्याचा खरा सूर आणि आवाज आहे. लग्न हा शब्द ऐकताच त्याच्या चेहऱ्यावर गोंधळलेले भाव उमटले. तो लांब पफ घेऊ लागला आणि धूर तोंडात धरून बराच वेळ फुगवू लागला.

"लग्न कर गुरु, तो तुझ्या मोठ्या भावासारखा आहे, म्हणूनच तो असा सल्ला देत आहे."

"दुसरे कोणीही तुम्हाला जघनाचे केस देणार नाही. लग्न झाल्यानंतर सगळं जग फिरत असतं पण विचारल्यावर लोक म्हणतात की नाही, लग्न करू नको, हे नरकात जाण्यासारखी गोष्ट आहे." मंटू भैया त्याच्या शैलीत म्हणाला. तो पाय पसरून आरामात आधार घेऊन बसला होता. शर्ट घातलेल्या माणसानेही चर्चेत भाग घेतला.

"गुरु, आज नाही तर उद्या, मला ते करावेच लागेल. लग्न केल्याशिवाय आयुष्य चालू शकत नाही. म्हातारपण हाही एक नरक आहे." टी-शर्ट घातलेल्या माणसाने एकदा त्याच्याकडे आणि नंतर मंटूकडे पाहिले. त्याच्या चेहऱ्यावरील गोंधळ आणखी वाढला.

"जर तू लग्न केलेस तर मी माझ्या बायकोला कुठे ठेवणार आणि तिला काय खायला घालणार? तुझ्यासारखे लोक पैसे घेतात पण मुद्दल आणि व्याज देऊ शकत नाहीत." संभाषण संपवताना, तो पुन्हा त्याच्या जुन्या अवतारात जाऊ लागला पण नंतर त्याने स्वत:वर नियंत्रण ठेवले. त्याने ठरवले की हे संभाषण संपल्यानंतर, तो पुन्हा एकदा

मंटू भैयाला शनिवारी पैसे देण्याची धमकी देईल. मंटूला दिसले की रागाच्या भरात असूनही, तो खूप दिवसांनी त्याला भैया म्हणतो.

"बेकार गोष्ट आहे लग्न-बिग्न" टी-शर्ट घातलेला माणूस चिडून म्हणाला. असे वाटत होते की त्याला या प्रकरणाबद्दल पूर्णपणे खात्री पटलेली नाही.

त्या नशेचा मंटूवर जादूसारखा प्रभाव पडला. तो उभा राहिला. त्याचे शरीर हलके वाटले. ते ज्या ठिकाणी उंचावर बसले होते तिथून घाटाचे दृश्य खूप खाली आणि सुंदर दिसत होते. मंटूला वाटले की जर त्याने आपले दोन्ही हात पसरून खाली उडी मारली तर तो हवेत तरंगत पोहोचेल. नशा त्याच्यावर पॅराशूटसारखी वर्चस्व गाजवत होती. तो काही पावले चालत टी-शर्ट विक्रेत्याकडे गेला. त्याचा हावभाव समजून तो उभा राहिला. मंटूने त्याच्या खांद्यावर हात ठेवून त्याला किनाऱ्यावर आणले आणि उडण्याचा त्याचा हेतू पुढे ढकलला आणि त्याला पटवून देऊ लागला.

"गुरु, आपल्या आयुष्यातील बेचाळीस वर्षे उलटून गेली आहेत. आज तुम्हाला जसे वाटते की तुम्ही जगातील माता-भगिनींना एकत्र कराल, तुमच्या आधी कोणीही नाही, तसेच मलाही वाटले. मी निवडणुका जिंकलो, संपूर्ण शहर प्रसिद्ध झालो, मला वाटले की मी एकटाच आहे. अध्यक्षपद फक्त एक वर्षासाठी राहते पण मला वाटले की ते एक वर्ष कधीच संपणार नाही. पुढच्या वर्षी मी हरलो, मग पुढच्या वर्षी मी पुन्हा लढलो आणि पुन्हा हरलो, म्हणून सर्वकाही तसेच झाले."

काही गोष्टी संपल्या आणि मग सगळं जग निरुपयोगी वाटू लागलं. जेव्हा कुटुंबातील लोक लग्नासाठी मला सतत आग्रह करत होते, तेव्हा डोकेदुखी संपावी म्हणून मी अनिच्छेने लग्न केलं. पण आज जेव्हा गुरु याबद्दल विचार करतो तेव्हा मला अध्यक्षपदाबद्दल आणि लग्नाबद्दलच्या प्रत्येक गोष्टीबद्दल फार कमी आठवतं."

बोलताना मंटूचा आवाज जड झाला होता. तो क्वचितच वैयक्तिक बाबींबद्दल बोलत असे. या दुर्मिळ संधीचा आदर करत शर्ट विक्रेताही त्याच्या जवळ आला.

"जेव्हा मी सलग दोन वर्षे निवडणुका गमावल्या तेव्हा मला कळले की मी एक नालायक माजी अध्यक्ष आहे, ज्यांच्या मदतीशिवाय राजकारणात दोन पावलेही टाकणे कठीण होते. कोणीही मला अजिबात समजून घेतले नाही. जे आधी माझ्याशी बोलत होते, त्यांनी मला ओळखलेही नाही. मला मी नालायक वाटू लागले, पण त्याच वेळी

माझे लग्न झाले. माझ्या लग्नाकडून मला काहीच अपेक्षा नव्हत्या, गुरुजी, पण लग्नानंतर, जेव्हा तुमची वहिनी आली, तेव्हा मला वाटले की अवनीश कुमार सिंग हे आयुष्य जगणारा व्यक्ती आहे. माझेही काही मूल्य आहे, जर मी रात्री १२ वाजेपर्यंत घरी पोहोचलो नाही, तर एक महिला माझ्यासाठी जेवण न करता बसेल. याचा अर्थ तुम्हाला समजतो का? मूर्ख, तुम्ही मला समजता का? लग्न करा, गुरु, जर तुमच्या आयुष्यात काहीही नसेल तर." त्यांनी शेवटची ओळ जाहीर सभेच्या शैलीत सांगितली.

टी-शर्ट घातलेला माणूस त्याचे बोलणे गांभीर्याने ऐकत राहिला. "मी त्याला गेल्या दोन-तीन वेळा समजावून सांगितले होते पण त्याने कधीही असे समजावून सांगितले नाही." तो स्वत:शीच विचार करत होता. त्याच्या बोलण्याचा सकारात्मक परिणाम पाहून मंटू अधिकच उत्साहित होत होता.

"गुरु, आम्ही दोघेही एकमेकांना पाहिल्याशिवाय राहू शकलो नाही. माझे पालक म्हणू लागले की त्यांचे नेतृत्व संपले आहे पण नंतर बघा आम्हाला महानगरपालिकेच्या निविदा किती जास्त मिळू लागल्या."

तो शांत झाला होता. टी-शर्ट घातलेला माणूस तिथेच बसला होता. तिघांच्याही नजरा गेल्या वेळेपासून दूर कुठेतरी स्थिरावल्या होत्या. मंटूचा आवाज आता शांत आणि संयमी झाला होता.

"वेळ किती वेगाने जातोय ते बघा. तुमच्या-माझ्यासारख्या लोकांना चाळीस किंवा पंचेचाळीस वर्षांचा झाल्यावर विश्रांती हवी असते. चाळीस वर्षांनंतर, पोलिसांकडून शिवीगाळ करणे, भांडणे करणे, अपमान सहन करणे चांगले वाटत नाही.

गुरु, मी राजकारण इथेच सोडले. लग्नाने त्रस्त झालेल्या लोकांकडे तुम्ही का पाहता? ज्यांचे लग्न चांगले चालले आहे त्यांना पहा. माझ्याकडे पहा. गुरु, एक गोष्ट जाणून घ्या, लग्नात जादू असते, पण जादू म्हणून समजण्यापूर्वी तुम्ही ते समजून घेतले पाहिजे. लग्नानंतर खूप गरीब मित्र होते जे नेहमीच त्यांच्या बायकांशी भांडत असत, पण आम्ही नेहमीच एकमेकांसाठी वेळ काढत राहिलो, एकमेकांवर प्रेम करत राहिलो. बेटा, या वयात मोठे झाल्यावर तुम्हाला कळेल की किती छान वेळ गेला आहे, मग तो बालपणातला असो किंवा लग्नानंतर. आम्ही जिथे जिथे एकत्र गेलो तिथे, जेव्हा आम्ही बसून फोटो पाहतो तेव्हा आम्ही पुन्हा तिथे पोहोचतो. आम्ही पुन्हा तिथे जातो. आम्हाला

मूल होणार होते, म्हणून आम्ही काय नियोजन केले होते आणि मुलाच्या जन्मानंतर, जेव्हा तिने मला पहिल्यांदा पप्पा म्हटले, तेव्हा तिने मला तुमच्या भावजईची अम्मा म्हटले. मला हे सर्व कसे समजते? वेळ खूप वेगाने उडतो, गुरु. पहा, आमचा मुलगा हळूहळू आठवी इयत्तेत पोहोचला आहे. यावेळी मी काय करू शकलो असतो? काहीही नाही. "जर माझं लग्न झालं नसतं तर आज या वयात माझ्या हातात काय असतं? मला सांगा. तर संपूर्ण अर्थ असा आहे की म्हातारपणात काम नाही, निदान तोपर्यंत माझं कुटुंब आहे, समजलं का?" मंटू भैया साधी सिगारेट ओढत होता आणि त्याचा हात टी-शर्ट घातलेल्या माणसाच्या खांद्यावर होता. त्याच्या बोलण्याने तो खूपच प्रभावित दिसत होता. त्याला वाटले की या विषयावर विचार करण्याची आणखी एक दिशा आहे जी आतापर्यंत त्याच्या मनात आली नव्हती आणि कोणीही त्याला त्याबद्दल सांगितले नव्हते. शर्ट घातलेल्या माणसाने एक इशारा दिला जो कोणाला कळला नाही.

"मंटू भैया, तू अजून तरुण आहेस. तुझे वय किती आहे, चाळीस की बेचाळीस?" मंटूचे शब्द टी-शर्ट घातलेल्या माणसाच्या मनात घुमत राहिले.

"तुला सुरुवातीला हे समजले नाही, भाऊ." मंटूच्या शब्दांचा प्रभाव त्याच्या आवाजातून आणि स्वरातून स्पष्ट दिसत होता.

"कर गुरु, कर. बऱ्याचदा तुमचे नशीब तुमच्या पत्नीच्या नशिबामुळे फळते." मंटूने निष्कर्ष काढला. टी-शर्ट घातलेला माणूस हळू हळू उठला आणि निघण्याच्या तयारीत त्याच्या पाया पडू लागला.

"चला जाऊया." तो वळला.

"खुश रहा." मंटूने त्याला आशीर्वाद दिला. शर्ट घातलेला माणूसही टी-शर्ट घातलेल्या माणसाच्या मागे जाण्यासाठी उभा राहिला. थोडे पुढे गेल्यावर, टी-शर्ट घातलेला माणूस मागे वळला.

"मला पैसे दे भाऊ, मला इकडे तिकडे पळू देऊ नकोस. व्याजावर पैसे उधार देण्याचा हा व्यवसाय मी बंद करेन, त्याचा मला काही परिणाम होत नाहीये."

"शनिवारी," मंटूने त्याला आश्वासन दिले.

दोघेही पायऱ्या चढून एका गल्लीत गायब झाले. मंटूने त्याची सिगारेट चुरगाळली आणि ती फेकून दिली. त्याच्या चेहऱ्यावर हास्य होते. त्याने खूप आधीपासून ठरवले

होते की काहीही झाले तरी तो पूर्ण मनाने आणि प्रामाणिकपणे समाजसेवा करेल. हा विचार त्याच्या मनात आल्यानंतर, जेव्हा त्याला वाटले की बरेच लोक प्रामाणिक राहिले असतील कारण त्यांना अपेक्षित बेईमानी करण्याची संधी मिळाली नसेल, त्यावर तो हसला.

घाटावरचा एक जुना साधू बराच वेळ तिथे बसून त्यांचे संभाषण ऐकत होता. तो मंटूवर ओरडला आणि म्हणाला, "तुम्ही त्याचे आयुष्य का उध्वस्त करत आहात नेताजी?"

मंटूने त्याच्याकडे एक नजर टाकली आणि तो घराकडे चालू लागला. त्याने त्याच्या मोबाईलवर त्याच्या मित्राचा नंबर डायल केला जेणेकरून तो त्याला आनंदाची बातमी देऊ शकेल.

कायमचा पत्ता प्लॉट क्रमांक १३०-१३१
मिसिरपुरा, लहरतारा वाराणसी-२२१००१, (उत्तरप्रदेश)
मोबाईल: ९८२०८१३९०४
ई-मेल: विमलचंद्रपांडे १९८१@gmail.com

●●●

शिवेंद्र

६ एप्रिल १९८७ रोजी वाराणसीतील एका शेतकरी कुटुंबात जन्मलेले शिवेंद्र यांनी बनारस हिंदू विद्यापीठातून हिंदी साहित्यात पदवी आणि माखनलाल चतुर्वेदी राष्ट्रीय पत्रकारिता आणि संप्रेषण विद्यापीठातून मास कम्युनिकेशनमध्ये पदव्युत्तर पदवी प्राप्त केली आहे. सध्या ते मुंबईत राहतात आणि चित्रपट आणि टीव्ही मालिकांसाठी पटकथा लिहितात. तरुण कथाकार शिवेंद्र यांचे चॉकलेट फ्रेंड्स और अन्य कहानियां (कथा संग्रह) आणि चंचल चोर (कादंबरी) प्रकाशित झाल्या आहेत.

टीव्ही मालिका: क्रांती ज्योती सावित्रीबाई फुले दूरदर्शन (डीडी नॅशनल) वर प्रसारित (कथा, पटकथा, संवाद)

सिंघासन बत्तीसी (पटकथा) SAB TV वर प्रसारित

परमावतार श्री कृष्ण (संवाद) आणि विक्रम वेताळ की रहस्य गाथा &TV वर प्रसारित. (संवाद)

पुरस्कार: भारतीय भाषा परिषदेचा विजय मोहन सिंह स्मृती पुरस्कार आणि युवा पुरस्कार.

ब्रेकअप टूल

शिवी आज सीजेकेला भेटायला जाणार आहे ज्याच्याकडे ब्रेकअपचे एक धारदार टूल आहे. जर त्याला हे साधन मिळाले तर तो वृंदासोबत कधीही ब्रेकअप करू शकतो. नाही, त्याने वृंदाला अजून आय लव्ह यू म्हटलेले नाही पण ही या पिढीची खासियत आहे, ही पिढी प्रेमात पडण्यापूर्वी ब्रेकअपबद्दल खात्री बाळगू इच्छिते.

तो गुगलच्या सूचनांचे पालन करत राहिला आणि शेवटी अशा ठिकाणी पोहोचला जिथे रस्ता बंद होता - दुसऱ्या बाजूला कोणतीही भिंत नव्हती, किंवा पुढे वळणारी कोणतीही गल्ली नव्हती. तो आश्चर्यचकित झाला. त्याच्या आईने स्वत: त्याच्यासाठी हेलोकेशन पिन केले होते. आता आईवर संशय घेण्याची प्रथा नाही आणि गुगल कधीही चूकीचे असू शकत नाही.

दुसरा कोणताही मार्ग न मिळाल्याने, शिवीने त्याला हाक मारण्यास सुरुवात केली. दोन-तीन वेळा त्याचा ओरडलेला सीजेके दूर उभ्या असलेल्या उंच इमारतींपर्यंत पोहोचला आणि हरवून गेला. पण जेव्हा त्याने त्याला मोठ्या निराशेने हाक मारली तेव्हा तो परत आला - "मी इथे आहे".

शिवी गोंधळला. हा आवाज त्याच्या पायाखालून येत होता. त्याने खाली पाहिले. तिथून एक गटाराची पाईप जात होती. त्यात कोणी व्यक्ती राहिली होती का? निष्काळजीपणाचीही एक मर्यादा असते!

त्याने झाकण उघलले. खाली खरोखरच एक माणूस होता. कपाळवरून प्रकाश बाहेर पडत असलेला एक चेहरा, अंधाराच्या धडावर उभा होता.

"आत ये," तो शिवीला म्हणाला. शिवी त्याला बाहेर काढण्याचा विचार करत होता. "सीजेके?" त्याने विचारले.

हा तोच होता. आता? शिवी गोंधळला होता. ब्रेकअपच्या टूलसाठी तो गटारात जाऊ शकतो का? आणि तो स्वत:लाच जाताना सापडला. सीजेकेने त्याला त्याचे सर्व कपडे काढायला लावले आणि जवळच्या एका खुंटीवर टांगले. तो फक्त त्याच्या अंडरवेअरमध्ये राहिला. सीजेकेने त्याला एक टोपी दिली. त्याच्या स्वत:च्या टोपीसारखीच, समोर एक दिवा जळत होता आणि त्याला त्याच्या मागे येण्याचा इशारा केला.

शिवी त्याच्या मागोमाग गेला. गटारात त्याची ही पहिलीच भेट होती. इथे शहरातून सोडलेले सर्व काही गुडघ्यापर्यंतच्या पाण्यात वाहून जात आहे. माणूस सर्वकाही कसे दुर्गंधीयुक्त सोडतो. शिवीला वाटले की त्याने बोलावे. कदाचित बोलल्याने दुर्गंधी कमी होईल.

"आईने मला तुमचा पत्ता दिला" शिवी म्हणाली.

सीजेकेने तोंड उघडले आणि पान चावू लागला. आता खाली नाल्याचा आवाज आणि वर पानाचा आवाज येत होता. नक्कीच नाल्यात राहणाऱ्या माणसाला बोलण्याची सवय नव्हती आणि शिवीला समजून घेण्याची सवय नव्हती-

"आई तुला कशी माहित?"

यावेळी सीजेकेने त्याच्याकडे पाहिले. त्याच्या कपाळाचा प्रकाश शिवीच्या चेहऱ्यावर पडला. त्याने आपली नजर कमी केली. "पुढे सावधगिरीने चाल, ते घसरडे आहे."

शिवीला कल्पनाही नव्हती की पुढे एक बैठकीची खोली असू शकते.

गटार बैठकीची खोली वाहत्या पाण्याला तोंड देऊ शकेल असे येथे काहीही नव्हते.थांबा. सोफ्यांऐवजी खुर्च्या आणि बेडऐवजी स्टूल. एकदम मस्त!

आणि ते उजाड होते. जणू काही या माणसाने इतिहासातील एखाद्या युद्धात आपले वर्तमान गमावले आहे. शिवीला ही जागा कंटाळवाणी वाटली, तरीही त्याने घाई न करण्याचा निर्णय घेतला. तो खुर्चीवर बसला. जर पाण्यातून येणारा दुर्गंध गाळला गेला असेल, तर असे बसणे म्हणजे पाय लटकत नदीत बसण्यासारखे असू शकते.

"तुम्ही प्याल का?" सीजेकेने विचारले. त्याने नाही म्हटले. तो फक्त म्हणाला, कारण शिवीने उत्तर देण्यापूर्वीच त्याने पेय बनवायला सुरुवात केली होती. शिवीला गटाराच्या भिंतींचा चांगला वापर दिसला नव्हता. जरी तो पहिल्यांदाच गटार पाहत होता. कसा तरी, भिंतीवर एक लाकडी रॅक लटकत होती ज्यावर ग्लास आणि काही दारूच्या बाटल्या आणि एक कुरूप अॅल्युमिनियम प्लेट होती,जिचा असण्याचा कोणताही अर्थ नव्हता.

सीजेकेने शिवीचा ग्लास त्याच्या समोरच्या रिकाम्या खुर्चीवर ठेवला. शिवीच्या घशात अडकलेले उत्तर आता बाहेर आले - "मी दिवसा पीत नाही"

सीजेके ज्या पद्धतीने तो बाटली आणि ग्लास घेऊन स्टूलवर बसला आणि ज्या पद्धतीने त्याने शिवीच्या पायाजवळ पान थुंकला आणि ज्या पद्धतीने त्याने जयजयकार न करता एका झटक्यात संपूर्ण पेय संपवले, त्यास मूर्खपणा म्हणता येईल, पण शिवीने इतके तरूण असूनही ते सहन केले. यावरून असे दिसून येते की त्याला सीजेकेचे ब्रेकअप टूल किती हवा होता.

"प्या ," सीजेके त्याचे दुसरे पेय संपवल्यानंतर म्हणाला. "दिवसाचा प्रकाश इथे पोहोचत नाही."

त्याला सीजेकेने पटवून दिले म्हणून नाही, किंवा त्याला तसे वाटले म्हणून नाही, तर फक्त त्याला सीजेकेशी थोडी मैत्री करण्याची गरज वाटली म्हणून. शिवीने ग्लास उचलला आणि तीन पेग प्यायला, "आता मी बोलेन, आता मी बोलेन" असे म्हणत आणि जेव्हा त्याच्या डोक्यातील ताण थोडी कमी झाल्या, तेव्हा ब्रेकअप टूलचा विचार त्याच्या मनात असला तरी त्याच्या जिभेवर आला नाही. तो जे पाहत होता त्याने तो ज्या विचारात आला होता त्यावरून सावली पडली. "तू या गटारात का राहतोस?"

त्याच्या कोणत्याही प्रश्नांप्रमाणे, सीजेकेने या प्रश्नाचे उत्तर दिले नाही. उलट त्याने मद्यपानात अधिक रस दाखवला. तो मद्यपान करत राहिला तसतसे त्याचे डोळे लाल होत गेले आणि त्याचा चेहरा फिकट होत गेला.पण देवीचे वण बाहेर येत होते. शिवीला अचानक त्याची भीती वाटू लागली. इतकी की त्याने आईवर संशय घेतला की तिने या माणसाला मला मारण्याची सुपारी तर दिली नाही ना?

"मी इथे ब्रेकअप टूल शिकण्यासाठी आलो आहे" तो ओरडला आणि हात वर केले. जणू काही जर त्याने ते केले नाही तर सीजेके त्याला गोळी मारेल.

सीजेकेने ग्लास रिकामा केला आणि तो स्टूलवर ठेवला आणि इतका घट्ट धरला की तो शिवीला फक्त आधार देऊन पाहू शकला आणि जेव्हा तो सरळ राहण्याच्या प्रयत्नात अर्ध्याहून अधिक वाकला तेव्हा तो हसला - "तुझ्या आईने तुला आधीच सांगितले आहे - सीजेके."

"ते फक्त तुझे नाव आहे."

"नाही! हेच माझ्याकडे वारंवार येत राहते."

शिवीचा उत्साह कमी झाला. त्याने आधी का विचारले नाही- "सीजेके म्हणजे काय?"

त्याला सीजेकेकडून असे उत्तर मिळेल अशी अपेक्षा नव्हती. त्याने विचारलेल्या कोणत्याही प्रश्नाचे उत्तर त्याने टाळले, त्यामुळे त्याला वाटले की तोही ते टाळेल. पण सीजेकेने तिच्या डोळ्यात पाहिले आणि काच सरळ उभा राहिला आणि म्हणाला, "तू खालच्या जातीचा आहे."

शिवीला हे समजले नाही. त्याने डोळे मोठे केले आणि त्यांना अधिकच समजावून सांगितले. सीजेकेने आता इतके दारू पिऊन टाकली होती की त्याने या नव्या मुलावर त्याचे जुने दु:ख काढले. "हे जगातील सर्वात प्रभावी ब्रेकअप टूल आहे... नाही, भारतात... जर एखादी मुलगी तुम्हाला एड्स असल्याचे सांगितल्यानंतरही तुम्हाला सोडून जात नसेल, तर तिला फक्त सांगा की मी सीजेके आहे." सीजेकेने त्याच्या छातीवर थाप दिली. "मी लढाईमुक्त... अपराधीपणामुक्त ब्रेकअपची हमी देतो."

"काय मूर्खपणा करताय तुम्ही?" शिवीने ग्लास उचलला आणि नाल्यात फेकला आणि थरथरत्या पायांवर उभा राहिला. "हा आधुनिक काळ आहे, who cares you about your जाती?"

सीजेके हसला आणि शिवीची अजिबात पर्वा न करता दारूच्या नशेत त्याचा ग्लास भरू लागला.

"तू मूर्ख आहेस" शिवीने आतापर्यंत दाबून ठेवलेला सर्व राग बाहेर काढला - "तुझी आई तुला आणि मला सोडून गेली हे बरे झाले" तो या गटारात जाऊ नये असा विचारही न करता, तो त्याच भावनेने डोलत मागे वळला.

सीजेकेचे डोके त्याच्या मानेवर जड वाटत होते. पण तो उठला आणि पटकन शिवीचा हात धरला आणि त्याला ओढून त्याच्या जवळ बसवले - "तू बस भाऊ... तू बस"

"माझा हात सोड" शिवी गर्जत म्हणाला.

त्याने त्याचा हात सोडला आणि हस्तांदोलनात दोन्ही हात वर केले.सीजेके

यामुळे शिवीचा राग थोडा शांत झाला. सीजेके आणि त्याने बाटली पुढे केली. शिवी प्रभावित झाला. सीजेके. त्याने त्याला बाटली दिली. शिवी

सीजेकेने आपली पकड सैल केली. शिवीने विचारले, "तू पी भाऊ." शिवी शांत बसला. सीजेकेने त्याला दोन-तीन वेळा सांत्वन दिले. तेव्हाच शिवीने बाटली त्याच्या तोंडाला लावली. काही वेळ सीजेके त्याच्याकडे पाहत राहिला. पहिल्या वेळेप्रमाणे, जेव्हा त्याने त्याच्याकडे रागाने पाहिले आणि त्याच्या कपाळाचा प्रकाश शिवीच्या चेहऱ्यावर पडला -

"तुझी आई प्रेग्नंट होती तेव्हा तिने माझ्याशी ब्रेकअप केले होते... आणि तू... आता तुझे वय किती आहे?"

"२१" शिवी म्हणाला.

"२०-२१ वर्षांपूर्वीही ती इतकी आधुनिक होती की तिने एकटी आई होण्यास सहमती दर्शविली पण सीजेकेशी लग्न केले नाही." सीजेकेच्या डोळ्यातील अश्रू दारूमुळे होते की तो विसरण्यासाठी पीत असलेल्या वेदनामुळे होते हे माहित नाही. त्याला आधाराची गरज आहे हे लक्षात येताच, शिवीने बाटली त्याला परत केली. काही घोट घेतल्यानंतर जेव्हा सीजेके स्थिर झाला तेव्हा त्याला शिवी त्याच्याकडे पाहत असल्याचे आढळले. जणू काही तो त्याच्यावर खूप प्रभावित झाला आहे. त्याचा प्रभाव अमर करण्याच्या इच्छेने तो भरलेला होता. "पिढ्या बदलतात, तंत्रज्ञान नवीन बनते, परंतु काही गोष्टी कधीही बदलत नाहीत."

हे बोलल्यानंतर, सीजेकेला वाटले की शिवीला वाटेल की तो दारूबद्दल बोलत आहे. त्याने बाटली स्वत:पासून दूर हलवली. पण शिवी वेगळ्याच आकाशात होता. तो सीजेकेच्या तर्काने नव्हे तर त्याच्या विश्वासाने खात्रीलायक दिसत होता, "तुम्हाला खात्री आहे का... भांडणमुक्त-दोषमुक्त ब्रेकअप?"

"हे बघ बेटा! माणूस कितीही हुशार असला तरी त्याच्या मनात नेहमीच काही ना काही अपराधीपणाची भावना असतेच."

"जातो- पण ब्रेकअप निश्चित आहे" सीजेकेने त्याला प्रोत्साहन दिले- "तू आय लव्ह यू तर बोल "

शिवीने डोके हलवले आणि त्याचा मोबाईल शोधण्यासाठी त्याच्या खिशात शोधू लागला. त्याची पॅन्ट गायब होती. सीजेकेने त्याला आठवण करून दिली की त्याची पॅन्ट दारावर लटकली आहे. दोघेही उठले आणि एकमेकांना मिठी मारली, प्रेमगीत गात ते गटाराच्या दारापाशी पोहोचले. शिवीने खिशातून त्याचा मोबाईल काढला. खाली नेटवर्क नव्हते. तो वरच्या मजल्यावर जाण्यासाठी कपडे घालू लागला. सीजेकेने त्याला थांबवले. "प्रथम आय लव्ह यू"

दोघेही त्यांच्या अंडरवेअरमध्ये गटारातून बाहेर आले आणि गटाराच्या तोंडावर पाय खाली लटकवत बसले. प्रथम शिवीने वृंदाला फोन करण्याचा विचार केला. पण नंतर

व्हॉट्सअपवर प्रपोज करण्याचा निर्णय घेण्यात आला. अशा प्रकारे तो किती नशेत आहे हे कळणार नाही. शिवीनेही तसेच केले. काही वेळाने वृंदाचं उत्तर आलं. तो तिच्या फेसबुक प्रोफाइलचा स्क्रीनशॉट होता, ज्यामध्ये 'In A Relationship' लाल रंगाच्या वर्तुळात होतं आणि खाली "सॉरी भाई" असं लिहिलेलं होतं.

संपर्क: २०३, ६सी, नवीन, महादा कॉलनी

गोरेगाव पूर्व, आयटी पार्क जवळ -४०००६३

मोबाईल: ९९३०९६०६५७

ईमेल: writershivendra@yahoo.in

●●●

शेषनाथ पाण्डेय

जन्म: २५ जानेवारी १९८२.

शिक्षण: एम.ए. हिंदी साहित्य.

कथादेश, वागर्थ, जनपथ, पूर्वाग्रह, पारख, देश, ब्लॉग, वेबसाइट यासह मासिके आणि इतर प्रकाशनांमध्ये प्रकाशित केलेली कामे.

जनपथच्या युवा कथा विशेष अंकाचे अतिथी संपादन.

जनपथ मासिकासाठी संपादकीय सहाय्य.

सध्या मुंबईत राहतात आणि दूरदर्शन आणि चित्रपटांसाठी कथा, पटकथा, संवाद आणि गीते लिहितात.

सरस्वती घाट

माझ्या दु:स्वप्नांना ती कंटाळली होती आणि मी तिला पहिल्यांदाच तुटताना पाहिले. एका सुंदर स्वप्नात माझा आत्मा तिला घेऊन जावा पण एके दिवशी, संध्याकाळी, मी तिला निरोप दिला आणि जवळजवळ ओरडून म्हटले, "मला सोडून दे."

मला त्या संधिप्रकाशाच्या वेदना चांगल्या प्रकारे आठवतात. ती जागा बैरहाणा स्मशानभूमी होती जिथे आम्ही सरस्वती घाटावरून सायकल घेऊन चालत आलो होतो, जिथून तिला झूँसीला जायचे होते. त्या दिवशीही मी तिला पाहिलेल्या एका दु:स्वप्नाबद्दल सांगितले की "तुम्ही गावातून स्थलांतरित झालेल्या शहरी संस्कृतीने वेढलेले आहात आणि मी तुम्हाला सांगत आहे की तुम्हाला काहीही होणार नाही, त्यांना तुमची मान कापू द्या, मला तुम्हाला पुन्हा कसे जिवंत करायचे ते माहित आहे."

मला दु:स्वप्नांच्या किंकाळ्या माहित होत्या, ज्यामध्ये त्या किंकाळ्या तुटून विरघळून जातील पण मला दिसत होते की संदेश तुमच्यापर्यंत पोहोचत आहे पण मी हे पाहत होतो. सत्य हे देखील असू शकते की माझे शब्द तुमच्यापर्यंत पोहोचले नाहीत किंवा खुन्यांना तुमच्या समोर पाहून त्यांना पुन्हा जिवंत करण्यासारख्या गोष्टींवरील तुमचा विश्वास उडाला आहे. तुम्ही माझ्याकडे असहाय्यपणे आणि तुमच्या समोर पाहत आहात.चमकणाऱ्या तलवारींमध्ये, "जर तुम्हाला या जगात जगायचे असेल तर तुम्हाला कर्मकांड सहन करावे लागतील" असा नारा घुमत आहे. तर मी समाधानाने भरून जात आहे की मी तुम्हाला जिवंत केल्यानंतर या शहरातून कायमचे दूर नेईन, जिथे मृत्यू कोणत्याही प्रकारचा असो, परंतु मी तुम्हाला संस्कारी खुन्यांच्या हातून मरू देणार नाही.

मी तुमची कापलेली मान पाहतो आणि संस्कारांचा अट्टाहासही ऐकतो. ते जयजयकार करत दुसऱ्या एका मानेच्या शोधात निघून जातात. मी तुझे धड आणि डोके घेऊन सरस्वती घाटावर पोहोचतो, जिथे यमुना आमच्या डोळ्यांसमोर संगमात विलीन होईल. सभेच्या शेवटच्या काही पायऱ्यांच्या पाण्याने मी तुला पुन्हा जिवंत करतो. मी तुझ्या मानेतील रक्त साफ करत असतानाच घाटावर गस्त घालणारा तोच जमाव घाटाच्या दोन्ही बाजूंनी आमच्याकडे येऊ लागतो. तुम्ही यमुनेत उडी मारता आणि म्हणता की गर्दीकडे पाहू नका. ते संघाचे मारेकरी आहेत. आम्ही आमच्या सर्व शक्तीनिशी पोहायला सुरुवात करतो पण दुसऱ्या बाजूने स्टीमरमध्ये बसलेले अधिकारी, त्यांचे गोफण आणि गडावरील सैनिक आमच्यावर गोळ्या झाडू लागतात. तुम्ही बुडण्याबद्दल बोलता आणि आम्ही अगाध खोलवर जाऊ लागतो. एकमेकांच्या हातात असतानाही, भीती आणि प्रेमाची अशी दहशत आमच्या मनात घर करत होती की विचार आला की पाण्याखाली जीवन मिळाले तरी आपल्याला श्वास घ्यायचा आहे, एक मुक्त श्वास. मग मी जागा होतो.

हे कसलं भयानक स्वप्न होतं? हे ऐकून ती उभी राहिली आणि सरस्वती घाटापासून बैरहानापर्यंत मी अनेक प्रयत्न करूनही ती एकही शब्द बोलली नाही आणि शांतपणे स्मशानभूमीजवळच्या सायकलवर बसली जिथे मी तिला दररोज सोडत असे आणि जाऊ लागली. मी जवळजवळ ओरडून तिला मला सोडून जाण्यास सांगितले तेव्हा तिने फक्त दोन-चार वेळा सायकल चालवली असावी. मला आठवतंय! तू एका पायाच्या आधाराने

सायकल इतक्या वेगाने फिरवली होतीस आणि तीही उजव्या बाजूने की क्षणभर मी विसरलो की ती तू नाहीस तर सर्कसमधील एखादी मुलगी आहेस.

माझ्या सायकलला जवळजवळ धडकत असतानाच तिने सायकल थांबवली आणि स्टँडवर न ठेवता, एकही शब्द न बोलता, "मला सांग, तू पुन्हा काय म्हणालास?" अशा स्थितीत उभी राहिली. अडखळत, मी शक्य तितके दुरुस्त केले, "हं, जर मला पुन्हा भयानक स्वप्न दिसले तर तू मला सोडून जावे." तू सायकल उचलून बसताना म्हणालास, "तुला हे आठवेल ना?" मी म्हणालो, "आता मला कोणतेही भयानक स्वप्न दिसणार नाही."

"मी त्या दिवशी तुला सोडून जाईन" असे म्हणत ती निघून गेली जणू ती आत्ताच मला सोडून जात आहे. पण दुसऱ्या दिवशी ती पुन्हा आली आणि यावेळी आम्ही सरस्वती घाटावर नाही तर बैरहानाच्या स्मशानभूमीत बसलो आणि जगाबद्दल बोलत राहिलो. तेव्हापासून वर्षाचे चारही ऋतू निघून गेले पण मला कोणतेही वाईट स्वप्न पडले नाही.

हा आनंद इतका आनंददायी होता की तो कोणत्याही दु:खाने, कोणत्याही शिक्षेने किंवा कोणत्याही दु:स्वप्नाने संपू शकत नव्हता. पण तो एक उबदार ऑक्टोबरचा दिवस होता, संपूर्ण कुटुंब घरातील जुन्या वस्तू छतावर पसरवत होते जेणेकरून त्यांना वर्षभर कीटकांपासून वाचवता येईल. मी बाबांची पुस्तके पसरवत होतो. तेवढ्यात वाल्मिकी रामायणातून एक पोस्टकार्ड पडले. हे माझे बाबांना लिहिलेले पोस्टकार्ड आहे. पोस्टकार्डची तारीख पाहून मला वाटते की मी सातवीत शिकत होतो, आम्ही गावात राहत होतो आणि तेव्हापासून मला घरची खूप काळजी वाटत होती. मी मंत्रमुग्ध होऊन आनंदी होतो आणि आईचे दोन्ही गाल धरून म्हणालो, हे पत्र पहा. एका हातात पत्र होते आणि दुसऱ्या हातात आईचे गाल होते. मी संपूर्ण पत्र वाचेपर्यंत आईचे गाल धरत राहिलो. अशा परिस्थितीत, आई मला प्रेमाने दूर ढकलून द्यायची किंवा "जा, जाऊ नको" म्हणत थप्पड मारण्याचा प्रयत्न करायची पण पत्र संपेपर्यंत ती श्वास रोखून धरायची. आणि पत्र संपल्यावर मी खूप अभिमानाने म्हणालो, "तुला माझ्यापेक्षा चांगले मूल आहे का?" आईच्या डोळ्यातील अश्रू फक्त हास्यापर्यंत मर्यादित होत होते पण ती तक्रार करत म्हणाली, "जर तू इतका चांगला आहेस तर मग तू महामृत्युंजय जाप का करत नाहीस? तुला फक्त उभे राहावे लागेल, मी सर्व काही करेन." माझे सगळे अवसान गळाले.

आईच्या अशा गोष्टींवर मला राग यायचा पण मला राग आला नाही. मी माझ्या खोलीत गेलो आणि पोस्टकार्ड पुन्हा पुन्हा वाचत झोपलो. आणि जेव्हा मी जागा झालो तेव्हा मी एका भयानक स्वप्नातून जागा झालो.

पुन्हा तेच दु:स्वप्न! ते कसं आलं? दुपारी झोपण्यापूर्वी ते कसं होतं? पण आता मला तिच्याशी झालेला संवाद आठवत होता ज्यामध्ये ती दु:स्वप्न पाहून मला सोडून जाण्याबद्दल बोलली होती. माझ्या कपाळावर इतक्या आढ्या पडल्या होत्या की त्या माझ्या हातांच्या रेषांमध्ये दिसू लागल्या. या क्षणी घाबरून माझे भाषांतर पूर्ण झाले पण मी ठरवले की मी तुझ्याशी खोटे बोलेन पण किती काळ आणि तेही दुसऱ्यांदा पाहत असलेल्या दु:स्वप्नाबद्दल. एखाद्याला जिवंत करण्यासारखे काही आहे की नाही याबद्दल मी स्वत:बद्दल अनिश्चित होत होतो!

मी शंका आणि खात्री यांच्यात अडकलो होतो तेव्हा तिचा फोन आला. तिने एक सुंदर स्वप्न पाहिले होते आणि ती इतकी आनंदी होती की ती सायकल चालवताना माझ्याशी फोनवर बोलत राहिली आणि मला सांगत होती की ती दहा मिनिटांत घाटावर पोहोचेल. झूँसीहून बैरहाना दहा मिनिटांत! तिच्या वेगाचा विचार करत मी म्हणालो, जर सायकलची चैन तुटली तर? "ही माझी सायकल आहे, तू आरामात ये" आणि तिने फोन डिस्कनेक्ट केला.

मी तिथे गेलो तेव्हा ती घाटावर माझी वाट पाहत होती, बोटांनी चित्र काढत होती. मी तिथे पोहोचताच ती मला तिच्या स्वप्नाबद्दल सांगू लागली. तिच्या चेहऱ्यावरून इतकी लाळ सांडताना मी कधीच पाहिले नव्हते. तिच्या कपाळावरील धूळ निघत होती आणि कोमलतेचे रंग उगवत होते. या आनंदात, मी माझे दु:स्वप्न देखील सांगू लागलो तेव्हा अचानक ती ओरडली, "तू इथून निघून जा, मी तुला सोडून गेलो आहे." ही किंकाळी इतकी भयानक होती, जणू काही त्रेतायुगाच्या धनुष्याच्या तुटण्याचा आवाजाशी त्याची बरोबरी करू शकेल.

संपूर्ण शहर सरस्वती घाटाकडे वळले. शक्य तितके खोटे बोलून मी म्हणालो की "मी कोणतेही दु:स्वप्न पाहिले नाही, मी फक्त तुला चिडवण्यासाठी ते सांगितले. मी खोट्यात शक्य तितके हसण्याचा प्रयत्न केला, पण ती माझ्यावर प्रेम करते आणि मी

तिच्यासाठी मरत होतो." तिचा हात पुढे करत ती म्हणाली, "माझी शपथ घ्या" ती पहिल्यांदाच मला शपथ घ्यायला लावत होती. पहिल्यांदाच, मला जिवंत परत आणण्याच्या बाबतीत मला शंका येत होती. मी म्हणालो की थोडी दया करा, मी एका वर्षानंतर एक दु:स्वप्न पाहिले आहे, काही वर्षांच्या आत ही सवय सुटेल.

ती म्हणाली, "तू जा" आणि ती तिच्या सायकलकडे सरकली. मी म्हणालो की मला तुला पुन्हा एकदा किस करायचा आहे. ती त्याच वेगाने वळली आणि मला विचारले, "मी तुला काय म्हटले?" मी न अडखळता म्हटले, "तू मला निघून जाण्यास सांगत आहेस." हो, मग जा. मला राग येणार होता. मी म्हणालो की मी जाणार नाही. मी इथेच उभी राहीन. ती काहीही न बोलता निघून गेली. मी तिच्या मागे धावत राहिलो आणि असे काहीतरी बोलत होतो की ती चिडून थांबून माझे ऐकेल. मला आठवते की मी तिच्या मागे धावत म्हणालो होतो- "तू मला ज्याला सुंदर स्वप्न म्हटले आहेस ते छिद्रांनी भरलेले आहे. मला तुझे सर्व भयानक स्वप्ने माहित आहेत." पण ती दहा मिनिटांत झूँसीहून सरस्वती घाटावर पोहोचली. तिला गायब होण्यास वेळ लागला नाही.

आता गर्दी माझ्याकडे होती पण ती मुलगी तिथे नव्हती. गर्दी मुलीकडे वळली.मी एका मुलीचा आवाज ऐकला होता आणि माझ्याकडे एका मुलीचा आवाज आहे, या गुन्ह्यासाठी मला हाकलून लावण्यात आले आणि शहराबाहेर दगड फोडण्याचे काम देण्यात आले. दगड फोडून देवांच्या मूर्ती बनवायला शिकेपर्यंत मला हे काम करावे लागले. जेव्हा मी मूर्तीला आकार देऊ लागलो तेव्हा मला सुंदर स्वप्ने पडू लागली पण मी तुझ्यापासून दूर होतो आणि पुन्हा पुन्हा तुझी मूर्ती बनवत असे. संस्कारांच्या रचनेत हा गुन्हा होता आणि माझी शिक्षा वाढत चालली होती.

एके दिवशी मी तिच्या कपाळावर बिंदी बनवत असताना, स्वत:ला कलाकार म्हणवणारा, संस्कारांच्या शक्तीने रक्ताळलेला पण आतून तो स्वीकारणारा आणि त्याच्या चिखलात अडकलेला एक माणूस माझ्याकडे आला आणि म्हणाला, "तुम्हाला देवांच्या मूर्ती बनवता येत नाहीत याचा पश्चात्ताप होत नाही का?" मी तिची मूर्ती बनवण्यात मग्न होतो, या पश्चात्तापावर मी काय बोलू शकतो, तर मी सुंदर स्वप्ने पाहत होतो. हेच माझे गंतव्यस्थान होते. त्याने मला सांत्वन दिले, काही फरक पडत नाही, तू माझी मूर्ती बनव,

मी तुला शिक्षेपासून मुक्त करीन. मला त्याचे शब्द मनोरंजक वाटले कारण तो मला शिक्षेपासून मुक्त करू शकतो म्हणून नाही. तर कारण असा कोणीतरी आहे जो शिक्षेपासून मुक्ततेच्या बदल्यात त्याच्या मूर्ती बनवून घेतोय.

पण चांगली गोष्ट म्हणजे मी माझ्या शिक्षेबद्दल विचार करू लागलो आणि बिंदी बनवल्यानंतर, मी तिच्या पुतळ्याच्या हातात धनुष्यबाण ठेवला आणि निर्दोष सुटलो. पण ती शहरात होती आणि तिच्या उपस्थितीमुळे संस्कारांशी संबंधित सर्व काही धोक्यात आले होते, म्हणून शहरात प्रवेश करण्यापूर्वी, एक अफवा पसरली की माझी शिक्षा भोगत असताना, मी संस्कारांमध्ये छेडछाड केली आहे. मी बनवलेली मूर्ती कोणत्याही देव किंवा देवीची नसून माझ्या मैत्रिणीची होती. ती मला सोडून गेली होती. आता ती गोष्ट जुनी झाली आहे. आता अलाहाबादचे नावही बदलले आहे. माझे अलाहाबादला जाणे म्हणजे माझ्या हत्येला आमंत्रण देण्यासारखे होते. मी घाबरलो होतो आणि इतका विसरलो की मी पुनरुत्थानासारख्या गोष्टींवर पूर्णपणे विश्वास ठेवतो. पण एक सत्य माझ्यापासून वेगळे होऊ शकले नाही की माझ्या शिक्षेदरम्यान तिचे पुतळे बनवताना, मी अनेक सुंदर स्वप्ने पाहिली होती. तिला माझी सुंदर स्वप्ने सांगून माझ्यामध्ये येणाऱ्या दु:स्वप्नांपासून मला मुक्ती मिळवायची होती. म्हणून मी अलाहाबादच्या वाटेवर निघालो.

पण शहरात प्रवेश करताच मला काय दिसत राहिले! शहरातील चौकात

पण असे काही स्क्रिनवर संस्कारी दस्ताचे कौतुक करणारे चित्रपट दाखवले जात आहेत. लोक वेगवेगळ्या ठिकाणी जोडप्यांना मारत आहेत, त्यांना नग्न करत आहेत. ते त्यांचा इज्जत लुटत आहेत, त्यांचे शिरच्छेद करत आहेत आणि हेलिकॉप्टरमधून त्या संस्कारी खुन्यांवर फुले उधळत आहेत. जेव्हा मी माझे लक्ष स्क्रीनवरून हटवतो तेव्हा माझे लक्ष भिंतीवरील पोस्टर्सकडे जाते. माझे पोस्टर्स विविध ठिकाणी चिकटवलेले असतात, त्या पोस्टर्सवर मला जिवंत किंवा मृत पकडण्यासाठी बक्षीस लावलेले असते. हे कसे घडले? आणि माझ्या हत्येची इतकी कमी किंमत! मी डोळे चोळले, स्वत:ला चिमटे काढले की मला वाईट स्वप्न पडत आहे का ते तपासण्यासाठी! नाही, हे वाईट स्वप्न नव्हते!

मी माझ्याच शहरात लपण्याची जागा शोधण्यासाठी पळालो आणि एका रस्त्यावर मला दिसले की संपूर्ण रस्ता माझ्या हरवलेल्या पोस्टर्सनी भरलेला होता.जिथे माझ्या मित्रांनी सांगितले आहे की ते मला शोधण्यासाठी मागितलेली कोणतीही रक्कम देतील. मी सुटकेचा नि:श्वास सोडला. मला वाटले की हे एक सुंदर स्वप्न आहे जे मी पाहत राहिलो पण नंतर मी त्याच्या नावाने छापलेले पोस्टर वाचले. त्यानेही मला जिवंत किंवा मृत पकडण्यासाठी बक्षीस जाहीर केले होते. पण त्याची बक्षीस रक्कम खूप जास्त होती. या एका क्षणी मला वाटले की त्याच्याकडे माझ्या जीवाची किंमत आहे पण ती इतकी जास्त होती की ती स्वीकारणे आणि पचवणे सर्वांना कठीण होते. पण आमचा काळ, जो 'पळणाऱ्या भूतासाठी ठीक आहे' या म्हणीत स्थापित आहे, त्याच्या बक्षीस रकमेला खोटे मानूनही, मुलीकडून त्याला काहीतरी मिळेल असा विश्वास होता. आणि तो माझ्या मागे येऊ लागला.

कोणीतरी म्हणत होतं की सरस्वती घाटावर पोहोचताच तुला मारलं जाईल. तुझी शेवटची इच्छा सांगावी. तुझी मैत्रीण तुला मारेल. तू तिचा पुतळा का बनवलास? तू तिला जाण्यापासून का रोखलंस? मी त्या सर्वांना झटकून टाकते आणि तिथून पळून जाते, सायबर कॅफेमध्ये लपते आणि माझं फेसबुक अकाउंट उघडते. मला आश्चर्य वाटतं की तिच्यासोबत असलेल्या अनेक मुली लाजेने आणि त्यांच्या संस्कृती आणि मूल्यांमुळे डोके वर काढत सुसंस्कृत गटांच्या पोस्टशी सहमत आहेत.

मला वाटलं मी आत्ताच मरेन. श्वास तुटल्यावर आपल्याला काहीतरी घट्ट धरून ठेवायचं असतं जेणेकरून परत येणाऱ्या श्वासाची इच्छा आणि आशा पुन्हा एकदा उफाळून येईल. मी तिच्या वॉलवर गेलो पण तिथे मी काढलेल्या फोटोशिवाय काहीही नव्हते. आम्ही एकत्र असलेले सर्व फोटो गायब होते. मी तिच्या त्या मैत्रिणीच्या वॉलवर गेलो जिच्याशी तिने माझी ओळख करून दिली होती. तिने तिच्या पोस्टमध्ये लिहिले होते की "फतवे जारी करून, पोस्टर्स लोकांना जिवंत ठेवण्याच्या सर्व विश्वासाला गाडून टाकत आहेत. जरी कोणी प्रेमावर विश्वास ठेवत नसला तरी, मानवतेवरील विश्वासावर हे जीवन पणाला लावता येते. जर आपण आपले जीवन पणाला लावू शकत नसलो तर

किमान आपण अशा लोकांविरुद्ध असू शकत नाही जे लोकांना जिवंत ठेवण्यावर विश्वास ठेवतात."

हा असा विश्वास होता की त्यामुळे मला जिवंत वाटले, जो मी सुसंस्कृत टोळ्यांचा तांडव, अलाहाबादचे नाव आणि नकाशा बदलणे आणि भिंतींवर माझ्या बक्षिसाची रक्कम पाहून विसरलो होतो. पण तिच्या मैत्रिणीच्या पोस्टवर सुसंस्कृत टोळ्यांच्या मुला-मुलींना आवडणारे पाहून मला शंका आली की हा संपूर्ण खेळ खरोखरच मला मारण्यासाठी सुरू आहे! मला माझे श्वास तुटलेले जाणवले आणि तिला हे सर्व करण्याची गरज का पडली याचा विचार केला! ते दु:स्वप्न माझे वास्तव नव्हते! ती मला मारू इच्छित असेल आणि मी श्वास घेऊ शकेन! हा क्षण शंका आणि खात्री यांच्यात इतका बदलत होता की माझे डोळे अश्रूंनी भरून येत होते आणि माझे हृदय हलके होत होते.

मी पुन्हा तिच्या फेसबुक वॉलवर होतो. मी क्लिक केलेल्या फोटोकडे पाहत असताना, मला जाणवले की श्वास सोडण्याची देखील एक लय असली पाहिजे. मी या लयीशी माझा सूर जुळवू लागलो तेव्हा तिच्या वॉलवर एक नवीन फोटो चमकला. मी तो हुँदका सोडला आणि डोळे पुसले. त्या चित्रात, एका घुमटाखाली एक जोडपे चुंबन घेत होते. ज्यांच्या अंगणात ऑक्टोबरचा कडक सूर्य होता. कुठेतरी काहीतरी घडल्यासारखे शांतता होती. असे वाटत होते की त्यांच्या सायकलवरून खाली उतरल्यानंतर, ते जे करत होते ते म्हणजे एकमेकांना चुंबन घेणे जेणेकरून ते चुकू नये. मी पाहिले की हा फोटो शेअर करण्याची वेळ आताच आली होती आणि ती जागा सरस्वती घाट होती. मला समजले की माझे दु:स्वप्न तिच्यासाठी इतके विदारक का आहे. मी श्वास न घेता सरस्वती घाटावर जाणार होतो, तेव्हा माझ्या इनबॉक्समध्ये एक संदेश आला, ही सगळी तिची युक्ती आहे. मग, काही वेळातच, माझा इनबॉक्स गुड बायने, अलविदाने भरू लागला.

मला असं वाटलं नाही की मी वेडा झालो आहे. मला वेडा बनवलं जात आहे. मला आत्ताच मरायचं होतं, मग मी सरस्वती घाटावर जायला का कचरत होतो? फक्त कारण मला तिच्या हातून मरायचं नव्हतं.मला ते करायचे होते. मी दहा मिनिटांपूर्वी शेअर केलेले पेंटिंग पुन्हा पाहिले. अचानक मला असे वाटले की ते दहा मिनिटांसाठी सुसंस्कृत लोकांनी

वेढलेले आहे, मी एक दीर्घ श्वास घेतला आणि तुम्ही शेअर केलेले पेंटिंग अपडेट केले, जवळजवळ न झालेले चुंबन आठवत रहा. आणि मग मी सरस्वती घाटाकडे निघालो, जिथे ती आहे, जिथे तुम्ही आहात.

संपर्क- १०३, अहिंसा बिल्डिंग
डोगरी लेन वर्सोवा अंधेरी (पश्चिम)
मुंबई-४०००६११
मोबाईल: ९५९४२८२९१८
sheshmumbai@gmail.com

●●●

हरी मृदुल

४ ऑक्टोबर १९६९ रोजी उत्तराखंडमधील चंपावत जिल्ह्यातील बगोटी या गावात जन्म. प्राथमिक शिक्षण गावातील शाळेत झाले आणि नंतर बरेली येथून पदव्युत्तर शिक्षण घेतले. आतापर्यंत 'सफेदी में छुपा काला' आणि 'जैसे फूल हजारी' हे दोन कवितासंग्रह प्रकाशित झाले आहेत. इंग्रजीत अनुवादित 'यू आर वर्थ मिलियन्स सर' हा कवितासंग्रह. 'कैकी मया बाटुली की' हा संग्रह कुमाऊनीमध्येही प्रकाशित झाला आहे. ते त्यांच्या मातृभाषेत कुमाऊनीमध्ये सतत कविता आणि गीत लिहित आहेत. त्यांनी अनेक लोकप्रिय कथा आणि लघुकथा देखील लिहिल्या आहेत. बालसाहित्य देखील रचलेले आहे. चित्रपटांवर बरेच लिहिले आहे, जे वेळोवेळी महत्त्वाच्या मासिकांमध्ये प्रकाशित झाले आहे. देशातील सर्व स्तरावरील मासिकांमध्ये कविता आणि कथा सतत प्रकाशित झाल्या आहेत. मराठी, पंजाबी, उर्दू, कन्नड, नेपाळी, आसामी, बंगाली, इंग्रजी आणि स्पॅनिश इत्यादी भाषांमध्ये विविध रचना अनुवादित झाल्या आहेत.

सन्मान आणि पुरस्कार: महाराष्ट्र राज्य हिंदी साहित्य अकादमीचा संत नामदेव पुरस्कार (2008), हेमंत स्मृती कविता पुरस्कार (2007), 'कथादेश' मासिकाचा अखिल भारतीय लघुकथा पुरस्कार (2009), कादंबिनी अखिल भारतीय लघुकथा पुरस्कार (2010), वर्तमान साहित्य पुरस्कार (2008), कथानक साहित्य पुरस्कार (2008), (2018), हिमांशू राय चित्रपट पत्रकारिता पुरस्कार (2011 पुरस्कार 2019) प्राप्त झाले आहेत.

नूतन सवेरा, दैनिक जागरण, अमर उजाला या वृत्तपत्रांमध्ये वरिष्ठ पदांवर पत्रकारितेत काम केल्यानंतर, सध्या ते मुंबईतील टाइम्स ग्रुपच्या नवभारत टाइम्स या हिंदी वृत्तपत्रात सहाय्यक संपादक आहेत.

कन्हैया

एक दुर्मिळ दृश्य होते ते. रस्त्यावर एक तरुण बासरी वाजवत होता. शेकडो कान त्याच्या मागे येत होते आणि मोहित झाले होते. पन्नास डोळे त्याला शोधत होते आणि अस्वस्थ दिसत होते. तो ज्या रस्त्यावरून जात होता त्या रस्त्याच्या दोन्ही बाजूला बहुमजली इमारती होत्या. या इमारतींमध्ये नवीन श्रीमंत वर्ग राहत होता, ज्यांना कदाचित अजूनही त्यांच्या बालपणीच्या आठवणी आहेत. या आठवणींमध्ये चाळी असलेली छोटी घरे किंवा एक खोलीचे स्वयंपाकघर होते. त्यांच्या मुळांच्या, म्हणजे गावे आणि शहरांच्या, मंद सावल्या देखील होत्या. बासरीचा हा सूर त्यांना कोणत्या ना कोणत्या कारणाने भूतकाळाशी जोडत होता...

तो रविवारचा दिवस होता आणि दुपारची वेळ होती. काही लोक जेवण करून आराम करत होते. काही त्यांच्या कुटुंबियांशी गप्पा मारत होते. काही जण त्यांच्या मित्रांसोबत इमारतीच्या आवारात उभे होते. काही त्यांच्या बायका आणि मुलांमध्ये मग्न होते. काही त्यांच्या मोबाईल फोनमध्ये व्यस्त होते. काही टीव्ही पाहत होते. काही जण बाजारात जाण्यासाठी घराबाहेर पडले होते, म्हणजेच रस्त्यावर होते. तेवढ्यात एक तरुण कुठूनतरी बासरी वाजवत आला आणि जणू त्याने सर्वांना आपल्या जादुई मिठीत घेतले. सगळे जण जिथे होते तिथेच थांबले होते.

तो तरुण ज्या रस्त्यावरून चालत होता तो रस्ता दोन्ही बाजूंच्या बहुमजली इमारतींच्या बाल्कनीत उघडत होता. तर काय झाले तर काही मिनिटांतच डझनभर लोक त्यांच्या बाल्कनीत दिसू लागले. हळूहळू ही संख्या वाढतच गेली. वीसचे चाळीस झाले, चाळीसचे ऐंशी झाले आणि ऐंशीचे एकशे साठ झाले.... त्यात वृद्ध, तरुण आणि मध्यमवयीन देखील होते. त्यात महिला, पुरुष आणि मुले देखील होती. खरं तर, प्रत्येकजण मधुर संगीत ऐकत होते आणि प्रत्येकाला बासरीवादकाची एक झलक पहायची होती. त्या सुरात अशी जादू होती की कावळे, कबुतरे, मैना आणि चिमण्या देखील उडायचे विसरले होते. एकही पक्षी उडताना दिसत नव्हता. कुठूनतरी येणारी गाय डोळे मिटून रस्त्याच्या कडेला शांतपणे उभी होती. तिचा रवंथ थांबला होता आणि अचानक त्या हंबरू लागल्या होता. हद्द अशी होती की रस्त्यावरील कुत्रे देखील, जे

दिवसा विनाकारण भुंकून आम्हाला त्रास देत होते, ते शांत होते. बऱ्याच वेळा ते बासरीच्या आवाजात स्वत:चा एक लांब आलाप गात होते, जणू काही मधुर सुरांना साथ देत होते.

ते इथे किती रस्त्यांवरून आणि रस्त्यांवरून आले होते, कुणास ठाऊक, डझनभर लोक एकत्र उभे होते. ते सर्वात खोडकर होते, पण ते सर्वात जास्त संमोहितही दिसत होते आणि त्यांना प्रकरण काय आहे हे समजत नव्हते!

दरम्यान, तो तरुण रस्त्यावरून हळू हळू चालत बासरी वाजवत एका झाडाखाली सावलीत उभा राहिला, त्याच विशिष्ट स्थितीत ज्या स्थितीत कृष्ण कन्हैया द्वापर काळात कदंबाच्या झाडाखाली उभा राहत असावे. दुपारची वेळ होती, त्यामुळे उष्णता त्याचा परिणाम दाखवत होती. रस्त्याच्या कडेला ते झाड कोणते होते हे मला माहित नाही. पण ते काहीही असो, ते बरेच हिरवेगार होते. त्याला रुंद पाने होती. त्याला उंच फांद्या होत्या. फांद्या पसरलेल्या होत्या. ते दूरवर सावली देत होते. प्रथम, त्याला दाट सावली होती आणि त्या वर, हातात बासरीसारखे आवडते वाद्य, अशा परिस्थितीत, शरीरात आणि मनात उत्साह निर्माण होणे निश्चित होते. मग तो तरुण बराच वेळ मोठ्या आनंदाने बासरी वाजवत होता. तो बासरी वाजवण्यात इतका मग्न होता की जवळून जाणारे पंचवीस जण त्याच्या सुरांकडे आकर्षित झाले आणि पंचवीस जणांनी त्यांच्या मोबाईलवरून त्याचे व्हिडिओ बनवले. मला माहित नाही की त्याने या दरम्यान किती प्रकारचे सुंदर सुर तयार केले असतील आणि किती नवीन राग तयार केले. त्याला किंवा श्रोत्यांनाही ते कळले नाही. तो फक्त अमृताचा वर्षाव होता. या अमृताने कोरडी हृदये ओली होत होती. सुरांचा असा वर्षाव झाला की शरीराचा प्रत्येक रोम न रोम फुलला. बासरीने मोहित झालेल्या अनेक महिलांनी आपापसात टिप्पणी केली की, बघा, हा कन्हैयासारखा दिसतोय! स्वत: कृष्ण कन्हैया. हे संगीत ऐकून त्या भारावून गेल्या. त्यांच्यापैकी अनेकांच्या डोळ्यांतून अश्रू वाहू लागले होते. त्यांना इच्छा असूनही ते अश्रू थांबवू शकले नाहीत. बासरीचे संगीत त्यांना एका नवीन आनंदाने भरत असतानाच त्यांना खूप दु:खही होत होते.

मग कोणाच्या तरी लक्षात आले की त्या तरुणाने डोक्यावर मोरपंखही घातला होता. मोरपंख? अरे, अद्भुत. तो खरोखर कन्हैयासारखा दिसतो. एकामागून एक आश्चर्य वाढत राहिले. या तरुणाभोवती उभे असलेले बहुतेक लोक तरुण होते आणि हे तरुणही

प्रत्येक वर्गातील होते. अचानक, आदर आणि भक्तीची भावना निर्माण होऊ लागली. लोक बासरीच्या तुलनेत मोरपंखाकडे जास्त पाहत होते. खरं तर, त्या तरुणाने टॉवेलचा एक फेटा घातला होता, ज्यामध्ये त्याने एक मोठे मोरपंख गुंडाळले होते. एक वेगळीच आभा असलेला मोरपंख. हे खरोखरच सर्व लोकांसाठी खूप आश्चर्याची गोष्ट होती.

तो त्याला बासरी वाजवतानाही पाहत होता, त्याचे लक्ष निश्चितच प्रथम मोरपंखाकडे जात होते. अचानक या मोरपंखाने त्या तरुणाला रहस्यमय बनवले.

त्या तरुणाला अजून व्यवस्थित मिशा नव्हत्या. त्याचे केस लांब आणि कुरळे होते. त्याच्या कानात कुंडल तर नव्हते, पण त्याने सोन्याचे खूप छोटे कानातले नक्कीच घातले होते. त्याच्या गळ्यात एक हारही होता, जो देवाला माहीत आहे कोणत्या मटेरियलचा होता. त्यात चमक होती आणि तो त्याने घातलेल्या रंगीत कुर्ता आणि पायजमाशी जुळत होता. तो काळ्या रंगाचा तरुण जितका निष्पाप दिसत होता तितकाच तो मंत्रमुग्ध करत होता. बासरी वाजवतानाही तो मंद हसत होता असे वाटत होते. त्याची शैली खूप मनमोहक होती. सर्वात महत्त्वाची गोष्ट म्हणजे तो असीम शांतीने भरलेला होता.

रस्त्याच्या दोन्ही बाजूला असलेल्या या बहुमजली इमारतींमधील एका फ्लॅटमध्ये राहणाऱ्या दुसऱ्या एका तरुणावर त्या बासरीवादकाचा इतका प्रभाव पडला की तोही त्याच्याकडे ओढला गेला आणि त्या झाडाखाली पोहोचण्यासाठी तो खूप वेगाने धावला. तो बासरी वाजवणे थांबण्याची आणि त्याच्याशी बोलण्याची आणि त्याच्या आयुष्याबद्दल काही मनोरंजक माहिती मिळण्याची वाट पाहू लागला. गोष्ट अशी होती की या तरुणाला काही महिन्यांपूर्वी एका मोठ्या वर्तमानपत्रात रिपोर्टर म्हणून नोकरी मिळाली होती, म्हणून अचानक त्याला बासरीवादकावर एक उत्तम लेख लिहिण्याची आणि ती त्याच्या वर्तमानपत्रात प्रकाशित करण्याची कल्पना सुचली. बऱ्याच दिवसांपासून त्याचे तात्काळ बॉस त्याला रविवारच्या पुरवणीसाठी काहीतरी नवीन आणून ते ब्लॉकबस्टर बनवण्यास सांगत होते. या बॉसने तर असेही म्हटले होते की जर तो एक-दोन आठवड्यात हे करू शकला नाही तर त्याने दुसरी नोकरी शोधायला सुरुवात करावी...

आत्तापर्यंत बासरीवादकाभोवती गर्दी जमली होती. त्याचे बासरी वाजवतानाचे अनेक व्हिडिओ बनवले गेले होते. काहींनी तर छोटे व्हिडिओ बनवले होते आणि पोस्ट केले होते. त्यांना लाईक्स आणि कमेंट्स मिळू लागल्या होत्या. काहींनी फेसबुक लाईव्हही

सुरू केले होते... पण बासरीवादकाला हे सर्व कळत नव्हते. तो त्याच्या गोड सुरांमध्ये हरवला होता आणि पूर्ण एकाग्रतेने बासरी वाजवत होता. त्याचे डोळे इतके बंद होते की जणू काही तो समाधीत गेला आहे आणि बराच वेळ तो उघडणार नव्हता. तेवढ्यात दोन पोलिस दुरून त्यांच्या बाईकवरून येताना दिसले. सब-इन्स्पेक्टर बाईक चालवत होता आणि

मागे एक हवालदार बसला होता. कदाचित त्याला वाटले असेल की काहीतरी गडबड झाली आहे, पण तो जवळ येताच त्याला परिस्थिती समजली. सब-इन्स्पेक्टरने रस्त्याच्या कडेला बाईक उभी केली आणि हवालदाराच्या हातातील दंडुका स्वतःच्या हातात घेऊन, त्याने कर्कश आवाजात लोकांना गर्दी करू नका आणि आपापल्या मार्गाने जाण्याचे आदेश दिले. खरंतर, पोलिसांना पाहून जमाव पांगू लागला आणि नंतर दंडुका हवेत हलताना पाहून, उर्वरित लोकही शांतपणे निघून गेले.

पण त्या तरुणाचे बासरी वाजवणे थांबले नाही. पोलीस उपनिरीक्षकाला हे आवडले नाही. त्याने काठीने बासरी वाजवली, तेव्हाच त्या तरुणाचे संगीत थांबले. जेव्हा त्या तरुणाने डोळे उघडले तेव्हा त्याला लगेच काहीही समजले नाही. तो खूप गोंधळला. त्याने लगेच उपनिरीक्षकांसमोर हात जोडून विनवणी केली की तो येथून निघत आहे. दुपारी झाडाची इतकी दाट सावली पाहून तो आनंदी झाला, या आनंदामुळे त्याने बासरी वाजवण्यास सुरुवात केली. त्याला कल्पनाही नव्हती की एवढी मोठी गर्दी जमेल...

त्या तरुणाकडे एक बॅग होती, ज्यामध्ये दोन डझनहून अधिक बासरी आणि अर्धा डझन मुरली होत्या. त्याने बॅग गोळा केली आणि खांद्यावर टांगली. मग त्याला वाटले की त्याच्या कपाळावर घाम आला आहे, म्हणून त्याने ताबडतोब डोक्यावर बांधलेला टॉवेल काढला आणि कपाळ पुसले. त्याला लक्षात आले नाही की टॉवेलमध्ये एक मोरपंख देखील अडकला आहे. मोरपंख खाली पडला, म्हणून त्याने तो झटकन उचलला आणि बासरी आणि मुरली यांच्यामध्ये त्याच्या बॅगेत ठेवले. बरं, चांगली गोष्ट अशी होती की त्या तरुणाला त्याची बॅग गोळा करताना पाहून दोन्ही पोलिसही निघून गेले. खरं तर त्यांना शक्य तितक्या लवकर त्यांच्या बॉसकडे जायचे होते. त्या तरुणाने सुटकेचा निःश्वास सोडला. तो नेहमीच पोलिसांच्या गणवेशाची भीती बाळगत आला आहे. पण हे काय आहे, तो निघणारच होता तेव्हा त्या तरुण रिपोर्टरने त्याला थांबवले, तो फक्त

त्याच्याशी थोडा वेळ बोलू इच्छित होता... पण आता तो इथे क्षणभरही थांबू इच्छित नव्हता. रिपोर्टरने त्याला सांगितले की घाबरू नको, जोपर्यंत तो तिथे आहे तोपर्यंत पोलिस त्याला काहीही करू शकत नाहीत. आपल्याला जास्तीत जास्त पंधरा-वीस मिनिटे बोलायचे आहे. पण बासरीवादकाने पटकन आपले सामान बांधले आणि पुढे निघून गेला. रिपोर्टरही तरुण आणि उत्साही होता. तोही त्याच्या मागे गेला. बासरीवादक पुढे होता आणि रिपोर्टर मागे होता.जणू काही बासरीवादक धावू लागला होता आणि रिपोर्टर त्याच्यापेक्षाही वेगाने धावत होता. बासरीवादक पोलिसांच्या गणवेशाला घाबरत होता आणि तरुण रिपोर्टरला नोकरी जाण्याची भीती वाटत होती. दोन्ही भीती एकत्र येऊन एक वेगळीच भीती निर्माण झाली. बासरीवादकाच्या मनात पोलिसांची प्रतिमा मृत्युदूतापेक्षा कमी नव्हती. कदाचित त्याला आयुष्यात पोलिसांसोबत अनेक कटू अनुभव आले असतील. तो पोलिसांच्या सावलीपासूनही वाचू इच्छित होता. रिपोर्टरसाठी हा जीवन-मरणाचा प्रश्न होता. त्याला कोणत्याही किंमतीत त्याची रविवारसाठी कहाणी मिळवायची होती. त्याला कोणत्याही किंमतीत त्याची नोकरी वाचवायची होती. अलीकडेच, त्याच्या अनेक सहकाऱ्यांना कामावरून काढून टाकण्यात आले होते. ऑफिसमधील परिस्थिती अशी झाली होती की त्याला कामावरून काढून टाकण्याची वेळ जवळ आली आहे असे वाटत होते. जर तो या दरम्यान कोणतीही अनोखी कथा, वैशिष्ट्यपूर्ण किंवा बातमी देऊ शकला नाही, तर तो रस्त्यावर येण्यास जास्त वेळ लागणार नाही. हा बासरीवादक नक्कीच त्याची नोकरी वाचवू शकला असता. त्याला त्याच्या कल्पनेवर पूर्ण विश्वास होता. पण हा बासरीवादक अजिबात थांबत नव्हता.

कधी धावत तर कधी वेगाने चालत बासरीवादक थांबला तेव्हा रिपोर्टरने सुटकेचा नि:श्वास सोडला. खरंतर, बासरीवादक थांबला होता कारण त्याला रिपोर्टरची दया आली होती. त्याला समजले की तोही त्याच्यासारखाच असहाय्य आहे. बासरीवादक थांबलेला पाहून आणि त्याची असहाय्यता लक्षात आल्याने रिपोर्टरच्या डोळ्यात अश्रू आले.

हा फक्त एक योगायोग होता की जिथे ते दोघे उभे होते तिथून पुढे जाणारा रस्ता बंद होता. खरंतर, दोघेही अशा ठिकाणी पोहोचले होते जिथे पुढे एक स्मशानभूमी होती. तो जवळजवळ एक निर्जन परिसर होता. दुपारची वेळ होती, त्यामुळे यावेळी तिथे फक्त दोनच लोक होते-

बासरीवादक आणि रिपोर्टर. आता दोघेही एकमेकांना शरण गेले.कदाचित त्यांना एकमेकांचे दु:ख समजले असेल आणि आता दोघेही दु:खात आहेत.

ते एका असाधारण संभाषणाच्या आनंदात बदलणार होते. तर तो तरुण

त्याने त्याच्या मोबाईलवर टेपिंग अँप सुरू केले होते आणि ते त्याच्या खिशात ठेवले होते आणि तो बासरीवादकाशी अगदी आरामात बोलू लागला होता. त्या तरुण रिपोर्टरने इतकी बुद्धिमत्ता दाखवली की बासरीवादक त्याच्याशी कोणताही संकोच न करता मनापासून बोलू लागला. हे घडले. सर्व प्रश्नांच्या उत्तरात, बासरीवादकाने त्याला स्वत:बद्दल असे काहीतरी सांगितले:

'भाईजान, मी वृंदावनचा आहे. मथुरा-वृंदावन. ब्रजभूमीचा आहे. माझे नाव आरिफ आहे आणि मी भगवान श्रीकृष्णाचा भक्त आहे. तुम्ही म्हणू शकता की मी त्यांचा भक्त आहे. माझा माझ्या धर्मावर पूर्ण विश्वास आहे. शंभर टक्के विश्वास आहे. मी न चुकता नमाज पठण करतो. मी कुराण-ए-पाक वाचतो आणि त्यावर चिंतन करतो. मी त्याबद्दल विचार करतो. मी खरा मुस्लिम आहे. श्रद्धेने भरलेला मुस्लिम आहे. त्या चिंतनाच्या आधारावर, मी तुम्हाला एक गोष्ट सांगू इच्छितो की कुराण-ए-पाकमध्ये कुठेही असे लिहिलेले नाही की जर तुम्ही इस्लामवर विश्वास ठेवता तर कृष्णावर विश्वास ठेवू नका. मी कृष्ण कन्हैयाच्या भूमीचा आहे. त्याचे कर्म मला मोहित करते. मी त्याच्या शब्दांबद्दल वेडा आहे. मला त्याची शिकवण आवडते. तुम्ही विश्वास ठेवणार नाही, पण कुराणसोबत मी गीता देखील वाचली आहे. मी खूप वाचले आहे. मी रसखानचा चाहता आहे. मला रसखानचे डझनभर श्लोक आठवतात - 'मानुष हो तो वही रसखान, बसौ ब्रज गोकुळ गाव के ग्वालन...' कधीकधी जेव्हा मला बासरी वाजवण्याचा कंटाळा येतो तेव्हा मी गाणे सुरू करतो. मी रसखान गातो. या प्रकरणात, मला अनेक मुस्लिम संघटनांकडून धमक्या मिळाल्या आहेत, तर अनेक हिंदू संघटनांच्या लोकांनी माझ्यावर संशय घेतला आहे आणि माझ्यावर त्यांच्या धर्माचा अपमान केल्याचा आरोप केला आहे. पण मी कोणत्याही हिंदूला घाबरत नाही किंवा कोणत्याही मुस्लिमाला घाबरत नाही. मी कोणालाही घाबरत नाही, कारण मी चूक नाही. खरे सांगायचे तर, मी कोणालाही घाबरत नाही. मला फक्त कायद्याची भीती वाटते. मला पोलिसांची भीती वाटते, मला गणवेशाची भीती वाटते, कारण मी गणवेशाची क्रूरता पाहिली आहे. पण मी सर्वांशी खूप प्रेमाने

वागतो. मी अशा वातावरणात वाढलो आहे, जिथे फक्त प्रेम शिकवले जाते. ही माझी संस्कृती आहे. ही हिंदुस्तानी संस्कृती देखील आहे. माझ्या आईने मला शेवटच्या क्षणी सांगितले होते की हिंदुस्तानी संस्कृती टिकली तरच हिंदुस्तानी संस्कृती टिकेल. ही संस्कृती कधीही सोडू नका... मी माझ्या आईचे शब्द मनात ठेवले आहेत. माझ्या आईने मला जे शिकवले आहे ते मी पाळत आहे. मी कुराणातील श्लोक तोंडपाठ करतो. मी गीतेचा अभ्यास करतो. भविष्यात, मला बायबल तसेच गुरु ग्रंथ साहिब वाचायचे आहे. मला बौद्ध आणि जैन धर्म देखील जाणून घ्यायचा आहे. मला हे चांगले ठाऊक आहे की या सर्वांमध्ये मानवतेच्या कल्याणासाठी समान संदेश असला पाहिजे.

तो तरुण पत्रकार खूप आनंदी होता. तो स्वत: धर्मासारख्या विषयांवर काही मते व्यक्त करायचा. तो या विषयावर काहीतरी वाचायचा. त्याला आरिफ जे बोलत होता ते आवडायचे, पण त्याला असेही वाटत होते की तो जातीय सलोखा वाढवणाऱ्या टीव्ही शोमध्ये काम करत आहे.

तो एका मालिकेतील एका पात्राशी बोलत होता. आजच्या जगात असे लोक असतील असे त्याने कधीच विचार केला नव्हता. धर्माच्या नावाखाली पसरवल्या जाणाऱ्या विषारी वातावरणाची पत्रकाराला पूर्ण जाणीव होती. पण आज, आरिफशी बोलताना, तो एका अनोख्या अनुभवातून जात होता. जणू काही आरिफने त्याच्यासमोर त्याच्या आयुष्यातील अनेक पाने तपशीलवार उघडली आहेत. बालपणीच्या कथा, शाळेच्या कथा, कौटुंबिक कथा, अशा अनेक गोष्टी...

अरिफ एकाच वेळी सांगत राहिला. सांगताना त्याचे डोळे अश्रूंनी भरून येत होते. भूतकाळात स्वत:ला बुडवून तो म्हणाला की त्याच्या लहानपणी तो शाळेत जात असे तेव्हा त्याला नेहमी फॅन्सी ड्रेस स्पर्धेत कृष्ण बनवले जायचे आणि तो प्रत्येक वेळी स्पर्धा जिंकत असे. अम्मी स्वत: स्वत:च्या हातांनी त्याला सजवत असे. ती त्याच्या डोळ्यात काजळ घालायची. ती त्याच्या डोक्यावर मुकुट घालायची. ती मुकुटात मोरपंख घालायची. ती त्याच्या कपाळावर टिळा लावायची. ती त्याच्या गळ्यात दागिने घालायची. ती त्याच्या ड्रेसची व्यवस्था करायची, ज्यामध्ये पिवळे कापड अनिवार्य असायचे. त्याच्या लहानपणी एकदा त्याने आग्रह धरला होता की जर त्याला बासरी मिळाली तरच तो कृष्ण

होईल. बासरीऐवजी त्याला मुरली देण्यात आली होती, पण त्याला मुरली नको होती. त्याला त्या वयातच बासरी आणि मुरलीमधील फरक समजला होता. त्याला ते कसे वाजवायचे हे देखील माहित होते. जेव्हा त्याने हार मानला नाही, तेव्हा त्याच्या अम्मीने मोठ्या कष्टाने बासरी आणण्याची व्यवस्था केली. वृंदावनातील सर्वात मोठ्या संगीत दुकानातून त्याच्यासाठी बासरी खरेदी करण्यात आली होती. ती खूप महाग होती, पण त्याचा आग्रह पूर्ण झाला. पण त्याचा आग्रह व्यर्थ गेला नाही. बासरी खरेदी केल्यानंतर तो हळूहळू ती वाजवायला शिकला. कठोर सराव केल्यानंतर, तो स्वत: अनेक गोड सूर तयार करू लागला. त्या वेळी जेव्हा त्याने भगवान श्रीकृष्णाची भूमिका साकारली तेव्हा त्याने कृष्णाचे सर्व भाव कुशलतेने सादर केलेच नाहीत तर बासरीही खूप चांगल्या प्रकारे वाजवली. जणू काही बासरीने त्याच्या अभिनयाला परिपूर्णता दिली होती. त्याच्या अभिनयाचा इतका प्रभाव होता की त्याच्या वर्गशिक्षिकेने भावनेने त्याच्या पायास स्पर्श केले. त्याने शिक्षकाच्या पायांना स्पर्श केल्यानंतर, त्याचे पाय स्पर्श करण्यासाठी लोकांची एक लांब रांग लागली. तो आश्चर्यचकित झाला आणि बुरख्यात उभ्या असलेल्या त्याच्या आईला रडू आवरता आले नाही. बासरीवादकाने सांगितले की जेव्हा जेव्हा त्याला त्याच्या बालपणीची ती घटना आठवते तेव्हा त्याचे अंग दुखत होते. खरंच, पत्रकाराने पाहिले की हे सर्व सांगत असताना त्याचे अंग दुखत होते. तो भावूक झाला. त्याचे डोळे अश्रूंनी भरले होते.

त्या बासरीवादकाची कृष्ण होण्याची प्रक्रिया त्याच्या मिशा वाढेपर्यंत चालू राहिली. शालेय शिक्षण पूर्ण केल्यानंतरही, वयाच्या चौदा-पंधराव्या वर्षी, त्याचे कृष्ण होणे थांबले नाही. एके दिवशी, रासलीलाचा एक गट त्याच्या आईला भेटायला आला आणि म्हणाला की त्यांना आरिफची गरज आहे. त्यांचा कृष्ण आजारी पडला होता आणि आता आरिफपेक्षा चांगला कृष्ण नाही. बिचारी आई नकार देऊ शकली नाही आणि तो कन्हैया बनण्यास तयार झाला. त्यानंतर, ही प्रक्रिया दोन वर्षे चालू राहिली. मिशा वाढल्यानंतर आणि त्याचा आवाज जड झाल्यानंतरही, त्याला असे वाटत राहिले की कृष्ण त्याच्या आत उपस्थित आहे. तो कृष्णात विलीन झाला आहे किंवा कृष्ण त्याच्यात विलीन झाला आहे!! त्याच्यासोबत अनेक वेळा असे घडले की तो नमाज पठण करायचा आणि कृष्ण

त्याच्यासमोर प्रकट व्हायचा. तो कुराण वाचायचा आणि गीता त्याच्यासमोर प्रकट व्हायची. मग तो डोके हलवायचा, पण ना कृष्ण त्याच्यापासून दूर जायचा आणि ना गीतेचे श्लोक त्याला सोडायचे. पण या परिस्थितीमुळे तो अजिबात अस्वस्थ होत नसे, उलट तो रोमांचित व्हायचा. त्याला चांगलेच माहित होते की हे सर्व अजिबात निंदनीय नाही...

अरिफला त्याच्या वडिलांची आठवण नव्हती. असेही शक्य आहे की त्याने त्याच्या वडिलांना कधीच पाहिले नसेल. खरंतर, त्याची आई घटस्फोटित होती. ती त्याच्या आजी-आजोबांसोबत राहत होती. ती तिच्या आई-वडिलांची एकुलती एक मुलगी होती. तो तेरा वर्षांचा असताना, देवालाच माहित काय घडले की त्याचे दोन्ही आजी-आजोबा एका वर्षातच वारले. अम्मा एकटी राहिली. आई आणि वडिलांच्या अनुपस्थितीमुळे ती हैराण झाली. ती दुःखी झाली, पण तिने आपल्या मुलाला वाढवण्यात कोणतीही कसर सोडली नाही. ती नेहमीच त्याच्या आनंदाची काळजी घेत असे. त्याने त्याच्या आईला आनंदी ठेवण्याचाही प्रयत्न केला. पण कदाचित देवाला इतका आनंदही मान्य नव्हता. तो सतरा वर्षांचा झाल्यावर अम्माला एक असाध्य आजार झाला आणि तिनेही या नश्वर जगाचा निरोप घेतला. ही माहिती देताना आरिफ हुँदके देत रडू लागला.

यानंतर आरिफने ही गोष्ट सांगितली नाही की तो मुंबईत कसा पोहोचला? तो बासरी वाजवण्यात कसा प्रवीण झाला? तो बासरी बनवायला कसा शिकला? रस्त्याने रस्त्याने फिरून त्याने बासरी विकायला कशी सुरुवात केली? तो मुंबईत कुठे राहतो, कोणासोबत राहतो आणि तो किती कमावतो? तोही याबद्दल गप्प राहिला. आरिफने त्या बंद रस्त्यावरील त्या रिपोर्टरला त्याच्या आयुष्यातील सर्व मौल्यवान गोष्टी सांगितल्या आणि शांतपणे निघून गेला, जेणेकरून दुसऱ्या रस्त्यावर किंवा गल्लीत गोड सुरांचा वर्षाव होईल, येणाऱ्या-जाणाऱ्या आणि इमारतींमध्ये राहणाऱ्या सर्व लोकांना मंत्रमुग्ध करता येईल. आरिफ गेल्यानंतरही तो रिपोर्टर बराच वेळ त्या रस्त्याच्या कडेला खुंटीसारखा उभा राहिला. जणू काही बासरीवादकाचे संमोहन हटत नव्हते.

त्या तरुण पत्रकाराने आरिफची ही मनोरंजक कथा त्याच्या वर्तमानपत्रात लिहिली होती की नाही हे मला माहित नाही. जरी त्याने लिहिली असली तरी ती प्रकाशित करण्यासाठी स्वीकारली गेली होती की नाकारली गेली होती. जर ती प्रकाशित

करण्यासाठी स्वीकारली गेली होती, तर ती कधी प्रकाशित झाली होती आणि किती स्तंभ छापले गेले होते. ते कोणत्या पानावर आणि कोणत्या शैलीत प्रकाशित झाले होते? ते फोटोसह प्रकाशित झाले होते की फोटोशिवाय. प्रकाशित झाल्यानंतरही किती लोकांनी ते वाचली असती आणि वाचल्यानंतरही किती लोकांनी ती समजून घेतली असेल आणि त्याचे कौतुक केले असेल.हे मला खरोखर माहित नाही आरिफच्या या अनोख्या कथेचे काय झाले असेल.

संपर्क: बी-601, बिल्डिंग नं-90
शुभांगन-2, कं. ओ. एच.एस. लि.
पूनम सागर कॉम्प्लेक्स, मीरा रोड (पूर्व),
ठाणे-401107 (महाराष्ट्र)
मोब: 9867011482, 8999027424
ईमेल: harimridul@gmail.com

●●●

आनंद भारती

आनंद भारती यांनी पाटणा विद्यापीठातून हिंदीमध्ये पदव्युत्तर पदवी प्राप्त केली असून त्यांचा जन्म ३ मार्च १९५६ रोजी झाला. ते १९८० पासून पत्रकारितेशी जोडले गेले आहेत. नवभारत टाईम्स, अमर उजाला, दैनिक जागरण, राष्ट्रीय दुनिया इत्यादी वर्तमानपत्रांमध्ये नियमित नोकरी करण्याव्यतिरिक्त, त्यांना हिंदुस्तान, भास्कर, लोकमत समाचार, ट्रिब्यून, धर्मयुग, दिनमान, कादंबिनी, नंदन आणि इतर वर्तमानपत्रे आणि मासिकांमध्ये दीर्घकाळ लेखनाचा अनुभव आहे.

'लहार', 'कथादेश', 'संरचना', 'प्रगतशील समाज' यासह इतर काही छोट्या मासिकांतून प्रसिद्ध झालेल्या कथा.

अनेक मालिकांमध्ये आणि चित्रपटांमध्ये कथा-पटकथा-संवाद लिहिणे.

अनेक माहितीपटांची निर्मिती.

ऑगस्ट २०१८ ते जानेवारी २०१९ पर्यंत वर्धा येथील महात्मा गांधी आंतरराष्ट्रीय हिंदी विद्यापीठात निवासी लेखक. सध्या वर्धा येथील एम.जी.ए.एच.व्ही. येथे जनसंचार विभागात सहायक प्राध्यापक आहेत.

क्षमापना

कितीतरी दिवसांनी अचानक मल्लिका दिसली. तहानलेल्या जमिनीवर पाण्याचा शिडकावा झाल्यासारखी. तीच मल्लिका जिच्याबद्दल असे म्हटले जाते की चित्रपटातील सर्वात सुंदर नायिका देखील तिच्यासमोर क्षुल्लक होत्या. म्हणूनच तिला पिणे आणि

मिळवणे हे प्रत्येकाचे लपलेले स्वप्न असते. तिने इतक्या लोकांना मारले पण मृतांना 'हे राम' विसरून 'आउच' म्हणायलाही वेळ दिला नाही. तिचा अहंकार इतका आहे की तिने या गुन्ह्यासाठी कधीही कोणाचीही माफी मागितली नाही. तिच्या आजूबाजूचे लोक तिच्या आयुष्यात यायटा प्रयत्न करत असताना तिने निर्माण केलेल्या भ्रमात ती जगली. तिच्या मैत्रिणींच्या सूचनांनंतरही, मल्लिका कधीही हे स्वीकारण्यास तयार झाली नाही की तिने जगापासून दूर राहून जीवन जगायला हवे कारण एखादी सुंदर मुलगी दिसली की पुरूषाच्या शरीराच्या तोंडातून लाळ टपकू लागते.

प्रत्येक क्षणी बाण आणि धनुष्यांनी वेढलेले असूनही, मल्लिकाने स्वत:ला 'अस्पर्श' ठेवले होते. ती सर्वांच्या डोळ्यात एका फ्रेम केलेल्या चित्रासारखी लटकत असे. लोक तिचा स्पर्श मिळवण्यासाठी सर्व प्रकारे नाटक करायचे. ते तिच्या डोळ्यात अश्रू घेऊन तिच्यासमोरून जात असत जेणेकरून ती त्यांना वाहण्यास तयार होईल. मल्लिका वाहत होती, पण स्वत:च्या आगीने. हस्तांदोलन करण्याऐवजी, ती हसून शांत होत असे जेणेकरून लोक जळून जाऊ नयेत. फ्लर्टर्सना त्यांच्या मनाला आनंद देण्यासाठी फक्त एकच पर्याय होता, तो म्हणजे तिच्या सावलीचे अनुसरण करणे आणि तिच्यासोबत असल्याचा भ्रम ठेवणे. पण पराभूत नीतिवाद्यांनी एका मुलीने सर्वांच्या श्वासाला कोकशास्त्रात कसे बदलले आहे याची कुजबूज करणे थांबवले नाही.

एके दिवशी मल्लिका अचानक गायब झाली तेव्हा जणू काही संपूर्ण कॉलेज कॅम्पसमधून ग्लॅमर आणि गॉसिप नाहीसे झाले. अशुभ संकेतांचा एक काटेरी झुडूप वाढला. मग तिच्याबद्दल सर्व प्रकारच्या कथा पसरल्या गेल्या आणि त्या मोठमोठ्याने वाचल्या गेल्या. सर्वांनी तरुण प्राध्यापक हरेनवर निशाणा साधला की त्याने त्याच्या सवयीनुसार काहीतरी 'खोटेपणा' केला असावा. हरेनला कळत नव्हते की मल्लिकाचे त्याच्याशी काय नाते आहे, पण बाहेर वाहणाऱ्या हवेत गरम मसाल्याचा सुगंध होता. हरेनचीही अशी अवस्था होती की तिची अनुपस्थिती त्याला जगू देत नव्हती आणि मरू देत नव्हती. आता जेव्हा मल्लिका त्याच्या समोर असते तेव्हा हरेनला स्वत: जळत्या जंगलात उभा असल्याचे जाणवत असते.

मल्लिका आली तेव्हा काळ थांबला नसेल, पण तिच्या सभोवतालचे पाय नक्कीच हालायचे थांबले. काहीचे डोळे विस्फारले, काहींचे तोंड उघडे राहिले आणि काहींच्या

पायांमध्ये हृदयाचे ठोके जाणवले. सर्वांनाच आश्चर्य वाटले की मल्लिकाच्या चेहऱ्यावर पूर्वीसारखी चमक का नव्हती. तिच्या चालण्यातही हरणांसारखी वागणूक नव्हती. तिच्या डोळ्यांतून तो खोडकरपणा गायब होता, ज्याची झलक पाहण्यासाठी लोक पापण्यांवर गालिचे घालून हिंदी विभागात जमायचे. इतक्या महिन्यांनंतर मल्लिकाला तेही निराश अवस्थेत पाहणे, हरेनचे हृदय तोंडाबाहेर पडल्यासारखे होते.

'तू माझी मल्लिका आहेस की उत्खननात सापडलेली यक्षिणीची भग्न मूर्ती? जर तुला स्वत:ची काळजी नसेल तर तू माझ्याबद्दल विचार करायला हवा होतास.' हरेन इतक्या नाराजीने कुरकुरला की मल्लिकाशिवाय कोणालाही ऐकू गेले नाही.

चालत असताना मल्लिका हरेनच्या अगदी जवळ आली. ती हसली नाही, किंवा तिने पूर्वीसारखे खोडकरपणे ओठ दाबले नाहीत. तिने हाय-हॅलोही म्हटले नाही. हरेनला जाणवले की मल्लिका तिच्यावर घातलेल्या आशेच्या पायावर उभारण्याचा प्रयत्न करत नाहीये आणि नंतर गायब झाली. हो, तिचे आगमन हरेनला नक्कीच आक्रमणासारखे वाटले. त्याने एकदा वर पाहिले, सूर्य आकाशात पृथ्वीइतका उंच होता. हरेन घामाने भिजला होता तर इतर लोकांना मल्लिका आर्द्रतेत थंड वाऱ्यासारखी दिसत होती. हा फरक हरेनला त्रास देऊ लागला. त्याने पाहिले की मल्लिकाच्या हावभावांमध्ये जवळीकतेचा विपरीत भाव एकमेकांना जोडून बसला होता. तिच्या पावलांच्या ठोक्यांमधून संगीतही गायब होते. तिला विचारण्याऐवजी हरेनने स्वत:ला विचारले, 'असे का?'

...मग त्याची तीन उत्तरे मिळाली. एकतर ती गर्भपात करून आली असेल किंवा तिच्यावर काही अपराधीपणाचे ओझे असेल किंवा ती काही संकटातून ग्रस्त झाल्यानंतर मदत मागण्यासाठी आली असेल. पण दुसऱ्याच क्षणी हरेनला त्याच्या मन:स्थितीची लाज वाटली. तो मल्लिकाकडे पाहू लागला. आजूबाजूचा परिसर एखाद्या थ्रिलर चित्रपटासारखा खळबळजनक बनला.

हरेन गेल्या चार महिन्यांपासून मल्लिकाला मिस करत होता. ती फोन उचलत नव्हती किंवा कोणत्याही मेसेजला उत्तर देत नव्हती याची त्याला काळजी वाटत होती. जो सोशल मीडियावर नियंत्रण ठेवत होता तो अचानक तिथूनही गायब झाला आहे. जेव्हा जेव्हा एखादा सहकारी वाट पाहण्यात एवढी अधीरता का आहे असे विचारायचा तेव्हा हरेन

त्यांच्याकडे तुच्छतेने पाहायचा. खरे तर ही अधीरता त्याच्या एकट्यात नव्हती. मल्लिकाशी जवळीक व्यक्त करणाऱ्या लोकांची गणना करणे सोपे नव्हते.

यासाठी हरेनने घराच्या आणि बाहेरच्या सर्व सीमा ओलांडल्या. विद्यापीठात शिकवताना त्याने शब्दांचे आणि भावनांचे इतके दिवे लावले की मल्लिकाचे शरीर आणि मन प्रकाशाने भरून गेले. मल्लिकाच्या डोळ्यात तंद्री आली आणि हरेन स्वप्न पाहू लागला. तो पंख पसरून उडू लागला. असे वाटले की त्याचे साम्राज्य आकाशापासून पृथ्वीवर स्थापित झाले आहे आणि मल्लिकाने त्याच्या आयुष्यात एक महाराणी म्हणून प्रवेश केली आहे. हरेनने एकेकाळी कल्पना केलेले सुख त्याच्या तळहातावर भाग्यरेषेसारखे बसले. त्याने स्वीकारले की मल्लिका त्याच्या आयुष्याचा एक भाग बनली आहे.

मल्लिका ही एक चांगली कथाकार देखील आहे. ती स्त्रीवादी लेखन करते. पण तिच्या कथांमधील स्त्री कोणाच्याही मनात कंटाळा किंवा राग निर्माण करत नाही.काहीतरी षड्यंत्र रचत नाही. प्रत्येकजण आपापल्या शोधात व्यस्त आहे. हरेन तिच्या कथा वाचण्यासाठी अनेक वेळा विभागात सेमिनार आयोजित करत असे. तो इतरांसाठीही त्या आयोजित करत असे पण मल्लिकासाठी त्या आयोजित करताना तो सर्वकाही बाजूला ठेवत असे. हरेन तिच्या कथांचे खूप कौतुक करायचा जेणेकरून ती केवळ स्वत:मध्येच रमून जाणार नाही तर हरेनमध्ये स्वत:साठी काहीतरी शोधण्याचा प्रयत्न करेल. तिच्या फक्त तीन-चार कथा मासिकांमध्ये प्रकाशित झाल्या होत्या पण हरेनने तिला साहित्यात मोठे नाव गिळवण्यासाठी मोहीम सुरू केली. कधी तो तिला चित्रा मुद्गल तर कधी ममता कालिया म्हणत असे. एकदा तो तिची तुलना अमृता प्रीतमशीही करत होता. लोक विनोदाने हरेनला साहिर म्हणू लागले. हरेनने तिची प्रकाशनाची भूक जिवंत ठेवली जेणेकरून ती त्याच्याभोवती फिरत राहील. मग हरेन तिला पटवून देण्यात यशस्वी झाला की 'एम.ए. नंतर लवकर पीएचडी कर म्हणजे तू कॉलेजमध्ये लेक्चरर होऊ शकशील.'

तथापि, पीएचडी करण्यामागे हरेनचा एकमेव हेतू होता की ती नेहमीच त्याच्या छत्राखाली उभी राहील आणि लोकांना नेहमीच राज कपूर आणि नर्गिसचा भ्रम वाटत असे. हरेन एकदा स्टाफ रूममध्ये धाडसाने म्हणाला होता, 'मल्लिकाने माझी स्वप्ने टिपली आहेत हे लपवण्यासारखे काही नाही. मी झोपतो आणि तिचे नाव घेत उठतो तेव्हा मला तिची आठवण येते. या झोप आणि जागे होण्याच्या दरम्यान दुसरे कोणीही नाही.'

मल्लिका अभ्यासातही मागे नव्हती. तिच्या शिक्षकांना नेहमीच तिला वर्गात पुढच्या रांगेत बसलेले पहायचे होते. मल्लिकाला हे माहित नव्हते असे नाही. तिला सौंदर्याची ताकद माहित होती. प्रत्येकजण तिच्याकडे डोळ्यांच्या कोपऱ्यातूनही पाहू इच्छित होता. मुले तिच्याशी मैत्री करण्यास जितकी उत्सुक होती तितकीच मुली तिचा हेवा करू लागल्या. मुलींची एक अव्यक्त तक्रार होती की मुले मल्लिकाशिवाय इतर कोणाकडेही पाहत नाहीत.

तिला पाहिल्यानंतर हरेन अडचणीत आला. कारण तिच्या शरीरातील नीचपणा नाहीसा झाला आहे आणि तिच्या सौंदर्यातही पूर्वीसारखी आक्रमकता राहिलेली नाही.त्याच्या काळातील सौंदर्यसम्राज्ञी प्रो. राप्ती बोस मल्लिकाबद्दल म्हणायची की तिची नशा पुरुषांमध्ये राक्षसी तहान जागृत करते. हरेन तिला नेहमी हसत हसत सांगायचा की त्याचा राक्षस मल्लिकाच्या प्रेमात पडला आहे. हरेनलाही एकेकाळी राप्ती आवडत होती पण राप्तीती प्रेमापेक्षा समागमावर जास्त विश्वास ठेवत असे. ती तत्वज्ञान शिकवत असे, म्हणून ती अनेकदा हरेनला एकांतात जीवनाचा अर्थ समजावून सांगत असे. एके दिवशी, पराभूत अवस्थेत, ती ओरडली, 'तू कोणावरही प्रेम करू शकत नाहीस आणि कोणाच्याही शरीरावर नियंत्रण ठेवू शकत नाहीस. तुला प्रेमाशिवाय काहीही माहित नाही. तू नपुंसक आहेस.' तिची ही टिप्पणी आजही हरेनला गुदमरवत आहे.

पण आज हरेनला वाटले की मल्लिका अडकलेल्या तळ्यासारखी आहे. शांत पृष्ठभागावर लाट निर्माण करण्याचा प्रयत्न करत त्याने तिची हनुवटी धरली आणि तिला पुढे पाहण्याचा इशारा केला. हे काय आहे, तिच्या कोरड्या डोळ्यांतून अश्रू वाहू लागले. आजूबाजूचे लोक, त्यांच्या जागी गोठलेले, गोंधळलेल्या नजरेने पाहत होते. मल्लिकाला काहीतरी सीन क्रिएट होत आहे असे वाटताच, ती शांतपणे हरेनच्या खोलीकडे गेली. फक्त हरेनच नाही तर सर्वांनाच काही नवीन ट्विस्ट येणार असल्याचे संकेत मिळू लागले.

हरेनच्या आश्चर्याचे एक ठोस कारण होते. एके दिवशी त्याने मल्लिकाच्या ओठांवर बूँदा बाँदीच्या त्याच्याच शैलीत त्याचे प्रेम व्यक्त केले. या अवकाळी पावसाने मल्लिका स्तब्ध झाली. ती हरेनकडे पाहत राहिली, समजून घेत होती आणि विचार करत होती. हरेनला वाटले की मल्लिकाने आमंत्रण स्वीकारले आहे. पण दुसऱ्याच क्षणी, तिने त्याच्या डोळ्यात कसा तरी खोडसाळपणा आणला आणि आकर्षक शैलीत वाक्य लांबवत

म्हणाली, 'काय... सर...! तुम्ही तुमचे वय विसरला आहात असे दिसते. जास्त नाही, आपल्यात काही अंतर आहे. असो, मी तुम्हाला लव्ह गुरू म्हणून पाहत नाही, तर गुरु म्हणून पाहते.'

हरेनने तिला उत्तर दिले नाही पण त्याला जाणवले की मल्लिका उदासीनपणे वागत आहे. हरेनला वाटू लागले की तो वय पाहू शकतो पण प्रेमाची आग पाहू शकत नाही. त्यांच्या वयात जास्तीत जास्त सात-आठ वर्षांचा फरक असावा. त्या दिवशी हरेनने सॉरी म्हटले आणि तिच्यापासून दूर गेला पण घरी पोहोचल्यानंतर तो आरशासमोर उभा राहिला आणि बराच वेळ स्वत:कडे पाहत राहिला की त्याच्यात काही कमतरता आहे का. हरेनची हुशारी केवळ त्याच्या गावात, रस्त्यांवर आणि शेतातच नाही तर त्याच्या अभ्यासादरम्यान शाळा-कॉलेजमध्येही प्रसिद्ध होती. त्याचे मित्र त्याला फ्लर्ट म्हणायचे. एकदा त्याच्या फालतूपणामुळे गावात गोंधळ उडाला. हरेनला शंका आली की मल्लिकाही त्याला अशा प्रकाशात पाहू लागली आहे का?

दुसऱ्या दिवशी जेव्हा मल्लिका चेहऱ्यावर एक तेजस्वी हास्य घेऊन कॉलेजमध्ये आली, तेव्हा हरेनला तडजोडीची भावना जाणवली. त्यानंतर त्याला स्वत:चा अभिमान वाटू लागला की त्याचे तारुण्य अजून कमी झालेले नाही. मल्लिकाचे हृदय वाचू शकतो हा त्याचा दावा अधिक दृढ झाला. हरेनला असे वाटत होते की मल्लिका त्याला सर्वस्व देण्यासाठी आली आहे. तो या विचारात हरून गेला होता की ती रात्रभर जागे राहून त्या दोघांबद्दल विचार करत असावी. त्याला एक दिव्य वाणी ऐकू आली असेल जी म्हणते की प्रेमाचा प्रतिकार करू नको. एकदा प्रेम हातातून निसटले की कुत्र्यासारखे धापा टाकण्याशिवाय तुम्हाला काहीही मिळणार नाही.

पण हरेन...? हरेनही मल्लिकाचा विचार करत रात्रभर जागा राहिला. त्याला ती चुकीची वाटली नाही. 'जेव्हा तिला तिच्या वयानुसार जगायचे असते, तेव्हा त्यात हस्तक्षेप करणारा तो कोण? प्रत्येकाच्या स्वत:च्या इच्छा आणि आवडीनिवडी असतात. जेव्हा इच्छा जुळत नाहीत, तेव्हा आयुष्य कसे पुढे जाईल?' मग हरेनची नजर त्याच्याकडे पाहत असलेल्या त्याची पत्नी राधिकावर पडली. हरेनने ठरवले की तो मल्लिकासोबतचे बंधन तोडून माफी मागेल आणि त्याची विनंती परत मागेल. हरेनच्या डोळ्यात झोप न पाहता राधिकाला वाटले की कदाचित तो आजारी असेल. तिने त्याला

मोठ्या प्रेमाने डोक्यापासून पायापर्यंत मालिश केली आणि तिच्या श्वासाने हरेनचे थंड शरीर गरम करण्याचा प्रयत्न केला. मग हरेन तिला हे समजावून सांगण्याच्या स्थितीत नव्हता की उद्या काय होईल हे त्याला माहित नाही, पण आजची रात्र त्याला मल्लिकासोबत घालवू दे. यावेळी, त्याच्या शरीरात आणि मनात मल्लिकाशिवाय दुसरे कोणीही नव्हते. त्याची पत्नी त्याच्यासोबत अंथरुणावर राहिली, पण हरेन स्वत: मल्लिकात मग्न होता. तो तिला मिठी मारत राहिला. सकाळी त्याच्या पत्नीच्या चेहऱ्यावर समाधानाचे ते मोहक भाव होते जे हरेननेही बऱ्याच दिवसांनी अनुभवले असेल. म्हणूनच ती उशिरा उठली आणि अंथरुणावर पडून स्वत:ला ताणत राहिली. मग हरेनमधील निरागसता अशा प्रकारे जागी झाली की मल्लिका विषकन्येमध्ये बदलू लागली.

चेंबरमध्ये येताच मल्लिका हळू आवाजात म्हणाली, 'सर, काल मी चूक केली.' आणि मग ती हरेनकडे पाहू लागली. हरेन कुठेतरी हरवला होता. त्याच्यासाठी हे हरवणे म्हणजे प्रेमात पडण्यासारखे होते. तिच्या ताज्या हास्याने हरेनला जुन्या हवेलीत परत आणले.

आज ती तिची चूक सुधारून निर्णय देईल असे वाटत होते. त्याच्यावर हात ठेवून ती एकत्र जगण्याची आणि मरण्याची शपथ घेईल अशी शक्यता आहे. हरेनला आपला निर्णय कसा बदलायचा याबद्दल द्विधा मनस्थिती होती. तो आपला विचार बदलत असतानाच मल्लिका अचानक चेंबरमधून बाहेर आली. प्रेमाची याचना तर दूरच, तिने कालची माफीही मागितली नाही. हरेन संतापला होता.

'जर तिने तिची चूक मान्य केली असती, तर तिने नंतर काहीतरी बोलायला हवे होते. तिने उर्वरित वाक्य का गिळले ? आजच्या मुलींची हीच चूक आहे की त्या त्यांची वाक्ये पूर्ण करत नाहीत. ज्याप्रमाणे व्हॉट्सअपवरील अपूर्ण संदेशाचा अर्थ उलगडण्याची जबाबदारी समोरच्या व्यक्तीवर असते, त्याचप्रमाणे मुली त्यांच्या भावभावनांचा अर्थ उलगडण्याची जबाबदारी त्यांच्या प्रियजनांवर सोपवतात.'

त्या दिवशी मल्लिका अचानक गायब झाली आणि ती कुठे गेली हे कोणालाही कळले नाही. हरेन तो 'दिवस' तोंडात चावत राहिला. कधी त्याला गोड तर कधी कडू चव येत असे. त्याला त्यात इच्छा आणि नकार दिसत असे. रूप आणि निराकार दोन्हीही. एकंदरीत, जीवन स्वर्ग आणि नरकात अडकलो. ना ही बाजू ना ती बाजू. ना त्याला

फोन आला ना संदेश. ढगाद्वारे संदेश पाठवण्यासाठी कालिदास तिथे नव्हता. हरेन ते विसरू शकला नाही पण ते जुने पुस्तक समजून समोरच्या शेल्फमध्ये ठेवले. तो जेव्हा वाटेल तेव्हा ते पाहील.

एवढे सर्व झाल्यानंतर, मल्लिका आज परतली आहे. हरेन तिच्या परतण्याबद्दल आनंदी नाही असे म्हणणे खोटे ठरेल. पण हरेन तो आनंद व्यक्त करू इच्छित नाही कारण मल्लिकाला वाटेल की तो तिची वाट पाहत होता. हरेनचा असा विश्वास आहे की जर तुम्हाला एखाद्या मुलीच्या सौंदर्याचा अभिमान मोडायचा असेल तर तिच्याकडे पाहणे थांबवा. तिचा किलबिलाट कमी होईल. दूर जाणे ही एक मोठी शिक्षा आहे. हरेनने मनात ठरवले की तो आज त्याची मूर्ख बाजू दाखवेल. पण एक वेदना हरेनला त्रास देत राहिली. ती वेदना दुर्लक्षाची होती. मल्लिका ज्या प्रकारे तिची चूक स्वीकारून काहीही न बोलता निघून गेली ते त्याला वेडे बनवण्यासारखे होते. मल्लिकाला त्या वेळी हरेनला काय विचार येत आहेत हे कसे कळेल? हरेन मेला आणि किती वेळा पुन्हा जिवंत झाला ते देवालाच माहीत. त्या अपमानाला कंटाळून हरेनने विचार केला, 'मी तिला पीएचडीमध्ये खूप पळायला लावेन.मी तिला माझे मूल्य आणि मार्गदर्शक असण्याचा अर्थ दाखवीन. मी तिला माझ्या अटी मान्य करायला लावणार नाही तर त्याचा वापरही करेन.

पण वास्तव असे होते की हरेन तिच्यावर त्याच्या मर्यादेपेक्षा जास्त प्रेम करत असे. तो कधीही ठरवू शकत नव्हता की त्या प्रेमात शरीर महत्वाचे की हृदय, जरी त्याला हवे असले तरी. तसे, हरेन असेही मानतो की प्रेमाचे शिखर शरीर आहे.

मल्लिका खुर्चीत बसली होती. पूर्णपणे शांत. तिने एकदा हरेनकडे पाहिले आणि नंतर खिडकीबाहेर गायब झाली. हरेनला वाटले की ती नाटक करत आहे. पण तिच्या चेहऱ्यावर अस्वस्थता स्पष्ट दिसत होती. वेदनाही. तिला पाहताच हरेनच्या मनात निर्माण झालेली सूडाची भावना कमी झाली. त्याला वाटू लागले की इतके महिने तिचे अचानक गायब होणे हे निश्चितच एखाद्या मोठ्या संकटाचे लक्षण आहे. हरेनच्या मनात वाईट विचार येऊ लागले, 'मल्लिकाचे अपहरण झाले होते का? अपहरणानंतर तिच्यावर बलात्कार झाला असावा. बलात्काराचे पुरावे पुसण्यासाठी तिचा खून करण्याचा प्रयत्न झाला असावा. जर तिची हत्या झाली असती तर काय झाले असते... ? हरेनला समाधान वाटले की मल्लिकाचे काहीही झाले असले तरी ती जिवंत आहे आणि तिच्या

उदासीनतेनंतरही त्याच्यासमोर उपस्थित आहे. हरेनला तिच्या तब्येतीची माहिती जाणून घेण्याची काळजी वाटत होती. पण तो विचारू शकत नव्हता की ती इतके दिवस कुठे गायब होती. प्रश्न असा होता की मी तिला कसे विचारू ?

'जर ते अपहरण किंवा बलात्काराचे प्रकरण असेल, तर माझी चौकशी तिला पुन्हा त्याच जगात पाठवेल. मग तिला तिचि जुना छळ आठवेल. तिचे मन आणि आत्मा यातनेने तडपू लागेल. तिचे शरीर थरथर कापू लागेल. जीवन आणि मृत्यूमध्ये झूलत असताना, ती सर्वांना मदतीसाठी हाक मारू लागेल. जर ते जंगल असेल तर तिचा आवाज तिच्याकडेच परत येईल. जर ते जुने अवशेष असेल तर ती आणखी भयानक वातावरणात अडकेल. जर ती गाडीत किंवा रिकाम्या बसमध्ये असेल तर तिला तोंडात कापड भरण्याची चिंता वाटू लागेल.'

खुर्चीवर बसता बसताच हरेनचे डोळे बंद होऊ लागले. त्याचा श्वास जड होऊ लागला. त्याच्या कपाळावर घाम येऊ लागला. त्याने स्वत:ला सावरले. मल्लिका त्याच्या स्थितीकडे काहीशा आश्चर्याने पाहत राहिली. ती प्रतिक्रिया देईल असे वाटत होते पण ती गप्प राहिली. मग हरेनचा विश्वास दृढ झाला की मल्लिका अजूनही धक्क्यात आहे. त्याचे हृदय वरपासून खालपर्यंत करुणेने भरले होते. हरेन कसा तरी त्याचे अश्रू आवरण्यात यशस्वी झाला. त्याला काय ते कळत नव्हते.ती विचार करेल का ? हृदयाने म्हटले की मी तिच्या जवळ जाऊन तिच्या डोक्यावर हात ठेवून तिला सांत्वन द्यावे. पण मनाने मला सांगितले की आता नको. तिला वाटेल की पुन्हा प्रेमाचे जाळे विणले जात आहे.

दोन्ही बाजूंनी एक गूढ शांतता होती, जरी ती भयावह नव्हती. ती शांतता मोडण्यासाठी हरेनने तिच्याकडे पाण्याचा ग्लास पुढे केला. तिने ते शांतपणे प्यायले. पण तिने साधा थँक्यूतला 'थ' हा शब्दही उच्चारण्याची हिंमत केली नाही. हरेनला हे आवडले नाही. त्याला चिडचिड झाली की ती किती वाईट स्वभावाची मुलगी आहे ! मग तो तिच्या डोळ्यांना दाखवून मासिकात छापलेली प्रेमकथा वाचल्याचे नाटक करू लागला. मल्लिकाने प्रथम ते पान पाहिले आणि नंतर हरेनकडे आणि चिडलेल्या चेहऱ्याने म्हणाली, 'प्रेम जाणून घेण्यासाठी वाचणे आवश्यक आहे का ? त्या मार्गावरून गेलेल्या किंवा जात असलेल्याला पाहण्यात आणि समजून घेण्यात तुम्हाला रस का नाही ? तुम्ही सर्वजण पुस्तकी किडे झाला आहात...'

हरेन आश्चर्याने तिच्याकडे पाहत होता आणि मल्लिका त्याला आव्हान देत होती. तिने अचानक अधिकृतपणे आणि कोणत्याही प्रस्तावनेशिवाय विचारले, 'अंकुशच्या पीएचडीचा विषय बदलता येईल का?' हरेनला जणू तो डोंगरावरून घसरल्यासारखे वाटले. 'मी याबद्दल विचार करत आहे आणि तिने अंकुशला मधे आणले आहे? त्याचा दर्जा काय आहे? बोलू न शकणारा एक लहान मुलगा तिच्या आयुष्यात कसा आला? मी त्यांना कॉलेजमध्ये कधीही एकमेकांना भेटताना पाहिले नाही. ते गुप्तपणे प्रेमसंबंध करत होते का?'

हरेन आगीत जळत होता. त्याचे जळके शरीर गोळा करत असताना, त्याला वाटू लागले की मल्लिका तिच्या विषयाबद्दल बोलत नाहीये आणि काम किती पुढे गेले आहे. ती अंकुशसोबत बसली. पण हरेनकडे काहीच बोलायचे नव्हते, फक्त विचारायचे होते की त्याचा विषय काय आहे आणि तो तो का बदलू इच्छितो? खरं तर त्याला अंकुशच्या मार्गदर्शकाकडे जायला हवे होते. पण समस्या अशी आहे की हरेन स्वत: मल्लिकाकडे जाऊ इच्छित नाही. डॉ. अनुराग नेहमीच इतरांची निवड हिसकावून घेण्याचा प्रयत्न करत असतो. त्याशिवाय, जर मल्लिकासारखी सुंदर मुलगी असेल तर भीती अनेक पटीने वाढते. म्हणूनच हरेनने अंकुशमध्ये रस ठेवला जेणेकरून तो मल्लिकाच्या नजरेत त्याच्यासारखाच राहू शकेल. हरेनला माहित आहे की जर प्रेमाचा धागा तुटला तर तो या बाजूला किंवा दुसरीकडे राहणार नाही. समुद्राच्या मध्यभागी उड्या मारत आणि बुडत राहील. हा धागा अशा प्रकारे पकडतो की तो आनंद येऊ देत नाही आणि दु:खाला जाण्यापासून थांबवतो.

मल्लिकाने सांगितले की अंकुशचा विषय 'प्रेमकथांमध्ये ऑनर किलिंग' आहे. हा विषय ऐकून हरेन प्रथम हसला आणि नंतर आश्चर्याने म्हणाला, 'अंकुशसारख्या अहिंसक व्यक्तीने असा विषय का निवडला? असो, तो जैन आहे जो डास मारणे देखील पाप मानतो, जरी ते डेंग्यू किंवा मलेरिया असले तरीही. ही अहिंसा नाही, ती पापासारख्या काल्पनिक भावनेची भीती आहे. कायर...!'

मल्लिकाने काहीच उत्तर दिले नाही. ती फक्त गुदमरलेल्या आवाजात हरेनकडे पाहत राहिली. दुसऱ्याच क्षणी हरेनच्या मनात एक शंका निर्माण झाली की जेनीला पाहून ही मुलगी त्याच्या जवळ आली आहे जेणेकरून ती त्याच्या पैशावर राज्य करू शकेल. तो

स्वत:च्या कल्पनेच्या वर्तुळात अडकला आणि द्वेषाने भरला. हरेन सर्व प्रकारचे विचार करत राहिला तर मल्लिकाच्या डोळ्यातील उजाड जंगल हिरवे होत नव्हते. हरेन बराच वेळ मल्लिकाच्या अस्वस्थ चेहऱ्याकडे पाहत राहिला. तो आतून हादरला. त्याने तिच्या डोक्यावर हात ठेवून आपले प्रेम व्यक्त करण्याचा प्रयत्न केला पण ती पुन्हा रागावेल अशी भीती त्याला वाटत होती. तथापि, त्याच्या मनात दडलेली निराशा त्याला या बहाण्याने तिच्या गालाला ओठांनी स्पर्श करण्याची इच्छा निर्माण करत होती. मग त्याला वाटले की जेव्हा त्याची पत्नी राधिका तणावग्रस्त किंवा रागावलेली असते तेव्हा ती एक गोड स्पर्शही सहन करू शकत नाही. ती रागावते.

हरेनला समजले की ज्या दिवशी मल्लिकाने स्वत:च्या डोळ्यांनी त्याचे लग्न पाहिले, त्या दिवशी ती अचानक बदलली. मल्लिका त्याला काही पुस्तके आणायला न सांगता त्याच्या घरी गेली. ती आनंदाने गप्पा मारत होती. तिचे हास्य संपूर्ण घरात घुमत होते. प्रत्येक कोपरा तिच्या सौंदर्याच्या प्रकाशाने चमकत होता. हरेन विसरला की त्या घराच्या कोणत्यातरी भागात दुसरे कोणीतरी आहे. दोघेही एकमेकांचा हात धरून होते आणि शेल्फमध्ये ठेवलेल्या पुस्तकांपेक्षा एकमेकांकडे जास्त पाहत होते. तेवढ्यात राधिका ड्रॉईंग रूममध्ये आली. हरेनने घाईघाईने हात सोडला आणि दोघांची ओळख करून दिली. दोघेही स्तब्ध झाले. त्यानंतर जणू मल्लिकाला थंडीने ग्रासले होते आणि राधिका अस्वस्थपणे फिरू लागली. अशी ओळख पहिल्यांदाच दिसली जेव्हा कोणाचे डोळे अश्रूंनी भरले होते.

त्याच्या चेहऱ्यावर एकही हास्य नव्हते. हरेन स्वत: सर्वात असहाय्य होता. दोन सुंदरींमधील एकटा शिकार किंवा शिकारी.

पण यावेळी, चार महिन्यांनी परतलेली मल्लिका हरेनसाठी जास्त महत्त्वाची होती. कारण तिला पीएचडी करणे आवश्यक होते. तो तिला समजावून सांगू लागला की वेळ म्हणजे भिंतीवर टांगलेले घड्याळ नाही जे तुमच्या इच्छेनुसार सुया हलवून पुढे किंवा मागे हलवता येते. आपण वेळ थांबवण्याचा प्रयत्न केला तरी आपण तो थांबवू शकत नाही, पदवीचाही स्वत:चा वेळ, महत्त्व आणि उत्साह असतो.

खूप विचारपूस केल्यानंतर, मल्लिकाच्या तोंडून असहाय्य शब्द बाहेर पडले, 'अंकुश माझ्यापासून दूर जात आहे.'

हरेन स्वत:च्या नजरेत पडला. अंकुश त्याच्या खूप पुढे आहे हे पाहून त्याला धक्का बसला. हरेनची अवस्था एका बुटक्यासारखी झाली ज्याचे जग फक्त एक सर्कस आहे. मल्लिका अंकुशकडे आकर्षित होणे हरेनला सहन झाले नाही. तो जखमी सापासारखा ओरडला, 'तोच अंकुश! मुलींपासून कोण पळून जायचा? तोच जो दिवसभर पुस्तकांमध्ये बुडालेला असायचा? तोच जो कोणाशीही बोलायला आवडत नव्हता? हाच तोच मुलगा आहे का! शेखर : एक जीवनी शिकवताना माझ्या शैलीचा तिरस्कार करायचा?' हरेनने चिडून एकाच वेळी अनेक प्रश्नांची उत्तरे दिली. मल्लिका अस्वस्थ झाली आणि अवाकही झाली. तिने तिच्या दयनीय नजरेने हरेनच्या डोळ्यात पाहिले. हरेनही अवाक झाला. त्याला तिचे कृत्य समजले नाही पण त्याने ते मल्लिकाला अंकुशबद्दलचे सत्य सांगण्याची संधी म्हणून पाहिले.

हरेनला चांगले आठवते की एकदा अंकुश त्याच्याकडे आला आणि म्हणाला, 'सर, मुली त्यांचे काम पूर्ण करण्यासाठी तुमचा पुरेपूर वापर करतील. त्यांना त्यांचे काम कसे पूर्ण करायचे हे माहित आहे. मी या बाबतीत खूप काळजी घेतो. अनेक मुली नोट्ससाठी माझ्या मागे येतात पण मी कोणाच्याही हाती लागत नाही. मी मल्लिकाचाही विरोध केला, ज्याच्या एका इशाऱ्यावर तुम्ही नेहमीच स्वत:चे बलिदान देण्यास तयार असता '

मल्लिकाच्या आयुष्यात अंकुशचे काय स्थान आहे हे हरेन समजून घेण्याचा प्रयत्न करू लागला. त्याच्याभोवतीचा अंधार वाढत चालला होता. चेंबरच्या बाहेर गोंधळ सुरू होता पण हरेनला ते कळत नव्हते.

शिपायाने दोनदा आत डोकावले. कदाचित तो वर्गाबद्दल सांगण्यासाठी आला असावा. आत वादळ सुरू असतानाही हरेन फकीरासारखा शांत आणि अलिप्त बसला.

'हा अंकुश तुझ्या जवळ येण्यासाठी कोणत्या मार्गाने गेला?' हरेनने हळू आवाजात जाणून घेण्याचा प्रयत्न केला, पण मल्लिका कुठेतरी गायब झाली, तिच्या डोळ्यांचे कोपरे ओले करत. तिने तिच्या सर्व वेदनेने हरेनकडे पाहिले. क्षणभर हरेन थरथर कापला. त्याला राधिकाच्या प्रेमाचा काळ आठवला की जेव्हा तुम्ही एखाद्याच्या प्रेमात पडता तेव्हा तुम्ही भान गमावता. तरीही, हरेनने परिस्थितीच्या नाजूकपणाचा फायदा घेत तिचे अश्रू त्याच्या तळहातावर एका फिल्मी शैलीत गोळा करत भावनिकपणे म्हटले, 'मी ते माझ्याकडे सुरक्षितपणे ठेवत आहे, जेव्हा तुम्हाला गरज असेल तेव्हा ते मागा.' जरी त्या

प्रसंगासाठी हा एक वाईट संवाद होता, पण तो काय करू शकतो? त्याला काहीही बोलायला मिळत नव्हते.

मल्लिकाच्या डोळ्यात थोडीशी आश्वासनाची रेषा उमटली. हरेनलाही ते आवडले. त्याला ते आवडणारच होते. तिला अनेक वर्षे न पाहता येणे हे त्याच्यासाठी एका शिक्षेसारखे होते. हरेनला ही शिक्षा दुहेरी पातळीवर मिळत होती. राधिकाने मल्लिका पाहिल्यापासून तिच्या वागण्यात बदल झाला होता. जर तो मल्लिकाबद्दल सहज बोलला तरी राधिकाला धुरात आग दिसत असे. राधिका जुन्या दिवसांबद्दल विचार करू लागली, जेव्हा दोघेही कॉलेजमध्ये एकत्र शिकत होते. ती वर्गातील सर्वात सुंदर आणि हुशार मुलगी होती आणि साहित्यात प्रभुत्व मिळवण्यात व्यस्त होती. हरेनने तिच्याशी मैत्री करण्यासाठी सर्व प्रकारचे प्रयत्न केले. तिच्या घरी पोहोचण्यासाठी त्याने अनेक मजेदार सबबी शोधल्या. आज जेव्हा मी याबद्दल विचार करतो तेव्हा मला हसावेसे वाटते. दोघांची ती मैत्री शांतपणे प्रेमात रूपांतरित झाली. राधिकाने हरेनच्या प्रेमात उत्कटता पाहिली आणि हरेनने राधिकाच्या प्रेमात पवित्रता पाहिली. राधिका तिचे शरीर आणि मन घेऊन हरेनकडे आली आणि तिथेच थांबली. तो म्हणाला होता, 'लग्नानंतर, तू माझ्या लेखकाला जिवंत ठेवतेस. जर तू मेली तर मलाही मृत समज.'

हरेनने राधिकाला बराच वेळ आपल्या हातात पकडले. त्या दिवशी हरेनने प्रतिज्ञा केली होती की 'आपण दोघेही आयुष्यात एकत्र चालू. कोणीही एक पाऊल पुढे टाकणार नाही आणि एकही मागे राहणार नाही. आपले सुख आणि दु:ख दोघेही वाटून घेऊ.' त्या दिवशी राधिकाने केवळ हरेनवर विश्वास ठेवला नाही तर त्याच्यावर श्रद्धाही ठेवला.खरंतर राधिकालाही आयुष्यात खूप काही करायचे होते पण लवकरच लग्न आणि पहिल्या मुलाच्या बंधनात अडकली. तिने तिचे करिअर आणि स्वप्ने पणाला लावली. प्रेमापासून सुरू झालेले तिचे जग घराच्या दाराशी येऊन थांबले.

असो, मल्लिकाच्या डोळ्यांनी हरेनमध्ये आशेचा किरण पाडला होता. हरेनने राधिकाला त्याच्या हृदयाच्या कोपऱ्यात ठेवले आणि एक मोहक फिल्मी ओळ उच्चारली, 'मल्लिका! दु:ख तुझ्या सौंदर्यावर चांगले दिसत नाही. कृपया ते काढून टाक!' हरेनला खात्री होती की मल्लिका त्याच्या शब्दांनी प्रभावित होईल. काहीही असो, स्त्रिया त्याची स्तुती खूप लवकर स्वीकातात आणि बेडवर एकटे पाय पसरल्यावर त्यांची आठवण

करून आनंदी वाटत राहते. हरेन तिच्याकडे पाहू लागला तेव्हा मल्लिका म्हणाली, 'ज्या दिवशी मी तुमच्या पत्नीला भेटले, तिने मला पाहताच, तिच्या चेहऱ्यावर अचानक दु:ख दिसू लागले. ते दूर करण्यासाठी तू काय केले ते सांग. मीही तीच पद्धत अवलंबेन.' हरेन शांत होताच, मल्लिकाने पुन्हा गामा पहेलवानसारखी युक्ती वापरून पाहिली.

'तुम्ही हिंदीचे एक मोठे समीक्षक आहात. समीक्षक कथेचे शीर्षक पाहून त्याच्या आत्म्यापर्यंत पोहोचतात. ते तिचे वेगवेगळ्या प्रकारे अर्थ लावू लागतात. ते नवीन आणि विचित्र अर्थ आणतात, जे लिहिताना लेखकालाही कळत नाहीत. पण तुम्हाला माझे दु:ख का समजत नाही? ... किंवा कदाचित तुम्हाला जाणूनबुजून समजून घ्यायचे नाही?'

मल्लिकाने हरेनच्या समजुतीला आव्हान दिले होते. हरेनसाठी हे पूर्णपणे पराभूत झाल्यासारखे होते. पण तो इतक्या सहजपणे पराभव कसा स्वीकारू शकतो. त्याच्या शरीरावर धूळफेक करताना त्याने त्याचे कार्ड खेळले, 'तू घातलेला लगाम काढून टाक. तो स्वत:मध्ये मग्न, निराश आणि व्यक्तिवादी आहे. तो स्वत:शिवाय इतर कोणालाही पाहत नाही. मला माहित नाही की तू त्याच्यावर प्रेम करतेस की त्याच्याशी फ्लर्ट करतेस? जर तुम्हाला वाटत असेल तर ही तुमच्या आयुष्यातील सर्वात मोठी चूक आहे. तुमच्या स्वत:च्या शब्दांत सांगायचे तर, तो पुस्तकी किडा आहे. जरी तो तुझ्यावर प्रेम करत असला तरी ते पुस्तक वाचल्यानंतरच होते, तर प्रेम हृदयाच्या पातळीवर फुलते.'

मल्लिका रडत होती. तिने हरेनचा हात घट्ट धरला. ती बराच वेळ ओली होत राहिली आणि हरेन धीराने तिच्या केसांमधून बोटे फिरवत राहिला. पण तिच्या श्वासावरून असे दिसून येत होते की ती स्वत:वर नियंत्रण ठेवण्याचा प्रयत्न करत होती तर हरेनला ही परिस्थिती अशीच चालू राहावी असे वाटत होते.

दृश्य लांबवण्याच्या उद्देशाने हरेनने विचारले, 'अंकुशने काही चूक केली का? त्याने तुझे अपहरण केले का? आजकाल आपलेच मित्र असे खोडसाळ कृत्य करतात.'

हरेनचे प्रश्न ऐकून त्याने तिचा हात सोडला आणि हरेनची बोटे केसांवरून काढली. हरेनला आपला पराभव जाणवत होता आणि तो आतून रागाने भरला होता. तो विचार करू लागला की ही वेळ कोणाचे तरी विचार करण्याची आणि त्याचे भले करण्याची नाही. जर ती सुंदर नसती तर तिचा मार्गदर्शक बनणे तर सोडाच, मी तिच्याकडे पाहिलेही नसते.

हरेनचे बदललेले वर्तन पाहून मल्लिका थोडी शांत झाली.

तिने हरेनकडे स्त्रीसारख्या कोमलतेने आणि ओल्या डोळ्यांनी पाहिले, 'महाराज! फक्त हे समजून घ्या की मी तुमची प्रशंसा करत नाहीये. तुम्हीच एकमेव आहात ज्यांच्या नजरेत मला माझ्यावर विश्वास दिसतो. कधीकधी तुम्हाला असे वाटेल की मी तुमच्याशी द्वेषाने वागते. तसे नाही. माझ्याकडे द्वेष ठेवण्यासाठी जागा नाही. जरी मी काही काळासाठी द्वेषाचे अस्तित्व स्वीकारले तरी सर! आपण कोणाचा द्वेष करतो? ते फक्त आपलेच लोक आहेत...!'

असे म्हणत मल्लिकाने खुर्चीवर डोके टेकवले. हरेन पुन्हा एकदा मल्लिकाला समजावून सांगण्याच्या प्रयत्नात अडकला की ती स्वत:च्या स्वार्थासाठी कोणतीही नवीन युक्ती खेळत नाहीये. असो, हरेनने तिच्या आत जाण्याचा जाणीवपूर्वक प्रयत्न केला. मग, तिच्या पद्धतीने तिला तोंड देण्यासाठी एक युक्ती खेळत तो म्हणाला, 'तुला कोणाबद्दलही द्वेषाची भावना असेल हे माझ्या समजण्यापलीकडे आहे. पण आज मी तुला विनंती करतो की जर तुला हवे असेल तर तुम्ही मला तुझ्या आयुष्याबद्दल मोकळेपणाने सांगू शकते. कदाचित मी तुला काही मदत करू शकेन.'

हरेनच्या या विधानाने मल्लिकाला थोडा दिलासा मिळाला. तिने आत्मविश्वासाने हरेनकडे पाहिले आणि अतिशय सावधपणे म्हणाली, 'सर, माझे आयुष्य आता माझे राहिलेले नाही, ते अंकुशचे आहे. पण त्याचे आयुष्य माझ्यापासून दूर जात आहे. अंकुश माझ्या जवळ येत नाही. त्याच्या चेहऱ्यावर भीती आहे. मुलींना पाहून तो पळून जाऊ लागतो. तो स्वत:ला त्याच्या खोलीत बंद करतो. त्याला डॉक्टरांकडे नेण्यात आले. डॉक्टरांनी सांगितले की ही केस मानसिक आहे. ही डिप्रेशनची केस आहे. त्याच्या आत काही भीती बसली आहे. ती दूर करण्यासोबतच त्याला प्रेमाचीही गरज आहे.'

मल्लिकाचे बोलणे ऐकून हरेन स्तब्ध झाला. अंकुश हरेनकडे पीएचडी करणार होता पण त्याने डॉ. अनुरागला आपला मार्गदर्शक बनवले. हरेनला आठवले की एके दिवशी डॉ. अनुरागने त्याला अंकुशबद्दल काहीतरी चुकीचे सांगितले होते. हरेनने काहीच लक्ष दिले नव्हते. मल्लिकाला पाहून त्याला दोन महिने झाले होते. तो तिचा पत्ता शोधण्यासाठी इकडे तिकडे भटकत होता. त्याने तिच्या मैत्रिणींनाही निर्लज्जपणे विचारले होते. मानुषी विनोदाने म्हणाली, 'महाराज पक्षी उडून गेला, आणि तुम्ही पाहत राहिलात.

इथे इतरही अनेक पक्षी आहेत, तुम्ही ज्याच्याकडे बोट दाखवाल, तो तुमचाच असेल.' हरेनला हा विनोद खूप अश्लील आणि स्वस्त वाटला. पण तो आतून आनंदी होता की किमान त्याला मल्लिकाच्या संबंधात पाहिले जात आहे.

पण आज मल्लिका आणि अंकुशचा एक नवीन चेहरा समोर आला. हरेनला आश्चर्य वाटले की ते दोघेही एकमेकांची गरज कसे बनले? जेव्हा हरेनने एकदा मल्लिकाचे बदललेले रूप पाहण्याचा प्रयत्न केला तेव्हा मल्लिकाने तिचे सर्व दु:ख हरेनच्या डोळ्यात ओतले. हरेन स्तब्ध झाला. मल्लिकाच्या मनात काय चालले आहे ते त्याला समजत नव्हते.

'अंकुश ऑनर किलिंगबद्दल' ऐकून आणि वाचून इतका घाबरला आहे की तो सर्वांना घाबरू लागला आहे. तो सर्वांना खुनी म्हणून पाहू लागतो. जर एखादा मुलगा आणि मुलगी एकत्र असतील तर तो त्यांना कुठेतरी पळून जाण्यास सांगतो. मला पाहून तो मला मिठी मारतो आणि रडू लागतो. तो स्वत:ला आणि मला कोणत्याही कथेच्या कळसावर आणतो. तो ओरडू लागतो आणि सर्वांना विनंती करतो की त्याने जीव घ्यावा पण तिला मारू नये, ती माझे प्रेम आहे.' मल्लिका सांगताना रडू लागली आणि हरेन पुन्हा एकदा हरवून गेला.

'अंकुशच्या प्रेमात आणि माझ्या प्रेमात काय फरक आहे? त्या स्थितीतही अंकुश त्याचे आयुष्य प्रेमाने भरून टाकण्याचा प्रयत्न करत आहे आणि मल्लिकाच्या आयुष्यासाठी विनवणी करत आहे. पण मी तिच्या शरीरातून बाहेर पडू शकत नाही. राधिकाही अंकुशसारखीच माझ्यावर प्रेम करते. ती माझ्यावर खूप प्रेम करते. माझ्या भविष्यासाठी ती आजही कुटुंबातील प्रत्येक संकट सहन करते. ... पण मी...?'

तेवढ्यात टेबलावर ठेवलेला मल्लिकाचा मोबाईल वाजला. फोनची स्क्रीन पाहून हरेनला धक्का बसला आणि त्याचे हृदय जवळजवळ थांबले.

राधिकाचा फोन होता. मल्लिकाने हॅलो म्हणत फोनचा आवाज वाढवला. राधिका पलीकडून धन्यवाद म्हणत रडू लागली.

तिला गप्प केल्यानंतर मल्लिका म्हणाली, 'हे खरंय राधिका, मीही तुझ्या कृष्णाच्या प्रेमात पडले होते. तेव्हा मला माहित नव्हतं की त्याच्या घरात आधीच एक राधिका आहे, जिथे राधा, रुक्मिणी, कुब्जा, सत्यभामा, कालिंदी व्यतिरिक्त सर्वजण एकत्र आहेत.

त्यांच्यापैकी कोणालाही त्यांच्या कृष्णाबद्दल तक्रार नाही. आज राधिकावर असं कोण प्रेम करते?'

तिकडून आवाज येत नव्हता. पण असं जाणवत होतं की त्या खोल शांततेत, आवाजाचा एक पूर बांध तोडून वाहून जाण्यासाठी आसुसलेला होता. हरेन मल्लिकाच्या नजरेला टाळत इकडे तिकडे पाहत होता. हरेन काही बोलण्यापूर्वीच, ती राधिकाला संधी न देता सांगू लागली, '...हो, मी सकाळी तुला सांगायला विसरले होते की मी पहिल्यांदाच पुस्तक घेण्यासाठी नाही तर सरांना माझे प्रेम व्यक्त करण्यासाठी तुमच्या घरी आली होते. मी स्वत:ला शरण जाण्यासाठी आली होते. मी कुटुंबाची संमती घेण्यासाठी आणि त्यांना माझ्या आयुष्याचा निर्णय सांगण्यासाठी आली होते. पण मी तुम्हाला भेटले. माझे हृदय अपराधीपणाने भरले होते. मी अस्वस्थ झाली. त्या दिवशी तुमच्या घरातून परतल्यानंतर मी त्यांच्यापासून दूर राहण्याचा निर्णय घेतला होता. पण माझ्या नशिबाकडे पाहा, ज्या अंकुशशी मी दूरवरचे नाते ठेवू शकत नव्हते, तो अचानक माझ्या आयुष्यात आला.'

बोलत असताना मल्लिकाचा आवाज गुदमरला. थोड्याशा शांततेनंतर ती म्हणाली, 'हो राधिका! तुला पहिल्यांदा भेटल्यानंतर आणि तुझे दु:ख पाहून मी कुठे गेले होते हे तुला माहिती आहे का? मी देवाची क्षमा मागण्यासाठी आणि आज तू अनेकांचे जीव उद्ध्वस्त होण्यापासून वाचवल्याबद्दल त्याचे आभार मानण्यासाठी माझ्या पार्श्वनाथ मंदिरात गेले होते. बघ, हा एक आश्चर्यकारक योगायोग आहे की मी तिथे अर्धवेड्या अवस्थेत अंकुशला भेटले. त्याच्यासह संपूर्ण कुटुंबाला धक्का बसला होता. आई, वडील, बहीण, भाऊ... सर्वांच्या डोळ्यात अश्रू होते. खुंटी तोडून गायीसारखा पळून जाण्यासाठी तो हताश असताना त्याला मंत्र आणि पंख्याने आंघोळ घालण्याचे प्रयत्न केले जात होते. तो ओरडत होता आणि ओरडत होता. मग त्याने मला पाहिले. तो आश्चर्यचकित झाला. त्याच्या चेहऱ्यावर हलकेसे हास्य आले. त्याचे कुटुंब आश्चर्यचकित झाले... त्यानंतरची कहाणी खूप मोठी आहे... पण आज परिस्थिती अशी आहे की तो मला क्षणभरही सोडायला तयार नाही. मी आज आले आहे जेणेकरून मी तुझे प्रेम तुला परत करू शकेन जे अजूनही माझ्याबद्दल वेडे आहेत.'

मल्लिकाने कॉल डिस्कनेक्ट केला आणि आशेने हरेनकडे पाहिले... आणि ती बाहेर गेली. हरेन निराश अवस्थेत होता. तो मल्लिकाला थांबवूही शकला नाही. काही वेळाने

राधिकाचा फोन आला. हरेनने अपराधीपणाने आणि अपराधीपणाने फोन घेतला. त्याने ठरवले की घरी पोहोचताच तो राधिकाची त्याच्या कृत्याबद्दल माफी मागेल. राधिका अतिशय शांत आणि भावशून्य आवाजात विनवणी करत होती, 'घरी ये ना! आपण एकत्र जेवू... गुडिया लवकरच शाळेतून येणार असेल... तिला तुझ्या हातचे जेवायला आवडते... उशीर करू नकोस, आम्ही वाट पाहत आहोत...' हरेनला वाटले की त्याची प्रार्थना आधीच ऐकली गेली आहे, राधिकाने त्याला माफ केले आहे... बाहेर कडक सूर्यप्रकाश आहे आणि हरेनचे डोळे अश्रू ढाळण्यासाठी ऊसळत होते...

संपर्क: ४०१ रवी बिल्डिंग, रवी-चिनाब हाऊसिंग सोसायटी,
जांगीड कॉम्प्लेक्स, सिल्व्हर पार्क,
जवळ, मीरा रोड, मुंबई-४०११०७ (महाराष्ट्र)
मोबाईल: ९६४३४१३९०९, ९९२०१२७७७१
ईमेल: anandbharti03@gmail.com

●●●

जयशंकर

२५ डिसेंबर १९५९ रोजी जयशंकर यांचा जन्म झाला.ते एक हिंदीतील प्रसिद्ध कथाकार आहेत. स्टेट बँक ऑफ इंडियामधून स्वेच्छा निवृत्ती घेतल्यानंतर ते सध्या नागपूरमध्ये राहतात आणि कथालेखन करतात. त्यांचे कथासंग्रह मरूस्थल, बारिश देव आणि मृत्यू आणि चेंबर म्युझिक, प्रतिनिधी कथा या शीर्षकाखाली प्रकाशित झाले आहेत. त्यांच्या पन्नासहून अधिक कथा शीर्ष हिंदी मासिकांमध्ये प्रकाशित झाल्या आहेत. वेळोवेळी अत्यंत काळजीपूर्वक लिहिलेल्या त्यांच्या साहित्यिक समीक्षा, डायरी, नोट्स इत्यादी "गोधुली की इबरतें" नावाच्या पुस्तकात प्रकाशित झाल्या आहेत ज्यातून त्यांच्या लेखनाचे गांभीर्य दिसून येते. कथालेखनासाठी लेखकाला अनेक सन्मानांनी सन्मानित करण्यात आले आहे.

व्यथा

उन्हाळ्याची एक निर्जन दुपार आहे. संपूर्ण रस्ता एका प्रकारच्या शांततेत बुडालेला आहे. ती तिच्या खोलीत भिंतीला खेटून झोपलेली आहे आणि मी नुकतीच बाहेरून परतली आहे. उन्हाळा, औषधे, म्हातारपण आणि काळजी वगळता, आईला काहीही आठवत नाही आणि मला माहित नाही की मला आजकाल काय आठवत नाही. शेजारच्या गुलमोहराचे झाड, व्हरांड्यात ठेवलेल्या वेताच्या खुर्च्या आणि उन्हाळ्याच्या कोमेजणाऱ्या संध्याकाळी मला गेल्या उन्हाळ्यातील छोट्या छोट्या गोष्टी आठवतात. मी बोगनवेलिच्या वेलींकडे पाहतो आणि मला त्याच्या हास्याचा आवाज ऐकू येतो.

त्याच्या अनुपस्थितीमुळे आणि जाण्यामुळे मी इतक्या चिंता आणि वेदनांच्या स्थितीत असेन हे मला माहित नव्हते. तो शहर सोडण्यापूर्वी, मी त्याच्याबद्दल किंवा स्वत:बद्दल फारसा विचार केला नव्हता. मी माझ्या संशोधनाची शेवटची पाने लिहित होते. त्या दिवसांत, इतर अनेक भीतींबरोबरच, नोकरी गमावण्याची भीती देखील माझ्या मनात होती. काही संध्याकाळी, तो माझे दु:ख आणि वेदना वाचायचा, मला धरून ठेवायचा आणि मला सांत्वन देण्यासाठी तो म्हणायचा,

तो म्हणतो- "आयुष्य तुम्हाला वाटते तितके कंटाळवाणे नाही." "तुम्हाला असे वाटेल, पण मी नाही करू शकत."

"तुला दिसत नाही का किती लोक त्यांचे जीवन मनोरंजक आणि उपयुक्त बनवण्यात व्यस्त आहेत... त्यांनाही अडचणी येत असतील... त्यांनाही संकटे येत नसतील..."

"मी त्या लोकांपैकी नाही."

"तू हे म्हणू शकत नाहीस...."

आम्ही दोघेही माझ्या घराच्या व्हरांड्यातल्या वेताच्या खुर्च्यांवर बसायचो. संध्याकाळी रस्त्यावर बाहेर पडायचो.आई संध्याकाळी फिरायला जायची. ती परत आल्यावर आम्ही तिघेही व्हरांड्यातच चहा प्यायचो.

"उन्हाळ्यात जग खूप जुनं वाटतं," माझी आई म्हणाली. "मला नेहमीच वाटतं की माझं आयुष्य खूप जुनं आहे... मला आश्चर्य वाटतं की लोक इतकी वर्षे कसे जगतात," मी म्हणाले.

आणि त्या संध्याकाळी आम्ही तिघेही गरजा, समस्या आणि जगण्याच्या पद्धतींबद्दल बराच वेळ गप्पा मारल्या. त्यांनी ज्या पद्धतीने पुस्तके आणि चित्रपटांना त्यांच्या भाषणात आणले त्यामुळे त्यांचे भाषण रंजक बनले. पुस्तकांवरील त्यांचे खोल, अखंड प्रेम मला आश्चर्यचकित करणारे होते. मी माझ्या अभ्यास आणि अध्यापनाच्या काळात हिंदी लेखक आणि कवी नक्कीच वाचले होते, परंतु त्यांच्यासारख्या इतर देशांतील लेखकांच्या कृती मला माहित नव्हत्या. जेव्हा मी त्यांना ओळखले तेव्हाच त्यांना कळले की पुस्तकांचे एखाद्याच्या आयुष्यात इतके स्थान असू शकते.

उन्हाळ्याच्या त्या लांब संध्याकाळ, व्हरांड्यावरच्या आपल्या गप्पा, फिरायला जाणे आणि त्याच्याशी झालेल्या गप्पांचा अर्थ आता मला स्पष्ट होऊ लागला आहे. आपल्या

आयुष्यात योग्य वेळी येणाऱ्या लोकांचे स्थान आणि गरज आपण का समजू शकत नाही? मी नेहमीच इतरांना समजून घेण्यात अयशस्वी झालो आहे. इतरांना समजून घेण्यासाठी माझ्यात संयम, शहाणपण आणि गांभीर्य कमी आहे. इतरांना समजून घेण्याचा प्रयत्न न केल्यामुळे, मला खूप एकटे, इतके असहाय्य आणि अपूर्ण वाटले आहे. जर मी त्याला समजून घेतले असते तर कदाचित मला त्याला असे गमावण्याचे दु:ख सहन करावे लागले नसते.

सुरुवातीला मी त्याला कधीकधी लायब्ररीत भेटायचे. मी त्याच्याशी त्याच्या बहिणीबद्दल बोलायची. त्याची बहीण माझ्यासोबत एम.ए.मध्ये होती.आणि तो विवाहित होता. तो काही परदेशी मासिके आणि नियतकालिकांसाठी लायब्ररीत येत असे आणि मासिक विभागात बसत असे. डिसेंबरमध्ये एका संध्याकाळी सतत पाऊस पडत होता आणि आम्ही दोघेही लायब्ररीच्या पायऱ्यांवर बसून बोलत होतो. त्या संध्याकाळपासून मी त्याला ओळखू लागले. मी त्याला निरुपयोगी,ऊनाड मुलांसोबत कॅन्टीनमध्ये बसलेले पाहत असे आणि वेळ घालवण्यासाठी लायब्ररीत येणाऱ्या बेरोजगार मुलांपैकी एक म्हणून मी त्याला पाहत असे. त्या संध्याकाळी माझे मत बदलले. त्याच संध्याकाळी मी माझा पूर्वग्रह मोडताना पाहिला. एखाद्याबद्दल निष्कर्ष काढणे किती सोपे आहे हे मला वाटले, पण ते किती चुकीचे आहे!

हळूहळू आमची ओळख वाढत गेली. माझे संशोधन कार्य संपणार होते आणि तो त्याच्या कॉल लेटरची वाट पाहत होता. उन्हाळा आला आणि आम्ही संध्याकाळी फिरायला तलावावर जाऊ लागलो. सुरुवातीला आईही माझ्यासोबत राहायची, पण जेव्हा तिची तब्येत बिघडू लागली तेव्हा आम्ही आमच्या घरात व्हरांड्यावर किंवा छतावर बसून फिरू लागलो. कधीकधी आमच्या संभाषणात येणारी एखादी गोष्ट लांबत असे, त्याला ते अपूर्ण सोडावेसे वाटत नसे आणि मग तो आमच्या घरी जेवण करायचा. जेवणाच्या वेळी मी माझ्या वादकावर एक जुना जाझ रेकॉर्ड वाजवत असे आणि मला असे वाटायचे की आम्ही घरी जेवण करत नाही तर जुन्या चित्रपटातील जुन्या रेस्टॉरंटमध्ये जेवण करत आहोत. आता मला कळते की त्या काळात माझ्या आयुष्यात किती जिव्हाळ्याच्या गोष्टी घडत असतात. ज्याला आपण आनंद म्हणतो ते इतक्या साधेपणाने आणि चंचलतेने नाहीशा होतात.

माझ्या पस्तीस वर्षांच्या आयुष्यात, माझ्या वडिलांनंतर, ते एकमेव असे पुरुष होते ज्यांच्यासमोर मी माझ्या दु:खावर रडू शकत असे. कधीकधी, मी त्यांच्यासमोर माझे दु:ख उघडून सांगायची आणि ते माझ्या दु:खाकडे असे पाहत राहायचे की जणू त्यांच्याशिवाय जगात दुसरे काहीही अस्तित्वात नाही. माझे दु:ख आणि त्रास ऐकूनही ते काहीही बोलत नसत आणि दुसऱ्या दिवशी जेव्हा ते काही बोलायचे तेव्हा मला असे वाटायचे की त्यांनी माझ्या दु:खाबद्दल विचार केला आहे, त्यात काही वेळ घालवला आहे. कधीकधी जेव्हा ते माझे ऐकायचे तेव्हा मला असे वाटायचे की माझे शब्द कधीच संपू नयेत आणि जेव्हा ते बोलायचे तेव्हा मला असे वाटायचे की माझे ऐकणे कधीच संपू नये. हे फक्त कधीकधीच घडायचे.

एका संध्याकाळी मी त्याला चेखॉव्हच्या कथांमधील पात्रांबद्दलचे माझे विचार सांगत होते. मी त्याच्या कथा पहिल्यांदाच वाचल्या होत्या आणि तोही

मी ते इंग्रजीत वाचल्या होत्या. त्या संध्याकाळी, आई थोडी आजारी होती. जूनच्या वाऱ्यात शेजारची झाडे सळसळत होती. मग वीज गेली आणि आम्ही व्हरांड्याच्या अर्ध्या भिंतीवर ठेवलेल्या कंदिलाच्या प्रकाशात गेल्या शतकाच्या शेवटच्या वर्षातील रशियन लेखकांबद्दल बोलत राहिलो. तो त्या लेखकांच्या जीवन, मृत्यू, प्रेम, नशीब, आनंद आणि दु:ख यांच्याशी असलेल्या नात्याबद्दल खूप काही बोलत राहिला.

"प्रत्येक माणसाने स्वत:चे जग निर्माण करण्याचा प्रयत्न केला पाहिजे," तो म्हणाला.

"स्वत:साठी असे काहीतरी हवे असल्याने आपण स्वार्थी होत नाही का?" मी म्हणालो. "खरं तर, असे केल्याने, आपण इतरांना त्यांच्या पद्धतीने आनंद शोधताना समजू शकतो..."

त्याला एकोणिसाव्या शतकातील काही रशियन कादंबऱ्या पुन्हा पुन्हा वाचायला आवडत होत्या, त्यांच्या जगात परत यायला आवडत होत्या. तो असेही म्हणायचा की रशियन लेखकांच्या काही कामांनी त्याला खूप काही दिले आहे, खूप काही शिकवले आहे. सुरुवातीला मला काल्पनिक कथांबद्दलचे त्याचे आकर्षण समजू शकले नाही आणि जेव्हा मी उन्हाळ्याच्या दुपारी तुर्गेनेव्हच्या कादंबऱ्या वाचायला सुरुवात केली, तेव्हा मला पहिल्यांदाच काल्पनिक कथांचे रहस्य आणि रंग कळले. कथांचे स्वत:चे जग असते.

त्यांचे स्वत:चे स्वर्ग आणि वेळ. त्यांचे स्वत:चे जीवन आणि जादू. त्यांची स्वत:ची लालसा आणि लीला.

मी त्याच्या अनेक विधानांशी असहमत असायची आणि आमच्या संभाषणात एक प्रकारचा तणाव असायचा. एक प्रकारची अस्वस्थता पसरायची. माझे मतभेद, माझा प्रतिकार त्याला वेदना देण्याऐवजी दिलासा देत असे आणि तो मला तक्रार करायचा की मी छोट्या छोट्या गोष्टींमध्ये अडकतो आणि म्हणूनच मला मोठ्या गोष्टींपर्यंत पोहोचण्यासाठी वेळ लागतो. त्याची ही तक्रार मी कधीच समजू शकलो नाही आणि तोही समजू शकला नाही.

त्याला संघर्ष कसे टाळायचे हे माहित होते. तो ते टाळण्याचे मार्ग शोधत असे. नातेसंबंध तुटण्याची आणि बदलण्याची भीती त्याला कायम होती. त्याचे आईवडील लहानपणीच वारले होते आणि त्याने त्याचे बालपण त्याच्या मोठ्या बहिणीसोबत त्याच्या आजी-आजोबांच्या घरी घालवले. त्याच्या बालपणीच्या गरिबीच्या काळात काहीतरी होते, ज्याच्या आठवणीने त्याला जीवन आणि आनंद मिळाला. त्याला स्वत:मध्ये खूप गोष्टी साठवायच्या होत्या. त्याला स्वत:साठी खूप गोष्टी सुरक्षित ठेवायच्या होत्या. हरवण्याची भीती, हरवण्याची भीती त्याला घेरत होती.

त्याला गमावल्यानंतरच त्याच्या मनात असलेल्या नुकसानाचे दु:ख मी समजू शकते. आता तो माझ्यापासून मैल दूर दक्षिणेकडील एका शहरात काम करत आहे, तो माझ्या खूप जवळ आहे. प्रेम असेच वाढते का, ते असेच फसवते का? जेव्हा तो आपल्याकडे येतो तेव्हा आपण त्याला समजून घेऊ शकत नाही, त्याला हाताळू शकत नाही आणि जेव्हा तो आपल्याला सोडून जातो तेव्हा आपण त्याची वाट पाहतो, त्याचा पाठलाग करतो, बेडवर झोपतो आणि त्याच्या जाण्याच्या पश्चात्तापाने भिंतींकडे पाहत राहतो.

उन्हाळा संपत आला होता. तो दिवस ढगांचा, सावल्यांचा आणि वाऱ्यांचा होता. जुलैमध्ये त्याला कॉलेजमध्ये शिकवण्यासाठी दुसऱ्या शहरात जायचे होते. एका संध्याकाळी आम्ही दोघेही जुन्या तलावाजवळील उद्यानात फिरायला गेलो. तिथे विणकरांची वसाहत होती आणि शहरातील सर्वात जुना मैलांचा परिसर होता. उंच आणि रुंद भिंतींमध्ये उभ्या असलेल्या चिमण्या आणि त्यातून निघणाऱ्या धुराकडे पाहून तो म्हणाला, "मी तिथे गेल्यावर मला या संध्याकाळ खूप आठवतील."

"तिथे उद्याने, तलाव आणि चिमण्याही असतील." मी विनोद केला होता. "हे सर्व तिथे असतील, पण तू तिथे राहणार नाहीस..." मी त्याच्या विधानासाठी तयार नव्हतो. मी थक्क झालो. त्याच्या बोलण्याने आणि माझ्यावर झालेल्या परिणामामुळे तोही अस्वस्थ राहिला. आम्ही दोघेही काही वेळ गप्प राहिलो. तलावावर आणि बाहेर प्रकाश पडत होता. रात्र सुरू झाली होती. वाटेत तो म्हणाला, "माफ करा... मी माझ्या भावनांवर नियंत्रण ठेवू शकलो नाही... मी काही दिवसांपासून तुमच्याशी लग्नाबद्दल बोलत आहे..."

मी एकदम थक्क झाले... मी यासाठी अजिबात तयार नव्हते. "ही माझी चूक आहे... मी असं बोलायला नको होतं..." "तू काहीही चूक केली नाहीस... जर तू काही सांगितलं असेल तर ते मलाच सांगितलं आहेस..."

"मग मी तुझ्या आईशी बोलू शकतो का...?" "आता नाही... मला थोडा वेळ हवा आहे... मी तुमच्याबद्दल जितका विचार करायला हवा होता तितका विचार केलेला नाही... मी काही दिवसांनी तुम्हाला सांगू शकेन..." "मी तुझ्या उत्तराची वाट बघेन..."

त्या संध्याकाळी, घरी परतताना, आम्ही एकमेकांशी खूप काही शेअर केले. त्या रात्री टेलिव्हिजनवर त्रफीचा चित्रपट चालू होता, पण माझे मन दुसरीकडेच होते, माझा मूड वेगळा होता. ती साधी रात्र नव्हती. शेवटच्या श्वासापर्यंत नेहमी कोणाच्या तरी हातात असण्याच्या कल्पनेने माझ्या मनात अनेक शंका निर्माण केल्या.

मी सतत जागगी होत राहिले. माझ्या स्थापित जगातून बाहेर पडून दुसऱ्याच्या जगात, एका विचित्र जगात राहायला सुरुवात करण्याचा विचार मला घाबरवत होता. मी रात्रभर अंथरुणावर झोपली होते. मी स्वत:बद्दल, भविष्याबद्दल विचार करत राहिलो. रात्रीच्या शांत तासांमध्ये, हा विचार वारंवार येत राहिला की मी कोणाशीही लग्न केल्यानंतर आनंदी राहणार नाही आणि माझ्याशी लग्न केल्यानंतर कोणीही आनंदी राहू शकणार नाही.

लग्नानंतर मी इतरांचे जीवन थोडे जवळून पाहिले आणि अनुभवले होते. मी ते अनुभवले होते. मुलींनी त्यांचे घर, त्यांचे जीवन सोडून नवीन ठिकाणी आणि जीवनात प्रवेश करणे मला एक प्रकारचे विस्थापन वाटत होते. त्या वेळी मी स्वत:ला हे समजावून

सांगू शकले नाही की शतकानुशतके मुली त्यांचे कुटुंब, पूर्वज, घरे, परिसर, रस्ते आणि शहरे सोडून नवीन घरे स्थायिक होत आहेत, नवीन घरात स्थायिक होत आहेत. मग लग्न करण्यास नकार देण्यापूर्वी, मी हा देखील विचार करायला हवे होते की लग्न न करणे, कुटुंबाच्या वर्तुळाबाहेर उभे राहणे हा जगण्याचा एक सहनशील पर्याय असू शकतो का? निर्णय घेण्यापूर्वी मी माझ्या शंका, पूर्वग्रह आणि तणाव त्याच्याशी आणि फक्त त्याच्याशी शेअर करायला हवे होते. त्याने कदाचित माझी कोंडी, माझे दु:ख समजून घेतले असते, ते सहन केले असते आणि माझ्यासाठी मार्ग सुचवला असता. माझ्या नकाराने तो कदाचित तितका दुखावला नव्हता जितका मी त्याला नकार देण्याचे कारण न सांगण्याने झाला असेल. मी स्वत: त्या दिवसांचा माझा जडपणा आणि मूर्खपणा समजू शकले नव्हते. त्या दिवसांत माझे मन एका डोंगरासारखे होते जे मी चढू किंवा उतरू शकत नव्हते. एक प्रकारचा निसरडा, एक प्रकारचा गोंधळ मला घेरत होता.

तो शहर सोडण्याच्या सकाळी, रेल्वे प्लॅटफॉर्मवरच, मला जाणवले की त्याचा माझ्यातील रस कमी होत चालला आहे. तो माझे ऐकत नव्हता. तो मला समजून घेत नव्हता. मला वाटले की त्याने माझ्यावर प्रेम करणे थांबवले आहे आणि म्हणूनच त्याने मला समजून घेणे थांबवले आहे. प्रेमाच्या प्रकाशातच एखाद्याला दुसऱ्याचे दु:ख कळू शकते. जर आपल्यात प्रेमासारखे काहीतरी फुलले असते, तर मी ते कोमेजून मरताना पाहत होतो.

जेव्हा मला वाटतं की मी त्याच्याशी संपर्कात राहू शकलो असते. त्याच्या सुरुवातीच्या पत्रांना मी उत्तर देऊ शकले असते. आम्ही एकमेकांचे ऐकू शकलो असतो आणि मित्रांसारखे एकमेकांना सहन करू शकलो असतो. जर आमच्यात अशी शांतता नसती तर कदाचित माझ्या आजूबाजूला इतका एकटेपणा नसता.

जर आमच्यातील संवाद सुरू राहिला असता तर पुन्हा सुरुवात होण्याची शक्यता होती.हे सगळं घडू शकलं असतं, पण ते घडलं नाही. हे जे घडतं तेच घडतं. आपल्या पूर्वजांनी कदाचित यालाच नशीब म्हटलं असेल. जर तो माझ्यासोबत असता तर त्याने मला नशीब स्वीकारण्याचा आणि सहन करण्याचा मार्ग कोण सुचवतो हे सांगितलं असतं. तो इथे नाहीये, पण वेदना नक्कीच तिथे आहेत. त्याच्या अनुपस्थितीची. कधीतरी त्याच्या

उपस्थितीची. मी या उजाड उन्हाळ्याच्या दुपारी माझ्या वेदना ऐकत आहे. मी माझ्या वेदना विणत आहे.

४१९ पी.के. साळवे रोड, मोहन नगर,
नागपूर-442001 (महाराष्ट्र)
मोबाईल : 9421800071
ईमेल: jayshankar58@gmail.com

●●●

दामोदर खडसे

दामोदर खडसे हे एक प्रसिद्ध हिंदी कवी, कथाकार आणि अनुवादक आहेत. त्यांचा जन्म ११ नोव्हेंबर १९४८ रोजी झाला. त्यांचे नाव मराठीतील प्रतिष्ठित अनुवादकांमध्ये गणले जाते. ते पुण्यात राहतात आणि हिंदी आणि मराठीला जोडणारा एक मजबूत पूल म्हणूनही काम करत आहेत. त्यांचे कवितासंग्रह आहेत, अब वहां घोंसले है, सन्नाटे में रोशनी , तुम लिखो कविता अतीत नहीं होती नदी, रात, नदी कभी नहीं सूखती, पेड़ को सब याद है, जीना चाहता है मेरा समय, लौटती आवाजें. प्रमुख कथासंग्रहांमध्ये भटकते कोलंबस, आखिर वह एक नदी थी, जन्मंतर गाथा, इज जंगल में, पार्टनर, गौरैया को तो गुस्सा नही आता, संपूर्ण कहानियां, यादगर कहानियां, चुनी हुइ कहानियां इत्यादींचा समावेश आहे. काला सूरज, भागदाद, बादल राग, खिडकियां इत्यादी हिंदीमध्ये लिहिलेल्या कादंबऱ्या आहेत. त्यांनी मोठ्या प्रमाणात मराठी साहित्याचे हिंदीमध्ये भाषांतर केले आहे. त्यांच्या लेखनासाठी त्यांना प्रतिष्ठित पुरस्कार आणि सन्मानांनी सन्मानित करण्यात आले आहे. ते महाराष्ट्र राज्य हिंदी साहित्य अकादमीचे कार्यकारी अध्यक्ष होते (२०११ ते २०१५). सध्या ते हिंदी साहित्य सल्लागार समिती आणि विद्यापीठांच्या अभ्यास मंडळाचे सदस्य म्हणून काम करत आहेत.

या जंगलात

कॉलेजमधून परतल्यानंतर आज, अदिती खूप अस्वस्थ होती. जेवणाच्या टेबलावर तिच्या वडिलांनी तिला विचारले, ‘काय झालंय, अदिती ? तू का उदास आहेस ?

‘काही नाही.’

"अरे हो, सलमान खान आज तुमच्या कॉलेजमध्ये येणार होता. ते वर्तमानपत्रात प्रसिद्ध झाले होते... काही कार्यक्रम होता ना... ?"

'हो...' आदिती अजूनही बोलायला उत्सुक नव्हती. तिची आईही संभाषणात सामील झाली, 'ती आजकाल खूप अबोल झाली आहे.'

ती नीट जेवतही नाही...'

"ठीक आहे..." बाबांनी आदितीकडे पाहिले. त्यांना वाटले की आदितीच्या डोळ्यात काही आंतरिक संवाद, गोंधळ आणि अस्वस्थता आहे. तिच्या पाठीवर थाप मारत ते म्हणाले, "तुला काही अडचण असेल तर सांग बेटा..."

त्याचे तिला 'मुलगा' म्हणणे इतके प्रेमाने भरलेले होते की ती संपूर्ण जग सोडून त्याच्यासाठी स्वत:चे बलिदान द्यायची, "बाबा, सलमान खान आज कॉलेजमध्ये आला होता... तुम्ही बरोबर आहात, त्याने आज एक जबरदस्त भाषण दिले... कोणताही संवाद न करता... त्याने सोबर रंगाचा सूट घातला होता..."

"हं..." पप्पांची नजर अदितीच्या संपूर्ण अस्तित्वावर पसरली. पण अदितीने डोळे मिचकावलेही नाही. तिला काहीतरी बोलायचे होते. पप्पांना ते जाणवले. 'मग, कार्यक्रम कसा होता ?'

हिंदू कॉलेज, या शहरातील सर्वात लोकप्रिय कॉलेज. मोकळेपणा आणि बुद्धिमत्तेसाठी, कॉलेजचा संपूर्ण रस्ता मुला-मुलींनी भरलेला आहे. अनेक मुले-मुली पार्क केलेल्या वाहनांमध्ये बसून जगाच्या गप्पांमध्ये मग्न आहेत. कॅम्पसच्या आतील भागात लावलेली झाडे कदाचित जोडप्यांना आश्रय देण्यात समाधानी असतील. पण अदिती थेट तिच्या वर्गात जाते आणि तिच्या मोकळ्या वेळेत लायब्ररी तिचे आश्रयस्थान असते. सर्वांशी हाय-हैलो ... ना कोणाशी मैत्री ना कोणाशी शत्रुत्व.

तिच्या नावावर एक चांगले पुस्तक नोंदवून घेतल्यानंतर, ती लायब्ररीतून बाहेर पडत असताना अचानक तिला गोळीबाराचा आवाज ऐकू आला. फटाके वाटून तिने लक्ष दिले नाही. पण एका मुलीला ओरडताना पाहून तिचे लक्ष पुढे गेले. चेंगराचेंगरी झाली. कोणी काही पाहू शकण्यापूर्वी किंवा काही करू शकण्यापूर्वीच आणखी दोन गोळ्या झाडल्या गेल्या. मुलगी आधीच मारली गेली होती. दुसऱ्यांदा मुलाने स्वत:वर गोळी झाडली आणि तोही त्या मुलीबरोबर मारला गेला होता. हे दोघे आदितीच्या वर्गातील

नव्हते. पण ते हिंदू कॉलेजचे होते, त्या मोठ्या कडुलिंबाच्या झाडाखाली अनेक लोकांनी त्यांना अनेक वेळा पाहिले होते. मुलाकडे पिस्तूल होती आणि मुलीच्या हातात गाडीच्या चाव्या होत्या. दोघेही श्रीमंत आणि उच्चभ्रू होते... चर्चा, अफवा, रुग्णवाहिका, पत्रकार, वर्तमानपत्रे... बातम्या आणि बातम्या... कालच्या 'मैत्री'चे काय झाले... भाषण... टाळ्यां, फरक एवढाच होता की आजची क्रूरता एकतर्फी नव्हती. मुलाने स्वत:लाही सोडले नव्हते.

अदितीची स्प्लेंडर पूर्ण वेगाने घराकडे धावत होती. ती तिच्या आईला फक्त एवढेच सांगू शकली,"एका मुलीला गोळी मारून एका मुलाने स्वत:लाही मारून टाकले."

संध्याकाळी बाबा आले. त्यांना घटनेच्या मुळाशी जायचे होते पण अदितीच्या डोळ्यांतील सूज त्यांना थांबवत होती. किती संवेदनशील आहे... अदिती.

दुसऱ्या दिवशी वर्तमानपत्रात संपूर्ण अहवाल. दुसऱ्यापेक्षा तिसऱ्या वर्तमानपत्रात अधिक तपशील, संपादकीय, पोलिसांची तयारी. कोणीतरी असेही म्हटले आहे की आजकाल फक्त मुलांमधील मक्तेदारी सर्वकाही आपल्या हातात घेऊ इच्छिते. जर तुम्ही माझ्यावर प्रेम करत नसाल तर... मी तुम्हाला प्रेम करण्यासाठी काहीही सोडणार नाही... आता कदाचित देवदास बनून काय अर्थ आहे... गाणी लिहिण्यात. ही बाजू किंवा ती बाजू - सर्वकाही फास्ट फूडसारखे आहे...

या सर्व घटनांमुळे अदिती अस्वस्थ होती. दरम्यान, तिला कळले की ती या वर्षीपासूनच मतदान करू शकेल. तिच्या मनात एक विचित्र रोमांच निर्माण झाला. का? तिला राजकारणात रस नव्हता... मग का? कदाचित ती जबाबदारीची जाणीव होती... आता ती मोठी झाली आहे. तिचे विचार, कल्पना, विचार, म्हणजेच तिच्या 'मत'यालाही काही अर्थ आहे. पण ती ज्या वातावरणात पाहते आणि वर्तमानपत्रात वाचते त्या नेत्यांच्या आणि मंत्र्यांच्या कृतींवरून तिला फक्त दोन प्रकारचे लोक दिसतात. एक क्रूर, कपटपूर्ण आणि दुसरा जोकर... तिने कॉलेजच्या निवडणुकीतही त्यांचे छोटे छोटे रूप पाहिले होते... पण तिने नेहमीच शांतपणे... निष्पक्षपणे कोणाची तरी बाजू घेतली होती.

आता निवडणुका आल्या तेव्हा तिने तिच्या वडिलांशी या विषयावर पुन्हा चर्चा करायला सुरुवात केली. तिने तिचे विचारही मांडायला सुरुवात केली...

"यावेळी तू कोणाला मतदान करशील?" चहा पिताना आदितीने तिच्या वडिलांचे लक्ष वर्तमानपत्रावरून वळवले. तो पुन्हा तिच्याकडे पाहत 'अं' म्हणत म्हणाला, तोपर्यंत

आदितीच्या आईला आदितीच्या डोळ्यात एक नवीन चमक दिसली. तिला वाटू लागले की ती मलाही हा प्रश्न विचारू शकली असती, पण आदितीला माहित आहे की तिची आई परिस्थिती चांगली समजते. वडिलांच्या चर्चेवरून हे स्पष्ट होते - यावेळी 'भाजप की काँग्रेस'...

त्यांनी कधीही आपापसात यावर चर्चा केली नाही. पण दोघांनीही एकाच पक्षाला मतदान केले. मतदान केल्यानंतरही ते याबद्दल बोलत नसले तरी. पण त्यांच्या सामान्य संभाषणातून ते उघड होते. हे दोघे या दोन पक्षांव्यतिरिक्त तिसऱ्या पक्षाचा विचारही करत नाहीत. त्याला वाटले की यावेळी त्याने त्याच्या वडिलांशी यावर चर्चा करावी.

"बाबा... तुम्ही मला काहीच सांगितले नाही?"

त्याचे वडील वर्तमानपत्र हातात घेताना म्हणाले, "मला काहीच माहित नाही.

बेटा... सगळ्यांच्या धोरणांमध्ये गोंधळ उडाला आहे. सगळेच धर्मनिरपेक्ष असल्याचा दावा करतात... सगळेच कधी इकडे जातात तर कधी तिकडे..."

"मग तू दुसऱ्याचा विचार का करत नाहीस?"

"काय उपयोग, निवडणुका येत नाहीत. एक मत वाया जाईल. अरे हो, मुली, तूही यावेळी मतदान करशील. तुला काय वाटतं? मी खूप वेळा मतदान केलं आहे... कधीच समाधानी झालो नाही. मी ते बदलण्याचा प्रयत्नही केला, पण काहीही बदलले नाही..."

"बाबा, नरेंद्र कौशल...?"

"तो एक स्वतंत्र व्यक्ती आहे... तो कसा येईल... आणि राजकारणात त्याचा काय हस्तक्षेप आहे... राजकारण हा खेळ किंवा तमाशा नाहीये..."

"बाबा, या नेत्यांच्या वागण्यामुळे हा खेळ एखाद्या शोपेक्षाही वाईट वाटतो..." हे बोलल्यानंतर तिने स्वतःला थोडे सावरले. तिने थोडी जास्तच प्रतिक्रिया दिली, आणि तीही खूप तीव्र.

"तू अगदी बरोबर आहेस, मुली... पण नरेंद्र कौशलकडे प्रचारासाठी लोक कुठे आहेत...?"

"कारण वर्तमानपत्रे, टीव्ही चॅनेल आणि सुशिक्षित लोकांचा समूह आहे, ते सर्व अशा लोकांना प्रोत्साहन देतील. बदलत्या जगासोबत, हे देखील बदलले पाहिजे..."

"हे अगदी बरोबर आहे, मला तुमचा विचार आवडला." मग त्याच्या पत्नीला संभाषणात सहभागी करून तो म्हणाला, "बघ, आता तुमची मुलगी खरोखर मोठी झाली

आहे. यावेळी आपण तिचा विचार ऐकू..." असे म्हणत तो वर्तमानपत्रात रमून जाऊ लागला. तेवढ्यात बेल वाजली आणि त्याला दारावर इंग्रजी वर्तमानपत्र अडकलेले आढळले.

बाबांचे लक्ष अजूनही आदितीच्या बोलण्याकडे होते. नरेंद्र कौशल... तो एक सक्षम माणूस आहे, स्वच्छही आहे... पण आदितीला हे कोणाचे वर्तमानपत्र आहे हे कोणी समजावून सांगावे. ते कोणासाठी लिहितात. टीव्ही चॅनेलवर कोणाच्या बातम्या-जाहिराती येतात आणि ते तथाकथित सुशिक्षित लोक कोणत्या जगात राहतात, पण हे सर्व सांगून तो आदितीची नवीन ऊर्जा, नवीन कल्पना किंवा उत्साह दुखवू इच्छित नव्हता... कदाचित ती बरोबर असेल... बरेच नवीन लोक असे विचार करत आहेत... आदितीच्या आवाजाने पुन्हा त्याच्या विचारांची रेलचेल तुटली, 'बाबा, कौशलवर एवढा मोठा लेख आला आहे तो पहा.'

"ते एक आयएएस अधिकारी होते. ते एक चांगले वक्ता देखील आहेत. एक उच्चपदस्थ अधिकारी असल्याने त्यांना मंत्रिस्तरीय स्तरावर सर्वकाही माहिती आहे. धोरणात्मक मतभेदांमुळे त्यांनी राजीनामा दिला आणि आता ते निवडणूक लढवत आहेत..." अदिती म्हणाली.मी वर्तमानपत्र पप्पांकडे सरकवले.

तिच्या वडिलांना वाटले की अदितीने तिचा निर्णय घेतला आहे. त्यांनी त्यांच्या पत्नीकडे पाहिले आणि त्यांनाही काहीतरी समजत असल्याचे आढळले. त्यांना स्वत:ला वाटले की कदाचित अदिती योग्य काम करत आहे. कधीकधी सूक्ष्म पावलांनी बदल येऊ शकतो.

बाबा लेख पाहत राहिले. त्यांना कौशल आणि मुख्यमंत्र्यांमधील मतभेदांबद्दलच्या बातम्या आठवत राहिल्या. पण हे सर्व दुय्यम होते. अदितीचे विचार तिचे स्वत:चे आहेत, जेणेकरून ते अधिक मजबूत होतील, त्यांनी कौशलबद्दलच्या चांगल्या गोष्टी देखील मोजायला सुरुवात केली, ज्या या लेखात छापल्या नव्हत्या. आता आईसाठी तिसरा पर्याय अगदी स्पष्ट होता. ती हसत हसत अदितीच्या चेहऱ्याजवळून जात स्वयंपाकघरात गेली - नाश्ता तयार करण्यासाठी.

त्यानंतर अनेक बुद्धिजीवींनी कौशलच्या बाजूने विधाने केली तेव्हा अदितीच्या आनंदाला पारावार उरला नाही. पोस्टर्स छापण्यात आले, बैठका झाल्या. तिचा आवडता

अभिनेता चंद्रचूडही प्रचारासाठी येण्यास तयार झाला. दररोज वर्तमानपत्रात काहीतरी छापले जात राहिले. अदितीचा आत्मविश्वास वाढला. पण ती कोणत्याही सभेला गेली नाही. निवडणुकीचा उत्साह फक्त मतदानापर्यंत होता. कौशलला लिहिण्याची आणि शुभेच्छा पाठवण्याची इच्छा होती. पण ती ते करू शकली नाही.

आज सकाळी बाबा थोडे उशिरा उठले तेव्हा त्यांना दिसले की अदितीने वर्तमानपत्र वाचले होते आणि ती तिच्या खोलीत गेली होती. त्यांनी त्यांच्या पत्नीला विचारले तेव्हा त्यांना कळले की   समोर होते. बाबांनी पाहिले की अदितीच्या हातात 'फाउंटन हेड' ही कादंबरी होती. त्यांनी ती कादंबरी तिला दोन महिन्यांपूर्वी तिच्या वाढदिवशी दिली होती.

अदितीचे डोळे मंदावले होते. तिचा उत्साह कमी झाला होता, तिचा आवाज जड झाला होता, "बाबा, आता सांगा... नरेंद्र कौशलने आज त्याचे नाव मागे घेतले... हे कसले राजकारण आहे? आमच्या कॉलेजमधील बहुतेक लोकांनी कौशलसाठी प्रचार सुरू केला होता... हे सर्व निरुपयोगी आहे..." आणि ती अश्रूंनी डबडबली.

"नाही बेटा... इतक्या लवकर निराश होऊ नकोस. सगळं वर्तमानपत्रात प्रकाशित होईल. ते वाच आणि मग निर्णय घे." बाबांनी तिला शांत करायला सुरुवात केली. वैयक्तिकरित्या हे प्रकरण इतके गंभीर नव्हते. पण अदितीच्या कोणत्याही कल्पना आणि स्वप्नांचा चुराडा होताना तो पाहू शकत नव्हता. तो एका कंपनीत उच्च पदावर आहे. त्याला काल संध्याकाळीच कळले होते की कौशल त्याचे नाव मागे घेत आहे.

त्यांनी अशीही अफवा ऐकली होती की एका मोठ्या पक्षाने कौशलला त्याचे नाव मागे घेण्यासाठी ३० लाख रुपये दिले आहेत. पण असे म्हणणारा माणूस नेहमीच अफवांवर विश्वास ठेवतो. म्हणूनच त्यांनी त्यावर विश्वास ठेवला नाही. हे सर्व अदितीला सांगण्यात काही अर्थ नव्हता.

पण त्याला एक बदल जाणवला. आदितीने तिच्या वडिलांशी या विषयावर चर्चा करणे बंद केले होते. तिचे वडील तिला अधूनमधून या विषयाकडे ओढत असत. मतदानाच्या दोन दिवस आधी, तिच्या वडिलांनी संध्याकाळी अचानक तिला विचारले, "बेटा, तू मतदानाची तयारी केलीस का...?"

"आपण काय तयारी करायची आहे? ज्याला आपण मतदान करायचे होते तो पळून गेला आहे... रणछोडदास... पण हो बाबा, एक डॉक्टर आहे. मी तिचा बायोडेटा

वर्तमानपत्रात वाचला. ती सुशिक्षित आहे, तरुण आहे. मग ती अज्ञात असली तरी काय होईल, पण ती काही चांगले काम करू शकते..." असे म्हणत तिचा उत्साह अचानक थंडावला.

"तू बरोबर म्हणतेस बेटा. नवीन लोकांनाही संधी मिळायला हवी." बाबा थांबले. अदितीला सतत वाटत होते की तो तिला आनंदी ठेवण्यासाठी हे करत आहे.

मतदानाच्या दिवशी, आदिती ७ वाजता तयार झाली. तिने तिच्या वडिलांना सांगितले, "मी जात आहे. मतदान केल्यानंतर, मानसीसोबत खंडाळ्याला जाण्याचा माझा कार्यक्रम आहे. मी संध्याकाळपर्यंत परत येईन."

आईला काहीतरी बोलायचे होते, पण वडिलांनी तिला थांबवले. त्यांना म्हणायचे होते, आपण एकत्र मतदानाला जाऊ. मग तुम्ही पुढे जाऊ शकता. पण त्यांनी फक्त "नाश्ता करा" असे सांगितले.

"नाही, मी चहा घेतला आहे. मानसीच्या घरी आणखी दोन मैत्रिणी येतील. आम्ही तिथे नाश्ता करू आणि मग पुढे जाऊ. आम्ही पाच वाजण्यापूर्वी परत येऊ."

आईने पुन्हा स्वत:ला थांबवले. ती फक्त अदितीकडे पाहत राहिली. तिला तिच्या स्वत:च्या मुलीचे सडपातळ शरीर खूप आकर्षक वाटले. ती स्वत:ला रोखू शकली नाही. "अदिती बेटी, काळजी घे... मला फोन करत राहा."

परिस्थितीवर नियंत्रण मिळवत बाबा म्हणाले, "काळजी करण्यासारखे काही नाही. पुण्याहून खंडाळ्याला जाणारा रस्ता एखाद्या शहरासारखा वाटतो. रस्ता एका मिनिटासाठीही रिकामा नसतो."

अदितीने तिच्या वडिलांच्या डोळ्यात पाहिले. त्यांच्या मनात एक खोल विश्वास होता. काळजी देखील होती, पण त्यांनी ती त्याच्या शब्दांतून प्रकट होऊ दिली नाही.

बाल्कनीतून, आई आणि बाबांनी पाहिले की अदिती किती आत्मविश्वासाने स्प्लेंडर चालवत होती, दूरवर पाहत होती आणि वेगाने पुढे जात होती.

आई आणि बाबा आदितीबद्दल बोलत राहिले. ती खूप दृढनिश्चयी आहे आणि ती संतुलित देखील आहे. ती खूप सक्रिय आहे आणि तिच्या समस्यांशी जोडलेली राहते. ती प्रत्येक कामात पूर्ण पुढाकाराने सहभागी होते.

त्यांनी अदितीबद्दल बोलणे कधीच थांबवले नाही. त्यांनी मतदान केले आणि घराकडे चालू लागले. यावेळी मतदान खूप रिकामे होते. परतल्यानंतरही त्यांनी या विषयावर काहीही बोलले नाही. हे पहिल्यांदाच घडले.

घरी परतल्यानंतर, दोघांनीही ठरवले की आज ते कुठेही बाहेर जाणार नाहीत. ते फक्त टीव्हीवर बातम्या ऐकतील. अदितीने एक नवीन पुस्तक आणले होते. त्यांनी त्या पुस्तकासाठी आपला वेळ देण्याचे ठरवले.

सकाळची बेल वाजली तेव्हा साधारण दहा वाजले असतील, ती अदिती तर नसेल ना?

जेव्हा अदिती घरी नव्हती, तेव्हा बेल वाजताच त्याच्या मनात अदिती दिसली. पण ती कोण असू शकते? तो उठला, दार उघडले आणि ती खरोखरच अदिती आणि मानसी होती.

अदितीच्या चेहऱ्यावर अपघाताच्या खुणा स्पष्ट दिसत होत्या. बाबांनी काही विचारण्यापूर्वीच ती बोलली, 'बाबा, सत्तेसाठी लोक जनावरे बनत आहेत. त्यांना कोणाचीही पर्वा नाही. आम्ही शहरातून बाहेर पडताच आम्हाला गर्दी दिसली, म्हणून आम्ही थांबलो. जीपमध्ये तीन-चार लोक होते. पंधरा-वीस लोकांच्या गर्दीतून एक माणूस बाहेर आला आणि त्याने जीपमधील एका माणसाच्या छातीत घुसून मारले. बाकीचे लोक जीव धोक्यात घालून पळून गेले. फक्त ड्रायव्हर जखमी आहे. पण आम्हाला सांगता येत नाही...'

'आम्ही ऐकलंय की ज्याने पिस्तूल चालवली तो मंत्री होता. त्याने विरोधी पक्षाच्या माणसाला काहीतरी विचारलं आणि अचानक रागाच्या भरात गोळीबार केला... आम्ही पटकन परतलो... अदिती खूप संवेदनशील आहे, म्हणून आम्ही घरी आलो...' मानसी म्हणाली.

बाबांनी दुखावलेल्या अदितीकडे पाहिले. ती काहीच बोलू शकली नाही. बाबांनी उत्सुकता व्यक्त केली. पण एक भयावह शांतता पसरली. थोड्या वेळाने मानसी तिच्या घरी गेली.

अदितीच्या चेहऱ्यावर वेगवेगळे विचार दिसत होते. जमाव किती क्रूर, हिंसक आणि निर्दयी होता याबद्दल तिने अनेक गोष्टी सांगितल्या. कदाचित त्यांनी जीपला नियोजनबद्ध पद्धतीने घेरले असेल. लोकशाहीबद्दल बाबांचे विचार

मी ज्या गोष्टी समजावून सांगितल्या होत्या त्या सर्व अदितीसमोर गुंतलेल्या होत्या.

दोन तासांतच सविस्तर बातमी टीव्हीवर दाखवण्यात आली. टीव्हीवर ते दृश्य पाहून अदिती अजूनही असामान्य होती. मंत्र्याला अटक करण्यात आली.

अदितीचा खंडाळा मध्येच राहीला. या घटनेचा अदितीच्या मनावर कोणताही नकारात्मक परिणाम होऊ नये यासाठी बाबांनी खूप प्रयत्न केले. तिने कोणत्याही अडथळ्याशिवाय एकटीच फिरत राहावे. ही घटना तिच्या उत्साहात अडथळा ठरू नये. अदिती इतकी कमकुवत मनाची नव्हती. बाबांनी तिला अधिक मजबूत केले होते.

दुसऱ्या दिवशी, वर्तमानपत्रांमध्ये या घटनेचे आणि इतर अनेक अपघातांचे तपशील आले.

अदिती तिच्या वडिलांशीही तितकीशी बोलणारी नव्हती. घरी पुस्तके आणि कॉलेज लायब्ररीत किंवा मानसीसमोरील कॅफेटेरियामध्ये नवीन पुस्तकांवर आणि कार्यक्रमांवर चर्चा. ती तिच्या वर्तमानात तितकीच सक्रियपणे सहभागी होती.

सकाळी वर्तमानपत्रात वाचले की तिची आवडती लेखिका आज शहरातील प्रसिद्ध पुस्तकांच्या दुकान 'इंटरनॅशनल बुक शॉप' मध्ये येत आहे. लेखिकेची मुलाखत आहे. आज त्याला वाटले की ती त्याला सर्व काही विचारेल, 'त्याच्या आत उठणारे सर्व प्रश्न. बाबांना तिच्यासोबत यावे लागले. तिने आधीच त्या लेखकाचे पुस्तक विकत घेतले आहे. तिला त्यावर लेखिकेचा ऑटोग्राफ देखील मिळेल.

टीव्हीवर चित्रपट आणि सुट्टी असूनही, लेखिकेचे भाषण ऐकण्यासाठी बरेच लोक आले होते हे पाहून तिला आनंद झाला. आदिती तिच्या वडिलांच्या शेजारी समोरच्या खुर्चीवर बसली होती. तिच्या व्यक्तिमत्त्वाने अनेक लोकांचे, विशेषत: तरुणांचे लक्ष वेधून घेतले होते. मध्यमवयीन लोकही तिच्याकडे दुर्लक्ष करू शकत नव्हते. ती लेखिकेचे विविध भाव कॅमेऱ्यात कैद करत होती. मग एका वृद्ध माणसाच्या प्रश्नाने तिला आश्चर्य वाटले. लेखिकेला त्याचा प्रश्न नीट ऐकू आला नाही, म्हणून तिने त्याला तो पुन्हा सांगण्याची विनंती केली.

म्हातारा पुन्हा म्हणाला, 'मी तुमची सर्व पुस्तके वाचली आहेत. पुस्तकांमध्ये जे काही लिहिले आहे त्यावर अनेकांनी प्रश्न विचारले आहेत. तुम्ही मला आत्ताच सांगितले की तुम्ही मुलांवर आणि किशोरांवर पुस्तक लिहिण्याची तयारी करत आहात...'

‘तुम्ही अगदी बरोबर ऐकले... मुलांसाठी चांगल्या पुस्तकांची कमतरता आहे असे तुम्हाला वाटत नाही का...’

"होय...."

"तर...."

"माझा प्रश्न काहीतरी वेगळा आहे..."

“विचारा...."

"काही वैयक्तिक गोष्ट आहे... परवानगी देता का...?"

“बोला....

"तुम्ही एका मुलाखतीत सांगितले होते की तुमचे लग्न एका प्रसिद्ध पत्रकाराशी झाले आहे... तुम्ही त्याला परदेशात भेटलात आणि तिथेच लग्न करण्याचा निर्णय घेतला..."

"तूम्ही पुढे म्हणालात की जगाच्या वाढत्या कुरूपतेमुळे, तुम्ही दोघांनीही मुले न होण्याचा निर्णय घेतला आहे..."

"तूम्ही अगदी बरोबर वाचलंस..."

"मग तुम्ही मुलांवर पुस्तक लिहिण्याचा विचार कसा आणि का करत आहात?"

लेखिकेने खांदे उडवले. तिच्या चेहऱ्यावर असे काही भाव उमटले की हा कसला प्रश्न आहे? याचा सर्जनशीलतेशी काय संबंध?

लेखकाच्या कामाचा आणि लेखनाच्या या वैयक्तिक निर्णयाचा काय संबंध असावा याचा विचार अदितीलाही होत होता. लेखकाने दुसऱ्या प्रश्नासाठी आजूबाजूला पाहिले आणि आयोजकांकडे वळला.

आयोजक तयार होता. तो काही घोषणा करण्यापूर्वीच अदिती उभी राहिली. म्हणून आयोजक म्हणाला, आता फक्त शेवटचा प्रश्न विचारला जाईल. जर तुम्हाला आणखी काही विचारायचे असेल तर आपण दुकानात सविस्तर चर्चा करू शकतो.

अदिती म्हणाली, "तुमच्या नवीनतम पुस्तकात तुम्ही सामाजिक-राजकारणातील विचित्र आणि भयावह परिस्थितीचे चित्रण केले आहे. ‘सत्या’, ‘अर्धसत्य’, ‘बॉम्बे’ आणि ‘माचिस’ सारख्या चित्रपटांमध्ये आपण भयानक हिंसाचार, हत्या आणि भितीदायक दृश्ये

पाहिली आहेत. गेल्या दोन महिन्यांतच मी माझ्या तरुण वयात अशी अंगावर काटा आणणारी दृश्ये पाहिली आणि ऐकली आहेत..."

लेखिका गंभीरपणे आदितीकडे पाहत होती आणि ऐकत होती. आदितीच्या तीक्ष्ण आवाजात, तिच्या पारदर्शक डोळ्यांतून वास्तव बाहेर पडताना तिला जाणवत होते. आदिती फक्त बोलण्यासाठी तिथे उभी नव्हती, तिच्या आतील भावनांनी ठोस रूप धारण केले होते. लेखिका हसत होती आणि तिच्या डोळ्यांनी न घाबरता पुढे जाण्याची परवानगी देत होती.

"...मला एवढेच सांगायचे आहे की आपण ते दररोज पाहत आहोत, आपण ते वर्तमानपत्रात वाचतो, तुमच्या पुस्तकांमध्येही तेच आहे. चित्रपटांमध्येही तेच अधिक केंद्रित स्वरूपात दाखवले जात आहे... म्हणून मी असे म्हणू इच्छितो की आमच्यासारख्या लोकांनी काय करावे? आपण कोणाचे अनुसरण करावे, आम्ही कोणाला आपला आदर्श मानावे? असे काहीही कुठेही दिसत नाही..."

अदिती तिचा लेख सांगत असताना लेखिकेकडे काळजीपूर्वक पाहत होती. ती बसली तेव्हा बाबांनी तिच्या कानात कुजबुजले, "छान."

लेखिकेने काही क्षण खाली पाहिले. मग तिने प्रेक्षकांभोवती पाहिले आणि तिची नजर अदितीच्या चेहऱ्यावर स्थिरावली. ती म्हणाली, "काय नाव सांगितलेस... ?"

"अदिती."

"अदिती, ते असं आहे... आम्ही जे पाहिले ते लिहिले, परिस्थितीचे वर्णन केले. प्रत्येक व्यक्तीने काय घ्यावे हे सांगण्याची मला गरज वाटत नाही. मला फक्त असे वाटते की प्रत्येक व्यक्तीने स्वतःचा आदर्श आणि स्वतःचे जग शोधले पाहिजे..."

तिच्या विधानानंतर, लेखिकेने अदितीकडे पाहिले. मग आयोजक पुन्हा म्हणाला, "जर अजून काही चर्चा करायची असेल तर ती दुकानात करता येईल... वेळेअभावी, आपल्याला इथेच थांबावे लागेल..."

लेखिका उठली. अदितीही उठली. दोघांनीही एकाच वेळी एकमेकांकडे पाहिले आणि त्यांचे अनौपचारिक हास्य शब्दांपलीकडे एक झाले. लेखिकेला अदितीबद्दल अभिमान आणि आशा वाटली. तिच्या अर्ध्या वयाच्या मुलीमध्ये जीवनाचा शोध घेण्याची

प्रवृत्ती पाहून ती प्रभावित झाली. जेव्हा अदितीने काळजीपूर्वक पाहिले तेव्हा तिला लेखिकेच्या डोळ्यात तिच्या स्वत:च्या आईच्या प्रेमळ भावना दिसल्या.

कार्यक्रमानंतर, लोकांनी लेखिकेला ऑटोग्राफसाठी घेरले. काही पालक जे श्रीमंत दिसत होते ते त्यांच्या मुलांसह आले होते. ते पुस्तके खरेदी करत होते आणि ऑटोग्राफसाठी मुलांना पुढे ढकलत होते... अदितीच्या हातात आधीच पुस्तक होते. तिने ते वाचले होते. तिने तिच्या वडिलांशी अनेक विषयांवर चर्चा देखील केली होती. ऑटोग्राफ देताना, लेखिकेने आजूबाजूला पाहिले. बाबांना वाटले की ती अदितीला शोधत आहे. ते म्हणाले, "बेटा, तूही पुढे जा आणि ऑटोग्राफ घे."

बाबांनी अदितीला नवीन पुस्तकांच्या स्टँडभोवती फिरताना आणि पुस्तकांकडे पाहताना पाहिले. पण तिचे लक्ष बाबांच्या शब्दांवर होते. म्हणून जेव्हा त्यांनी तिच्या हातावर हात मारला आणि डोळ्यांनी तिला इशारा केला तेव्हा अदिती म्हणाली, "पुरे झाले ऑटोग्राफ बाबा, आज मी एक नवीन पुस्तक घेऊ का...?"

संपर्क: पत्ता-बी-५०३-५०४,
हाय ब्लिस, कैलास जीवन जवळ,
धायरी, पुणे 411 041
मोबाईल: ९८५००८८४९६
ईमेल: damodarkhadse@gmail.com

●●●

राजेंद्र श्रीवास्तव

राजेंद्र श्रीवास्तव हे प्रसिद्ध कथाकार आहेत. 18 ऑक्टोबर 1966 रोजी जन्म. त्यांच्या कथा प्रमुख हिंदी नियतकालिकांतून प्रसिद्ध होत आहेत. त्यांचे 'अभी वे जानवर नहीं बने', 'कोई तकलीफ नहीं', 'दुःखाच सावज', 'प्रतिनिधी कहानी', 'सपनों का गणित' (कथासंग्रह) प्रकाशित झाले आहेत. 'सुबह के इंतजार में' (नाटक संग्रह), 'कागज की जमीन पर' (संपादित पुस्तक), 'सृजन की वेदिका', 'सृजन का उत्सव' (समालोचन) इत्यादी इतर प्रकारांची पुस्तके प्रकाशित झाली आहेत. विद्यापीठांसाठी एकूण ४ पुस्तके लिहिली. हिंदीच्या सेवेबद्दल माजी राष्ट्रपती प्रणव मुखर्जी यांच्या हस्ते सन्मानित. महाराष्ट्र राज्य हिंदी साहित्य अकादमीचा मुन्शी प्रेमचंद पुरस्कार, कथा प्रकारासाठी महाराष्ट्र शासनाचा विष्णुदास भावे पुरस्कार यांसह अनेक पुरस्कार व सन्मानांनी सन्मानित. सध्या तो पुण्यात राहत असून एका राष्ट्रीयीकृत बँकेत सेवा बजावत आहे.

हिशोब बरोबर!

रुग्णालय विलक्षण होते.

काउंटरवर बसलेल्या अत्यंत सुंदर नर्सने मला तिसऱ्या मजल्यावर जाण्यास सांगितले. मी कॅप्सूल लिफ्टने तिसऱ्या मजल्यावर पोहोचलो. लिफ्टमधून बाहेर पडताच, आणखी एक काउंटर नर्सिंग स्टेशन होते. काचेच्या पार्टीशनच्या मागे चमकणाऱ्या पांढऱ्या गणवेशात आणखी एक नर्स. मी चमकणाऱ्या संगमरवरी फरशीवरून चालत तिच्यापर्यंत पोहोचलो.

मग ते अद्ययावत सुविधा असोत, स्वच्छता असोत, चमक असोत किंवा सेवेतील व्यावसायिकता असो - लक्झरी हॉस्पिटल्स आणि स्टार हॉटेल्समध्ये निश्चितच काही समानता आहेत.

नर्सच्या चेहऱ्यावर एक प्रशिक्षित हास्य होते, जवळजवळ स्वाभाविक.

"श्रीमती विजया... विजयकांत चौटाला." मी थोड्या वेळाने म्हणालो. मी ते सांगितले नाही, पण विचारले. मी ते विचारल्यासारखे म्हटले.

नर्सच्या बोटांनी संगणकाच्या किबोर्डवर हालचाल केली.

"रूम नंबर तीन शून्य चार, साहेब." नर्सने पूर्वीप्रमाणेच हसत म्हटले. नर्सनेही डावीकडील कॉरिडॉरकडे बोट दाखवले. नर्सिंग स्टेशन अगदी मध्यभागी होते. उजवीकडे आणि डावीकडे रुग्णांच्या खोल्या होत्या. दिवसाही कॉरिडॉरमध्ये दुधाळ दिवे जळत होते. पुढच्या काही क्षणात मी वॉर्ड नंबर तीनशे चार समोर होतो.

मी दारावर हलकेच ठोठावले. काहीच प्रतिसाद न मिळाल्याने मी दार आत ढकलले आणि आत डोकावले.

बेडच्या डाव्या बाजूला असलेल्या खुर्चीवर एक नर्स निश्चल बसली होती. मी रुमालाने चेहऱ्यावरील घाम पुसला आणि खोलीत प्रवेश केला.

मला पाहताच विजयाचे डोळे चमकले. तिने नर्सला बाहेर जाण्याचा इशारा केला.

"तुमच्या घरचे कोणी आहे का?" मी कोणताही परिचय न देता विचारले.

खोलीत एक आल्हाददायक थंडावा होता. एसीने तापमान योग्यरित्या सेट केले होते. विजयाचा चेहरा तेजस्वी होता, तिच्या मानेपर्यंत पांढऱ्या चादरीत गुंडाळलेला होता. सहसा आपण रुग्णांचे चेहरे वाळलेले असल्याची कल्पना करून रुग्णालयात येतो.

"माझे घर कोलकात्यात आहे. दोन हजार किलोमीटर अंतरावर. माझे आईवडीलही फारसे म्हातारे नाहीत. असो, इथे पोहोचायला दोन दिवस लागतील." कदाचित विजया आश्चर्यचकित झाली असेल... कदाचित तिला असा प्रश्न अपेक्षित नव्हता.

"मी तुमच्या सासू-सासऱ्यांबद्दल विचारत आहे. तुम्हाला काही समजले का?" मी चिडलो. विजया क्षणभर संकोचली - "इथे एक नर्स आहे, चोवीस तास काम करते. दहा लोकांची काय गरज आहे? अनावश्यक गर्दी."

खोली बरीच मोठी होती. उजव्या बाजूला एक सोफा आणि बेडसारखे काहीतरी होते. टेबल, खुर्ची, स्टूल, सर्वकाही स्वच्छ, सुंदर आणि व्यवस्थित होते.

पुढे, बाथरूमला जोडलेला एक दरवाजा होता. विजयाच्या बेडच्या अगदी समोर, थोड्या उंचीवर, एक ४२ इंचाचा एलईडी टीव्ही होता. सध्या टीव्ही बंद होता, पण त्याचा रिमोट विजयाच्या उशाजवळ ठेवला होता, जो ती हॉस्पिटलमध्ये असल्याची जाणीव करून देत होता.

विजया तिचा बहुतेक वेळ टीव्ही पाहण्यात घालवते.विजयाने डाव्या बाजूचे बटण दाबून हेडरेस्टवरून बेड वर केला. तिने हळूच स्वत:ला वर केले आणि उशीवर तिची पाठ टेकवली. तिने बेडशीट खाली ओढली. आता ती बेडवर झोपणे आणि बसणे यांच्यामध्ये होती. बेडशीट सरकल्यामुळे तिचे पोट थोडे जास्त फुगलेले दिसत होते. हॉस्पिटलच्या गाऊनमध्येही ती खूप सुंदर दिसत होती. तिचे जाड लांब केस तिच्या गालावरून खाली आले होते आणि अजूनही तिच्या पाठीवर आणि उशीमध्ये खेळत होते.

माझ्या तोंडातून नकळत "बिलोटी" बाहेर पडले. पण आवाज खूप कमी होता. इतका कमी की मलाही तो ऐकू येत नव्हता.

"काय म्हणालास?" विजयाचे मोठे तेजस्वी डोळे त्यांच्या कोपऱ्यातून बाहेर पडण्याच्या तयारीत होते. तिला समजले. कधीकधी चेहऱ्यावरील हावभाव पुरेसे असतात, शब्दांची गरज नसते.

"तू खूप सुंदर झाली आहेस..." मी परिस्थिती हाताळण्याचा प्रयत्न केला. "मी आधीच सुंदर आहे. मी तुला तीन वर्षांनी भेटत आहे, तीनशे वर्षांनी नाही." विजया रागाने म्हणाली.

मी चकित झालो - "तला हा गैरसमज कधीपासून झाला?" माझा आवाज अजूनही मंद होता. जेणेकरून जर कोणी माझे ऐकले तर माझ्यावर हल्ला झाला तर मी ते नाकारू शकेन. "असो, विसरून जा, तुमचा आयपीएस कसा आहे?"

"तुला माझ्या नवऱ्याचा इतका हेवा का वाटतो? आयपीएस असणे गुन्हा आहे का? गेल्या तीन वर्षात, तुला कधी मी कशी आहे हे जाणून घ्यायचे होते का? तुम्ही माझ्या नवऱ्याबद्दल विचारत आहात. आधी माझ्याबद्दल विचार."

"मला हेवा का वाटावा? ती मला पोलिसांची ताकद का दाखवत आहे? जर ती पोलिस असेल तर ती मला अटक करेल का?" मला माहित नाही की मी व्यंग्यात्मक बोलत होतो की माझ्या आत काही निराशा वाढत होती.

मला वाटलं होतं विजया माझ्यावर झडप घालेल आणि तिच्या लांब नखांनी माझा चेहरा खाजवेल. मी तिला मांजरीचे पिल्लू म्हटले नाही.पण असे काहीही झाले नाही.

"तुम्ही लोक कधीच उलट बोलत नाहीत," ती प्रत्येक शब्द चावत म्हणाली. "आम्ही लायन्स क्लॉज नावाचा एक मोठा गट तयार केला होता! व्वा! लायन्स क्लॉज. आम्ही संपूर्ण जगातून वाईट दूर करू. फक्त समाजवादाबद्दल बोलणारी ती सुनीता मठकरी स्वत: एका भांडवलदाराशी लग्न केल्यानंतर शांततेत जगत आहे.

तिच्या ड्रॉईंग रूमच्या कपाटात गॉर्की आणि लेनिनची पुस्तके नक्कीच लावलेली आहेत. ती तिच्या पती आणि मुलांसोबत खूप आनंदी आहे. आणि कॉलेजमधील भ्रष्टाचाराच्या निषेधार्थ दोन दिवस उपोषणाला बसलेला तुमचा विवेक अग्रवाल, एक वर्ष सिव्हिल इंजिनिअरिंगचा अभ्यास केल्यानंतर आता होंडा सिटीमध्ये फिरतो. आणि कोण..."

"तू चोर आहेस..." मला म्हणायचे होते पण तिच्या चेहऱ्यावरील भाव पाहून मी थांबलो, "इतरांच्या चुका मोजून तू बरोबर होणार नाहीस. मी जे ऐकले तेच तू बोलत आहेस. आमच्या लायन्स क्लॉजचे पाच सदस्य कुठेही आणि कोणत्याही पदावर असले तरी त्यांच्या भूमिका सर्वोत्तम पद्धतीने बजावत आहेत. जर आपण जीवनात स्वत:ला सुधारले तर जग स्वत: सुधारेल. तू लायन्स क्लॉजचा खूप सक्रिय सदस्य होतास, पण तू एकाच वेळी सर्व काही सोडून दिलेस. तू माझा खूप विश्वासघात केलास..."

"विश्वासघात? कसला विश्वासघात? नाही, मी आधीच स्पष्ट केले होते की मी लग्न केले आणि निघून गेलो, मग विश्वासघात कुठून येतो? आणि मी तुझा कसा विश्वासघात केला... मी तुझ्याशी लग्न करणार होते का...?" विजयाचा राग सुटला. तोच जोश, कॉलेजच्या दिवसांची तीच बेफिकीर शैली.

"हळू बोल," मी संकोचून म्हणालो, "जर तुझा नवरा आला तर तो खरोखर माझ्यासाठी गोंधळ निर्माण करेल."

"तो येणार नाही," एक आश्वासक आवाज. "तो येणार नाही, सुरेश निवडणूक ड्युटीवर आहे. त्याच्याकडे वेळ नाही. तो तुझ्यासारखा पत्रकार नाही. तो सहाय्यक आयुक्त आहे... ज्यूस पिणार का?"

कदाचित त्याला वाटले असेल की तो खूप बोलला आहे, कदाचित तो ते लपवण्यासाठी ज्यूसबद्दल बोलला असेल.

मला ज्यूसची गरज होती. जरी पाण्यानेही काम झाले असते. मी छोट्या फ्रीजमधून पॅक केलेला ज्यूस काढला. एका दमात ज्यूस संपवल्यानंतर, मी पुन्हा विजयाकडे पाहू लागलो - "तुला माझा नंबर कुठून मिळाला?"

"मी तुझे आर्टिकल वाचले. मी तुझे लेख वाचले. गेल्या आठवड्यात मी टीव्हीवर शेतकऱ्यांच्या आत्महत्यांबद्दल तुझे कव्हरेज पाहिले. तुमचा 'जिंदा उमीद' हा लेख रिअल ग्रुपच्या 'प्रहार' मासिकात आहे आणि त्या लेखात उल्लेख केलेला मार्क्सवादी माणूस विजय सारस्वत प्रत्यक्षात तुम्ही आहात. मला समजत नाही का! आता तुम्ही मोठ्या सिंहासारखे वागत आहात! तुम्हाला ही ताकद कुठून मिळाली? कॉलेजमध्ये तुम्ही खूप भित्रा होता, भित्रा नव्हता तर भित्रा होता... म्हणजे लाजाळू... म्हणजे तुम्ही लाजाळू होता."

मी हसायला लागलो, "मी विचारत आहे की तुला माझा नंबर कुठून मिळाला आणि तू तर डोक्यापासून पायापर्यंत माझे वर्णन करण्यात मग्न आहे."

"तुझ्या निर्मितींसोबतच तुझा नंबर, नाव, पत्ता, फोटो सगळं काही आहे, मूर्ख." विजयाचा आवाज पुन्हा मोठा झाला.

"आणि डब्बू! भित्रे असण्याबद्दल काय? तुला भित्रा, भित्रा आणि लाजाळू असण्यातील फरक कळत नाही का? अद्भुत!" मी म्हणालो.

"संपूर्ण शरीराच्या वर्णनातून तुला काय समजते? लक्षात ठेवा, जेव्हा तू कॉलेजमध्ये राजकारणाच्या जाळ्यात अडकलात तेव्हा मीच तुम्हाला वाचवले होते. जर मी पोलिस आणि संचालक मंडळासमोर तुमच्या बाजूने निवेदन दिले नसते तर तुम्हाला कॉलेजमधून काढून टाकले असते! जर तू कॉलेज सोडले असते तर तुम्ही स्वत:ला चप्पलांनी मारत फिरत असता. या मीडियाची दादागिरी व्यर्थ गेली असती!" विजया धमकीच्या स्वरात म्हणाली.

"कसली धमकी? मी तुला काही बोललो का? तू मला काही उपकार करण्यासाठी बोलावले आहेस का?" मी जवळजवळ हार मानत म्हणालो.

"मग तू मला इतक्या उशिरा विचारलेस की मी हॉस्पिटलमध्ये काय करत आहे?" विजयाचा आवाज तक्रारदार झाला.

"ती छान दिसतेय. असं वाटतंय की ती नुकतीच ब्युटी पार्लरमधून बाहेर पडली आहे" - मला पुन्हा वाटलं की यावेळी ती नक्कीच माझ्यावर झडप घालेल. पण तसं काही घडलं नाही. आमच्या लायन्स क्लॉजची सदस्य सुनीता म्हणायची... आणि कदाचित ती बरोबर होती की लग्नानंतर मुलगी शांत होते, म्हणजेच लग्नानंतर मुलीचा संयम वाढतो. तिची सहन करण्याची क्षमता वाढते.

विजयाने अर्धवट झाकलेली चादर थोडी अधिक खाली ओढली. ती तिच्या सुजलेल्या पोटाला हात लावत हसली."ते जुळे आहेत! दोन्ही मुली!" तिने डोळे खाली केले. त्या क्षणी तिच्या डोळ्यांतून प्रेमाचा एक अख्खा महासागर वाहत होता.

मग अचानक त्याचा आवाज थंड झाला, "गेल्या वेळीही ती मुलगी होती, पण पाडून टाकली ... मागच्या वेळी मला काही समजण्याआधीच टेस्ट-वेस्ट झाली होती आणि मला काही समजण्याआधीच कथा संपली होती..."

विजया काय म्हणत होती ते समजायला मला थोडा वेळ लागला. एक समृद्ध कुटुंब आणि एक सुशिक्षित नवरा. अशा गोष्टीचा विचारही कसा करता येईल?

"याचा संबंध श्रीमंत किंवा सुशिक्षित असण्याशी जोडू नको. आणि मला व्याख्यानही देऊ नको. मी तुझ्या लेखात वाचले आहे की अनेक श्रीमंत राज्यांमध्ये मुलींचे प्रमाण कमी होत चालले आहे. दर १००० मुलांमागे ८०० मुलीही नाहीत. तुला माहिती नाही का की आपल्या देशात दरवर्षी लाखो मुली जन्माला येण्यापूर्वीच मारल्या जातात?"

मी अवाक झालो.

विजया म्हणत होती, "सुरेश साधा आहे, पण कुटुंब रूढीवादी आहे. मला सुरेशला सोडायचे होते. पण मी ते करू शकले नाही. माझे आईवडील आडवे आले. पण काही हरकत नाही... आता माझी पाळी आहे... आधी मी विचार केला होता की मी यावेळी चाचणी करेन आणि जर यावेळी पोटात मुलगा असेल तर मी स्वत: त्याचा गर्भपात करेन, शेवटच्या मुलीचा हिशोब चुकता करण्यासाठी..."

"तू वेडी झाली आहे का?" मी तिला तीक्ष्ण आवाजात थांबवले.

"पण काही फरक पडत नाही, सुदैवाने यावेळी दोन मुली आहेत. व्वा...." ती खूप आनंदित झाली, "जुळ्या मुली. आता गुण बरोबरीत आहेत."

"मी पूर्ण तयारीने आली आहे." तिने उशीखालून काही कागद काढले, "सुरेश कांत चौटालांविरुद्धचे माझे विधान तयार आहे. ते तीन प्रतींमध्ये आहे... आता लक्षपूर्वक ऐका... उद्या सकाळी एक ऑपरेशन आहे. प्रकरण मिटवले जाईल. त्याआधी मला कोलकाता येथील माझ्या घरी सोडा, मग तुम्हाला वर्तमानपत्रात जे काही लिहायचे आहे ते लिहा. टीव्हीवर जे काही दाखवायचे आहे ते दाखवा. तसेच पोलिस यात काय करू शकतील ते शोधा. मी पूर्णपणे तयारीने आली आहे." विजयाने पुन्हा सांगितले. मी फ्रिजमधून पाण्याची बाटली काढली आणि काही घोट घेतले.

"माझ्याकडे फक्त आजचा वेळ आहे... उद्या माझा नवरा माझ्यावर वेडापिसा होईल. त्याला मुलगी नको आहे. यासाठी तो कोणत्याही थराला जाऊ शकतो. तो काहीही करू शकतो... अगदी त्याच्या शक्तीचा वापरही करू शकतो..."

"तुझ्या मुलींना काहीही होणार नाही. मी हमी देतो," मी ठाम आवाजात म्हणालो - "पण मला दिसतंय की तू तुझ्या पतीपासून वेगळी झाली आहे..."

"...आणि मी पाहत आहे की निलंबित आयपीएस अधिकारी सुरेश कांत चौटाला हे त्यांच्या पत्नीची भ्रूणहत्येचा प्रयत्न केल्याबद्दल माफी मागत आहेत. ते हात जोडून विनवणी करत आहेत."

"विजया, तू मला जे विचारलंस, मी आता तुला विचारतोय, या साध्या कॉलेज मुलीला इतकी ताकद कुठून मिळाली? विजया तुला भीती वाटत नाही का?"

"यात घाबरण्याचे काय आहे? हा संपूर्ण जातीचा प्रश्न आहे. मुलीचाही या पृथ्वीवर जगण्याचा प्रश्न आहे. हा एका मुलीच्या अस्तित्वाचा प्रश्न आहे. आणि जर भीती असेल तर ती त्या महिलांसाठी आहे ज्या जबरदस्तीमुळे लढू शकत नाहीत. ज्यांच्यासाठी तुमच्यासारखे मित्र नाहीत..." विजया धापा टाकत होती.

मी गप्प राहिलो. पुढचे पाच मिनिटे मी फोनवर व्यस्त होतो. विजया कपडे बदलून बाथरूममधून परतली. हॉस्पिटलच्या गाऊनऐवजी तिने साधा सलवार सूट घातला होता.

मी विजयाकडे वळलो - "आपण फक्त पाच मिनिटांत मुंबईला निघत आहोत. टॅक्सी येत आहे. विमानाची तिकिटे बुक झाली आहेत. जास्तीत जास्त तीन तासांत मुंबई आणि मग संध्याकाळपर्यंत तू कोलकात्यात तुझ्या घरी पोहोचशील. इथून दोन हजार किलोमीटर दूर. मग मी वर्तमानपत्रे, मीडिया, पोलिस, सगळं सांभाळेन."

मी पुन्हा म्हणालो- "माफ कर,माझा गैरसमज झाला. पण तू खूप छान काम करत आहेस, तू आमच्या सर्वांपेक्षा वर आली आहेस. तुझे धाडस आम्हाला काहीतरी करायला भाग पाडेल." यावेळी मी विनोद करत नव्हतो.

"तू मला खूप मदत करतोय" - विजयाच्या चेहऱ्यावरील तणाव आता कमी होत चालला आहे आणि तिच्या आवाजात पुन्हा एकदा वाईट बोलू लागला आहे - "आता तो त्याच्या लायन्स क्लॉजमधील सदस्यांमध्ये स्वत:बद्दल बढाई मारेल आणि माझ्याबद्दल वाईट बोलेल." - ती एक खेळकर मुलगी आहे. ती गंभीर राहण्यास सक्षम नाही.

मी हळूवारपणे उत्तर दिले, "तू मला कॉलेजमध्ये शपथा घेण्यापासून वाचवलेस. तर आज निकाल लागला."

"स्कोअर बरोबरीचा आहे!" विजया हसली.

कदाचित तिच्या डोळ्यात काहीतरी पडले असेल, कारण हसत हसत ती तिच्या स्कार्फच्या टोकाने डोळ्यांच्या कोपरा पुसू लागली.

संपर्क: सहाय्यक महाव्यवस्थापक, बँक ऑफ महाराष्ट्र,

मुख्य कार्यालय, लोकमंगल

शिवाजीनगर, पुणे-411005 (महाराष्ट्र)

मोबाईल: ०९६०४६४१२२८, ऑफिस ०२०-२५५२०४०९

ईमेल: rajendra2012s@gmail.com

●●●

पराग मांदले

जन्म २४ जुलै १९७२ (उज्जैन, मध्यप्रदेश)

भारतीय ज्ञानपीठ, नवी दिल्ली कडून कथा संग्रह - राजा, कोकिळा आणि तंदूर आणि बोधी पब्लिकेशन्स, जयपूरकडून कथा संग्रह - खिलेगा तो जलेगा ख्वाब प्रकाशित

देशातील विविध वर्तमानपत्रे आणि मासिकांमध्ये प्रकाशित होणाऱ्या विविध विषयांवर कविता, कथा आणि मोठ्या संख्येने लेख आणि नियमित स्तंभ. निसर्गप्रेमी, वैज्ञानिक आणि शाश्वत जीवनशैलीचा अभ्यास आणि प्रचार आणि पर्यावरण संवर्धनाच्या क्षेत्रात सक्रिय. दैनिक अग्निपथ, उज्जैन, मासिक कल्याण, गीताप्रेस गोरखपूर, दैनिक देवगिरी समाचार, औरंगाबाद आणि दैनिक लोकमत समाचार, औरंगाबाद येथे एकूण सात वर्षे पत्रकार. १९९८ पासून भारतीय माहिती सेवेत कार्यरत.

भारत सरकारच्या माहिती आणि प्रसारण मंत्रालयाच्या नाशिक येथील प्रादेशिक जनसंपर्क ब्युरोमध्ये प्रादेशिक प्रचार अधिकारी म्हणून काम करत आहे.

बाकी सर्व काही माया आहे

मी तुमच्याशी बोलून बराच वेळ झाला आहे.

हे सर्व दिवस दोरीच्या साहाय्याने खोल विहिरीतून बादली काढण्यात आणि पाणी शिंपडण्यासारखे गेले आहेत.

ते दिवस जे माझ्या शून्यतेला, माझ्या एकाकीपणाला, माझ्या आयुष्यातील उजाडपणाला भरून काढणार होते.

फेसबुक चॅटबॉक्समध्ये तुझ्याशी झालेला शेवटचा संवाद मला आठवतो.

तू लिहिलं होतंस- गेल्या काही दिवसांपासून मी तुझ्याशी सामान्यपणे बोलण्याचा प्रयत्न करत आहे, पण तू माझ्याशी थेट बोलायला तयार नाहीस. जर तुला माझ्याशी बोलायचं नसेल तर तसं स्पष्टपणे सांग.

मी काय बोलू? माझ्या अंधारलेल्या आयुष्यात मला तुमच्याशी बोलायचे आहे का?

हा शेवटचा प्रकाश किरण आहे. नाहीतर मी तुझ्याशी बोलून माझ्या आयुष्यातील शेवटचा प्रकाश किरण गमावत आहे. मी काय बोलावे?

पण वाळवंटातील पाणी जसे आहे तसेच सहनशीलतेपासून दूर आहे तितकीच तुही आहेस. मी काही बोलण्यापूर्वीच चॅट बॉक्समध्ये तुझा मेसेज आला. तुझ्या मौनातून तुझे ऊत्तर माझ्यापर्यंत पोहोचले आहे.

प्रश्नांना तोंड देण्याची हिंमत तुझ्यात नाही, पण तुम्हाला उत्तरे मिळवण्याची इतकी घाई आहे. जे उत्तर मी स्वत: मिळवू शकलो नाही, ते माझे उत्तर तुझ्यापर्यंत पोहोचले.

मी तुझ्या उताविळपणाबद्दल विचार करू लागलो. काही क्षण उलटून गेले होते की तुझा नवीन संदेश आला: "तुला जे हवे आहे तसेच होऊ दे."

माझ्या प्रेमाचा काय फायदा होईल? माझ्या प्रेमाने आतापर्यंत काय फायदा केला आहे? आणि तुला कसे कळले की मला काय हवे आहे? तू नेहमीच स्वत:ला सर्वज्ञ का समजतोस? तू स्वीकारले आहेस की मी तुझ्याशी बोलू इच्छित नाही. पण तुला कधी माहित आहे का की मी तुझ्यासोबत कधीच गप्प बसू इच्छित नव्हतो?

मला माहित होतं की तू माझ्याशी बराच वेळ बोलणार नाहीस. माझ्या शांततेचा तुला खूप राग आला होता. तू प्रत्येक छोट्या छोट्या गोष्टीवर अहंकारी असल्याबद्दल मला टोमणे मारतोस, पण त्या दिवशी तुझा अहंकार खूप दुखावला गेला होता.

तुला वाईट वाटत आहे हे मी मान्य करते. पण मी हे सर्व जाणूनबुजून करते का? शेवटी, प्रत्येक बाबतीत इतक्या लवकर निष्कर्ष काढण्याची काय गरज आहे? काही परिस्थिती काळाच्या उन्हात पिकतात. त्यांना पिकण्यासाठी वेळ द्यावा लागतो.

मी कधीच नाकारले नाही की तुला आयुष्य आणि त्यातील गुंतागुंत समजतात. पण मुलीचे मन हे आयुष्यापेक्षाही मोठे कोडे असते. तू नेहमीच माझे मन, माझी गुंतागुंत, माझी असहाय्यता आणि माझे विचार समजून घेण्यात काहीतरी चूक करतोस.

एक काळ असा होता जेव्हा तू, तुझे शब्द, तुझी माझ्यावरील आपुलकी, तू माझ्यासोबत आहेस ही भावना, माझे रक्षण करत होती, मला आधार देत होती, माझ्या तुटलेल्या आत्म्यांला नवीन शक्ती देत होती आणि मला पुन्हा उभे करत होती. तू का समजत नाहीस की, ज्याने मला तुझ्या शब्दांनी वेदनेच्या अथांग महासागरातून बाहेर काढले होते, तेच आज माझ्या वेदनेचे एक मोठे कारण बनले आहेस.

तुला माझ्याविरुद्ध खूप तक्रारी आहेत. पण मला तुझ्याविरुद्ध फक्त एकच तक्रार आहे.माझी तक्रार अशी आहे की तू इतका हुशार असूनही मला कधीच नीट समजू शकला नाहीत.

तू नेहमीच तक्रार करत असशील की तू माझ्यावर खूप प्रेम करतोस, पण मी कधीच म्हटलं नाही की मीही तुझ्यावर प्रेम करते. आणि मी कधीच म्हटलं नाही की तुझं प्रेम माझ्यासाठी खूप महत्त्वाचं आहे.

जर तू मला समजून घेतले असतेस, तर एकदा दुखावल्यानंतर माझ्यासाठी प्रेमाचे महत्त्व किती वाढले आहे हे तुला समजले नसते का? पहिल्यांदा मी प्रेमासाठी माझे सर्वस्व देण्यास तयार होते, पण दुसऱ्यांदा मी सर्वकाही मागितले. माझ्या प्रेमासाठी तू तुझे सर्वस्व देऊ शकशील का?

तू कधीच लपवले नाहीस की तुला तुझ्या कुटुंबाबद्दल खूप प्रेम आहे आणि तू माझ्यासाठी तुझे कुटुंब सोडायला तयार नाहीस. अशा परिस्थितीत, तुझे माझ्यावरील प्रेम दुय्यम दर्जाचे प्रेम ठरत नाही का?

तुला हवं असेल तर तू माझ्याकडून याला स्वार्थ म्हणू शकते. पण प्रेमात एकदा दुखावल्यानंतर, प्रत्येक मुलगी व्यावहारिक बनते. प्रेमात पडणे म्हणजे तुमच्या भविष्यापासून पूर्णपणे दूर जाणे आहे का? मला आनंदी जीवनाचे स्वप्न पाहण्याचा अधिकार नव्हता का? अशा जीवनाचे स्वप्न ज्यामध्ये माझे एक घर असेल - माझा स्वत:चा, एक जोडीदार फक्त माझा. आणि प्रत्येक मुलगी लहानपणापासून जीवनाच्या माळेत गुंफू इच्छित असलेली प्रत्येक गोष्ट. तू मला ते जीवन देऊ शकला नाही. तू माझे ते स्वप्न सत्यात उतरवू शकला नाही. मग मी का म्हणेन की मी तुझ्यावर प्रेम करतो.

तू कितीही शहाणे असल्याचा दावा केला तरी, प्रेम स्वीकारल्याने मुलीला बांधले जाते हे तुम्हाला समजले नाही. मुलीसाठी, प्रेम स्वीकारणे हे हक्क आणि जबाबदाऱ्या

दोन्हीशी जोडलेले आहे. मी तुमच्यावरील माझे प्रेम का स्वीकारावे आणि ज्या नात्यामध्ये माझे हक्क संशयास्पद होते त्या जबाबदाऱ्यांमध्ये स्वत:ला का बांधावे? तू मला सांगू शकला असता की तुला पत्नी आणि मुले असूनही तू माझ्यावर प्रेम करतो. कारण हे सांगितल्यानंतरही तुझे कुटुंब तुझ्यासोबत सुरक्षित होते. पण मी हे कसे म्हणू शकले असते, ज्यामुळे माझे डोळे, माझ्या घराच्या आणि माझ्या जोडीदाराच्या स्वप्नांनी भरलेले, अनिश्चिततेच्या धुक्याने भरले असते.

आयुष्याच्या या टप्प्यावर मला तुझ्या प्रेमाची नितांत गरज आहे हे मी नाकारत नाही. माझी एकच मागणी आहे की तू माझ्यावर प्रेम करतो हे वारंवार सांगू नको. कारण तू हे वारंवार सांगतोस, त्या बदल्यात मी तुझ्यावर प्रेम करतो अशी मागणी करतोय. त्यामुळे माझ्या मनावर आणि हृदयावर सतत दबाव आणि ताण असतो.

तू नेहमीच असा दावा करतोस की तुझे प्रेम फक्त देण्यासाठी आहे, काहीही हवे नसून. मग तुला तुझ्या प्रेमासाठी माझी मान्यता का हवी आहे? तू माझ्यावर प्रेम करतोस हे पुरेसे नाही का? मीही तुझ्यावर प्रेम करावे किंवा तू माझ्यावर इतके प्रेम करतोस हे उपकार म्हणून वारंवार सांगावे हे तुझ्यासाठी इतके महत्त्वाचे का आहे?

गेल्या काही दिवसांपासून तू खूप तक्रार करत आहेस की मी प्रत्येक छोट्या छोट्या गोष्टीवरून रागावतो आणि भांडतो. आणि तेही विनाकारण. पण तुम्ही कधी समजून घेण्याचा प्रयत्न केला आहे का की मी असे का करतो? मला किंवा माझे शब्द समजून घेताना तुमची सर्व समज का नाहीशी होते?

माझा सगळा राग, माझी सर्व चिडचिड हे तू कधीच का समजत नाहीस कारण तू माझ्या आयुष्यातील सर्वात मोठा विश्वास, सर्वात मोठा आधार हिरावून घेतला आहेस. या जगात असा कोणीतरी आहे जो माझ्यावर खूप प्रेम करतो, पण त्या बदल्यात काहीही नको आहे असा विश्वास. त्याचे प्रेम हे जगातील सर्वात शुद्ध, सर्वात बिनशर्त प्रेम आहे. तुला कसे कळेल मी किती वेळा देवासमोर डोके टेकवले आणि त्याचे आभार मानले की तो स्वत: आला नसला तरी त्याने माझ्या आयुष्यात तुझ्यासारख्या व्यक्तीला पाठवले. पण तू... तू स्वत:ला कमकुवतपणाने भरलेली व्यक्ती म्हणून सिद्ध करण्याची इतकी घाई करत होतास.

तू नेहमीच मला टोमणे मारतोस की मी भ्रमात आहे आणि सत्य स्वीकारण्याची हिंमत माझ्यात नाही. पण माझ्या आयुष्यातल्या तुझ्या भूमिकेबद्दल तुला स्वत:ला किती भ्रम आहेत याचा कधी विचार केला आहेस का?

तुला माझ्यासाठी काय व्हायचं होतं? मित्र? प्रियकर? नवरा? वडील? की आणखी काही?

तू माझा प्रियतम होतास. पण जेव्हा मी माझ्या आयुष्यात अशा प्रकारची कोणतीही भूमिका स्पष्टपणे नाकारली तेव्हा तुला अचानक ज्ञानप्राप्ती झाली. आपल्या दीड वर्षांच्या नात्यात आपल्या वयाच्या फरकाकडे नेहमीच दुर्लक्ष करणारी ती, मी अचानक तुला मुलीसारखी दिस लागली.

मी तुला भेटू लागले. जेव्हा मी हे देखील नाकारले तेव्हा तू म्हणू लागलास की तुझ्या प्रेमाला कोणत्याही नात्याचे नाव नको आहे. मी जे काही मानू इच्छितो ते मी मानू शकतो, तुझ्यासाठी सत्य फक्त एवढेच आहे की तू माझ्यावर खूप प्रेम करतोस.

तुला माहिती आहे, मला नेहमीच वाटायचे की मी तुझ्याबद्दल यावर विश्वास ठेवू शकेन.

तुला माहिती नाही, पण तुझे शब्द, तुझे प्रेम, माझी काळजी घेण्याचे तुझे प्रयत्न यामुळे माझ्या मनात ही इच्छा जागृत झाली होती की तू माझा जीवनसाथी असशील. पण या इच्छेने मला इतके आंधळे केले नाही की मला हेही कळले नाही की तू दुसऱ्याचा जीवनसाथी आहेस. मला माहित नाही की तू जीवनसाथी म्हणून किती प्रामाणिक आहेस, पण तुझ्या पत्नीवरील प्रेमाची मला जाणीव नव्हती. तू कोणत्याही कारणास्तव दूर जाऊ शकतोस, पण तू वेगळे होऊ शकत नाहीस. अशा परिस्थितीत, माझ्या आयुष्यात तुझी भूमिका फक्त एका मित्राचीच राहू देण्याशिवाय माझ्याकडे दुसरा पर्याय नव्हता.

असा मित्र जो मला, माझे मन, माझे विचार आणि माझ्या भावना समजून घेतो आणि त्यानुसार वागतो.

हा माझा स्वार्थ नव्हता तर माझा शहाणपणा होता.

म्हणूनच मी नेहमीच तुला भेटायला नकार दिला. तू माझ्या शहरात १५०० किमी प्रवास करून माझ्यासाठी आलास तरीही.

तुला प्रत्यक्ष पाहण्याची, तुला भेटण्याची, तुला स्पर्श करण्याची मला किती इच्छा होती हे तू कधीच समजू शकत नाहीस. आणि म्हणूनच मला तुला भेटायचे नव्हते. इतक्या प्रयत्नांनंतर मी स्वत:वर, माझ्या भावनांवर, माझ्या हृदयावर मिळवलेले नियंत्रण तुझ्याशी फक्त एका भेटीत कोसळावे असे मला वाटत नव्हते.

मला खात्री नव्हती की तू मला भेटल्यावर संयमीपणे वागशील, पण मी अशी आशा करू शकत होतो. पण जेव्हा मी तुला माझ्या समोर पाहीन तेव्हा मी स्वत:वर कसा नियंत्रण ठेवू शकेन याची मला कल्पना नव्हती. तू वारंवार विनंती करूनही मी तुला भेटले नाही याचे हेच कारण होते.

मला माहिती आहे, तू खूप दु:खी आणि खूप रागावला होतास. आणि पहिल्यांदाच तू तुझा राग उघडपणे व्यक्त केलास. इतका की मला भीती वाटली की तुझ्या शहरात परतल्यानंतर तू माझ्याशी पुन्हा कधीच बोलणार नाहीस.

तू माझ्याशी बोलशील की नाही?

जाण्यापूर्वी तू मला काय काय सांगितले नाहीस? माझ्या वागण्यात तू क्रूरता, निर्दयीपणा आणि काय काय नाही हे पाहिलेस. पण माझ्यापेक्षा बारा वर्षांनी मोठा, खूप हुशार आणि खूप संवेदनशील असूनही, तुला भेटण्यास नकार देण्याचे कारण माझी उदासीनता, माझा मूर्खपणा, माझा निर्दयीपणा नव्हता तर तुझ्यावरील माझे अपार प्रेम होते हे तुला समजले नाही.

आपल्या दोघांमध्ये तू माझ्यापेक्षा वयाने मोठा होतास, पण मला वाटतं की कधीकधी मी तुझ्यापेक्षा जास्त शहाणी होते.

तुझ्या प्रामाणिकपणावर मला कधीच शंका नव्हती. माझ्या आयुष्यात मित्र म्हणून राहण्याच्या तुमच्या प्रामाणिक प्रयत्नांकडे मी कधीही दुर्लक्ष केले नाही. तू तुझी पत्नी आणि मुलांमध्ये माझे अस्तित्व मित्र म्हणून स्वीकारण्याचा प्रयत्न केला. आणि आश्चर्याची गोष्ट म्हणजे तुझी पत्नी आणि मुलांनीही मला तुमचा मित्र म्हणून स्वीकारले. तू हे नाते नैसर्गिक बनवण्याचा प्रयत्न केला. पण हे सर्व करताना तुम्ही नेहमीच तुमच्या विचारांना प्राधान्य दिले, माझ्या भूमिकेबद्दल कधीही विचार केला नाही.

तुझ्या कुटुंबाने मला सहजतेने मित्र म्हणून स्वीकारल्याने मला कधीच आराम मिळाला नाही असे तुला कधीच वाटले नाही. तुझ्या पत्नीच्या उदारतेने जाणूनबुजून किंवा

अजाणतेपणे माझ्या मनात अपराधीपणाची भावना निर्माण झाली. आपल्यात १५०० किमी अंतर असूनही, तू मला इतका वेळ आणि महत्त्व देत आहेस की तुझा वेळ आणि लक्ष माझा नसून तुझ्या पत्नीचा आणि तुझ्या कुटुंबाचा हक्क आहे. आणि माझ्या संपूर्ण आयुष्यात मी कधीही कोणाचा हक्क हिसकावण्याचा किंवा चोरण्याचा प्रयत्न केला नाही.

मला नेहमीच माझे हक्क हवे होते, दुसऱ्याच्या हक्कात वाटा कधीच नको होता. आणि तुम्ही मला तुमचा इतका वेळ आणि महत्त्व दिल्याने मला असे वाटू लागले की माझा तुझ्यावर कोणताही अधिकार नाही.

तू माझ्याबद्दल खूप तक्रार केली आहे की मी नेहमीच प्रयत्न केला आहे की फेसबुकवरील किंवा वैयक्तिक आयुष्यात आमच्या सामान्य मित्रांना आमच्या नात्याबद्दल कधीही कळू नये. फेसबुकवरील माझ्या सर्व मित्रांशी माझे अनौपचारिक संभाषण आणि तुमच्यावरील माझे अति प्रेम हेच तुझ्यावरील माझ्या प्रेमाचे कारण आहे. तुझ्यासाठी गुपिते नेहमीच एक गूढ राहिली.

मी कबूल करते की मी आमच्या नात्याबद्दल लोकांना कळवण्याबाबत खूप सावध आणि सावध राहिले आहे. पण याचे कारण नेहमीच असे राहिले आहे की हे जग थोडासा धूर पाहूनही आगीबद्दल आवाज काढू लागते. तीळाच्या ढिगाऱ्यातून डोंगर बनवण्यास वेळ लागत नाही. हे माझ्या भविष्यासाठी किंवा तुझ्या स्वत:च्या प्रतिमेसाठी चांगले नव्हते.

मी काय करू, मी तुझ्याशी इतका जोडलेला आहे की तुझ्या स्वच्छ प्रतिमेवर एक छोटासा डागही मला सहन होत नाही. हे जग तुझ्या भावना आणि माझ्यावरील प्रेमाची खोली कधीच समजणार नाही. लोक आपल्या प्रेमळ आणि अनोख्या नात्याला अनैतिक नाते सिद्ध करण्याचा प्रयत्न करतील.आणि अशाप्रकारे मी स्वत:ला किंवा तुम्हाला तमाशा बनू देऊ इच्छित नाही.

मी जाणूनबुजून तुमच्यापासून दूर राहण्याचा प्रयत्न केला आहे. हे करताना मला किती वेदना झाल्या हे तुम्हाला कधीच समजणार नाही. कितीतरी रात्री माझ्या डोळ्यात झोप येण्याऐवजी अश्रू आले आहेत. पण हे करण्याशिवाय माझ्याकडे दुसरा पर्याय नव्हता.

माझ्याबद्दल तुझा अति विचार, माझ्याबद्दल आणि माझ्या भविष्याबद्दलची तुझी काळजी, रात्रंदिवस माझ्याबद्दलची तुझी काळजी यामुळे माझ्या मनात भीती निर्माण होते.

अशा परिस्थितीत, मी तुझ्या बुद्धिमत्तेवर आणि तुझ्या संयमावर शंका घेऊ लागतो. दिवसरात्र, मला या भीतीने घेरले जाते की तू माझ्या प्रेमाच्या मार्गात इतका पुढे जाऊ शकतोस की परत येणे कठीण होऊन जाते.

मला कधीच कठोर व्हायचे नव्हते. पण मला कठोर वागावे लागले. फोनवर किंवा फेसबुकवर तासन् तास तुझ्याशी बोलणारी मी, मला तुझ्याशी अनेक वेळा भांडावे लागले आणि दिवसेंदिवस गप्प राहावे लागले. पण हा तुझा हट्टीपणा किंवा वेडेपणा आहे की तू काहीही समजून घेण्यास किंवा थोडेसेही बदलण्यास तयार नाही.

कधी कधी मला वाटायचं की तू माझ्यासोबत मित्र म्हणून असशील तरी मला या जगात दुसऱ्या कोणाचीही गरज नाही. मग मी देवाला प्रार्थना करायचो की मी हे आयुष्य कसं तरी जगू शकेन, पण पुढच्या जन्मात त्याने तुला माझा बनवावा. पण तुला या जन्मात सगळं मिळवण्याची घाई दिसतेय.

तुझी अधीरता, तुझी अपरिपक्वता मला भाग पाडली की मला लवकरात लवकर या आयुष्यासाठी दुसरा जोडीदार शोधायला हवा. आणि जेव्हा मी पहिल्यांदा हे संकेत दिले तेव्हा तू खूप अस्वस्थ झाला होतास. माझ्या आयुष्यात दुसऱ्या कोणाच्या येण्याची शक्यता पाहून तू खूप अस्वस्थ झाला होतास.

खरं सांगायचं तर, एकदा तरी मला तुझ्या प्रेमाबद्दल काही प्रश्नचिन्हं पडली. मला विचार करायला भाग पाडलं की तुला खरंच माझं सुखी कुटुंब हवं आहे की आयुष्यभर मला भावनिकदृष्ट्या तुझ्यावर अवलंबून ठेवायचं आहे.

पण, तुझी अस्वस्थता आणि तुझी अस्वस्थता मलाही स्वीकारता आली नाही. म्हणूनच मी तुझ्यासाठी माझ्या आयुष्यात दुसऱ्या कोणीतरी असण्याच्या सर्व शक्यता नष्ट करण्यास तयार होते. कदाचित यामुळेच तूही शांत झालास. पण मित्र म्हणून काम करताना, तुझ्या आत बसलेल्या एका शाश्वत प्रियकराचा मत्सर तू लपवण्याचा कितीही प्रयत्न केला तरी तो वेळोवेळी समोर येत असे.

यानंतर, मला तुमच्यापासून दूर राहणे आवश्यक झाले. मला हे चांगलेच समजले होते की आपण दोघेही एकमेकांच्या आयुष्यात मित्र म्हणून जास्त काळ भूमिका बजावू शकत नाही. या नात्यातील गुंतागुंत आपल्याला दोघांनाही कधीही शांततेत आणि आनंदाने जगू देणार नाही.

मला माहित आहे की तुम्ही मनापासून माझ्या आयुष्याला एक दिशा मिळावी अशी इच्छा बाळगता, पण तू ती दिशा देऊ शकत नाही हे समजून घेण्यास तयार नाही. मलाही माझ्या आयुष्यात बदल हवा आहे, पण मला जो बदल हवा आहे तो व्यक्तीकेंद्रित बदल आहे. त्या बदलाच्या केंद्रस्थानी कोण असेल हे मला आज माहित नाही, पण मला एवढे निश्चितपणे माहित आहे की तू ती व्यक्ती नाही आहात.

याचे कारण अगदी सोपे आहे. जरी आज तुझ्या हृदयात आणि जीवनात माझे खूप महत्वाचे स्थान असले तरी, मी तुमच्या जीवनाचा केंद्रबिंदू नाही. आणि ज्याच्यासाठी मी स्वत:च्या जीवनाचा केंद्रबिंदू होऊ शकत नाही अशा कोणत्याही व्यक्तीला मी माझ्या जीवनाचा केंद्रबिंदू बनवू इच्छित नाही.

मी माझ्या विचारसरणीवर अगदी ठाम आहे, यात काही शंका नाही. मी कदाचित मीरा, राधा, सीता किंवा सावित्री असण्यावर विश्वास ठेवणार नाही, परंतु आयुष्यात तुमच्यासोबत पाऊल टाकून चालणारा जोडीदार असण्याची गरज आहे यावर माझा पूर्ण विश्वास आहे. मलाही आयुष्यात प्रसिद्धी आणि संपत्तीची इच्छा नाही.

मला ते आवडते, पण मला हे सर्व माझ्यासोबत नेहमी राहणाऱ्या सोबत्याच्या किंमतीवर नको आहे.माझ्या हृदयात तुझे स्थान काहीही असो, माझ्या आयुष्यात तुझी भूमिका फक्त एवढीच असू शकते की जेव्हा जेव्हा मी जीवनाच्या मार्गावर चालताना किंवा धावताना पडतो तेव्हा तुझा हात मला पुन्हा उभे राहण्यास मदत करणारा असावा, परंतु तू माझा कुबड्या बनू इच्छित नाहीस किंवा माझा मार्ग कोणता असावा किंवा माझा वेग काय असावा हे ठरवणाराही नाहीस.

मी तुला हे प्रत्यक्ष किंवा अप्रत्यक्षपणे अनेक वेळा समजावून सांगण्याचा प्रयत्न केला आहे, पण प्रत्येक वेळी मी अपयशी ठरले आहे. कदाचित तुमच्या आणि माझ्यातील वयातील १२ वर्षांचे अंतर हे याचे सर्वात मोठे कारण असेल. प्रेमाबद्दलचा तुमचा दृष्टिकोन अजूनही ऐंशीच्या दशकातील, संगणक युगापूर्वीचा आहे. तुम्ही कितीही आधुनिक असल्याचा दावा केला तरी, प्रेमाच्या बाबतीत किंवा तुमच्या शब्दांत मैत्रीच्या बाबतीत, तुम्ही एकविसाव्या शतकाच्या विचारसरणी आणि गतीशी जुळवून घेण्यात अपयशी ठरला आहात.

तू वारंवार माझ्या कमतरता मोजता, माझ्या चुका दाखवता. अर्थात यामागील तुमचा उद्देश असा आहे की मी माझ्या कमतरतांवर मात करावी किंवा माझ्या चुका सुधाराव्यात.

पण तू हे का समजत नाही की एक मित्र म्हणून मला टीकाकाराची गरज नाही. माझा मित्र तोच असू शकतो जो माझ्या प्रत्येक चुकीत मला साथ देतो. माझ्या प्रत्येक उणीवेकडे दुर्लक्ष करून माझ्यासोबत राहतो. मी जसा आहे तसाच मला स्वीकारतो, मला सुधारण्याचा किंवा बदलण्याचा प्रयत्न करत नाही. माझे पालक आणि जवळचे नातेवाईक मला उपदेश देण्यासाठी पुरेसे आहेत. त्या संख्येत आणखी एक व्यक्ती जोडण्याची मला इच्छा नाही. मला असा मित्र हवा आहे जो माझ्या उणीवे आणि चुकांमध्ये त्याच्या उणीवांचे आणि चुकांचे प्रतिबिंब पाहून मला पाठिंबा देतो, जो प्रत्येक स्तरावर माझ्याबद्दल सहानुभूती दाखवू शकतो. पण तुझे वय आणि वयाचे मोठेपण तुम्हाला कधीही माझ्याबद्दल सहानुभूती दाखवू देत नाही. माझ्या प्रत्येक चुकीच्या वेळी तुम्ही माझ्यासोबत उभे राहत नाही, तुम्ही माझ्यापेक्षा चार पावले पुढे उभे राहून मला उपदेश देताना दिसता. ही भूमिका जो कोणी बजावतो, तो निश्चितच मित्र नाही.

तू माझा जीवनसाथी होऊ शकत नाहीस पण मला वाटतं की तू माझा मित्रच राहिला पाहिजेस. या दोन भूमिकांशिवाय, प्रत्येक रूपात तू माझे त्रास आणि गोंधळ वाढवत राहतोस.

बऱ्याच काळापासून तुझी भाषणे तक्रारी किंवा उपदेशात बदलली आहेत. मी या सर्व गोष्टींनी कंटाळले आहे.

ज्यांच्यावर तुम्ही मनापासून प्रेम करता त्यांच्यापासून जाणूनबुजून दूर जाणे किती वेदनादायक असते हे माझ्यापेक्षा चांगले कोण जाणू शकेल. तुमच्यापासून दूर जाणे माझ्यासाठी आवश्यक झाले आहे. एखाद्याला योग्यरित्या पाहण्यासाठी, त्यांच्यापासून थोडे दूर असणे आवश्यक आहे. आपण एखाद्याच्या डोळ्यात पाहून योग्यरित्या पाहू शकत नाही. आतापर्यंत, आशांनी मला आयुष्यात फक्त निराश केले आहे, तरीही मला आशा आहे की आपल्यातील अंतर मला तुम्हाला योग्यरित्या समजून घेण्याची संधी देईल. काहीही असो, तू माझ्या अस्तित्वाचा अविभाज्य भाग झाला आहेस, म्हणून जरी मी वरवर तुझ्यापासून दूर गेले तरी मी माझ्या हृदयाला तुझ्यापासून दूर राहू शकणार नाही.

मी तुझी माफी मागणार नाही. कारण मी जे काही करत आहे ते चुकीचे नाही. आणि जरी ते चुकीचे असले तरी, मला अशा लाखो चुका करण्याचा अधिकार आहे. तू, तुझ्या प्रेमाने मला हा अधिकार दिला आहे.

माझे शब्द तुझ्यापर्यंत कधी पोहोचतील की नाही हे मला माहित नाही. जरी ते पोहोचले तरी, तू त्यातील किती खरे मानाल आणि किती खोटे मानाल हे मला माहित नाही. तू काहीही मान, त्याने काही फरक पडत नाही. कारण प्रत्येक सत्य हे खोट्याची तेजस्वी सावली असते आणि प्रत्येक खोटे हे सत्याची फिकट सावली असते. आणि बाकी सर्व काही... बाकी सर्व काही एक माया आहे.

संपर्क : ४ नंदनवन रो हाऊस, शंकर नगर, जयभवानी रोड,

नाशिक - ४२२१०१, (महाराष्ट्र)

जमाव. : 08484999664, 09420363062

ईमेल: paragmandle@gmail.com

●●●

अशोक गुजराती

जन्म: २६ जुलै १९४७. महाराष्ट्रातील अकोला जिल्ह्यातील अकोट शहरात जन्मलेले अशोक गुजराती हे एक प्रसिद्ध कथाकार आहेत.

शिक्षण: एम.एस्सी., एम.ए., पीएच.डी. (हिंदी), डी.आर.एल. (रशियन), डी.डी.ई. (दूरस्थ शिक्षण).

पुरस्कार: महाराष्ट्र हिंदी साहित्य अकादमी द्वारे प्रदान केलेला 'बाबा आमटे: खुशबू का अहसास'.

'अंगूलीहीन हथेली' या कथासंग्रहाला केंद्रीय हिंदी संचालनालयाने पुरस्कार दिला.

'पंछी-सी उडान'- बालकथा संग्रह- महाराष्ट्र राज्य हिंदी साहित्य अकादमीतर्फे पुरस्कृत. 'खुशी के दिया' या बाल कथा संग्रहाला दिव्या सिल्व्हर डेकोरेशन आणि 'भगदड़' कथेसाठी कमलेश्वर स्मृती कथा पुरस्कार.

कथा, कविता, लघुकथा, व्यंगचित्रे, बालसाहित्य या प्रकारांची २५ पुस्तके प्रकाशित. नामांकित वर्तमानपत्रे आणि मासिकांमध्ये ६५० हून अधिक रचना प्रकाशित.

'चहकार' (कादंबरी) आणि और सफेद हाथियों-सी पहाड़ियां (अनुवाद), शिल्पायन से 'कहानी में प्रेम' (आलोचना), नेशनल पब्लिशिंग हाउस से 'उठे हुए हाथ' (कहानी संग्रह), शिवना प्रकाशन से 'मेरी चुनिन्दा कहानियां', 'लड़की' (अनुवाद) आलोक पर्व से, प्रलेक प्रकाशन से उपन्यास 'शहतीर' और कश्यप प्रकाशन से 'चिन्तना' (विमर्श) ही लवकरच प्रकाशित होणार आहेत.

आजकाल ठाण्यात राहून लेखन करीत आहे.

चेंगराचेंगरी

त्या छोट्या स्टेशनवर ट्रेन थांबली. समीर खाली उतरला. प्लॅटफॉर्मवर गर्दी होती. त्याला माहित होते की गुरुवार असल्याने. या गावासारख्या शहरातील मंदिरात या दिवशी

गर्दी असते. शिवाय, आज गजाधर महाराजांची जयंती देखील होती, ज्यांच्या नावाने हे मंदिर बांधले आहे. तो हळूवारपणे चालत स्टेशन परिसरातून बाहेर पडला. रिक्षाचालकांमध्ये स्पर्धा सुरू होती. थोड्या अंतरावर एक बस उभी होती, जी प्रवाशांना मोफत मंदिरात घेऊन जात होती. त्याच्या फूटबोर्डवर अनेक रिक्षाचालकही लटकत होते. तो गर्दीतून पुढे चालत गेला जणू काही त्याला या सगळ्याची उदासीनता आहे.

रस्त्यावर प्रवाशांच्या रांगा लागल्या होत्या. डावीकडे जीन प्रेस, उजवीकडे बंद कारखाना... आणि तो बस स्टँडवर पोहोचला. त्यानंतर, रस्त्याच्या दोन्ही बाजूला कपडे, बूट, किराणा, चहा-नाश्ता, मेडिकल... आणि इतर सर्व प्रकारची दुकाने होती, जी शहराच्या दैनंदिन गरजांनुसार सर्वत्र आढळतात.

आता त्याच्या डावीकडे एक शाळा होती. त्याच्या सर्व आठवणींचा त्याच्याशी एक अतूट संबंध होता. तो दहावीत असताना येथे तालुका बॅडमिंटन स्पर्धा झाली होती. त्याला ते दिवस कसे होते ते आठवले...

त्याने इथे शब्दितासोबत बॅडमिंटन दुहेरीचा सामना जिंकला होता. शब्दिता... तो रस्त्याच्या एका बाजूला मंदिराकडे चालत होता - तो त्या शाळेच्या गेटजवळ थांबला. तो त्याच्या भूतकाळाबद्दल विचार करत राहिला. मग तो हळूहळू त्या भूतकाळातील प्रतिमा घेऊन पुढे सरकला...

जेव्हा त्या दोघांनीही तहसील पातळीवरील स्पर्धा जिंकली, तेव्हा परतताना ते एकमेकांशी जोडले जाणे स्वाभाविक होते. हे घडले. शब्दिता ट्रेनमध्ये त्याच्या शेजारी असलेल्या सीटवर बसली होती. विजयाने भरलेल्या खेळादरम्यान त्यांच्या परस्पर समन्वयाने दोघेही भारावून गेले आणि प्रत्येक शॉटवर सविस्तर चर्चा करत राहिले.

जेव्हा ते त्यांच्या गावी परतले तेव्हा त्यांची दहावीची परीक्षा जवळ येत होती. त्याची तयारी करताना ते एकमेकांना भेटत राहिले. त्यांनी जिल्हास्तरीय स्पर्धेत भाग न घेण्याचा निर्णय घेतला. ते नोट्स आणि पुस्तके देवाणघेवाण करत राहिले. या संवादामुळे दोघांमध्ये जवळीक निर्माण झाली. या जवळीकतेमुळे त्यांना स्वत:च्या आणि एकमेकांच्या भावना समजण्यास मदत झाली. एक अनामिक नातं वाढत होतं, ज्याला सध्या कोणतेही नाव देणं योग्य नव्हतं. हो, बीज अंकुरले होते आणि पाने हळूहळू लाजत फुलत होती...

'तू काल का आला नाहीस?'

'मी काय करू, आईची तब्येत अचानक बिघडली.'

'आता ठीक आहे ना..?'

'हो, तिला थोडा ताप आला होता, औषध दिल्यानंतर तो कमी झाला.'

'मी तुझी वाट पाहत होतो.'

'मीही येण्याचे निमित्त शोधत राहिले, पण ते होऊ शकले नाही.'

'बरं, आज तू आलीस हे पाहून बरं वाटलं. मी तुझ्यासाठी गेल्या तीन वर्षांचे भौतिकशास्त्राचे पेपर्स आणले आहेत. आणि त्यातून अपेक्षित प्रश्नही मी निवडले आहेत.'

'समीर, तू माझी खूप काळजी घेतोस...'

योगायोगाने शाळेनंतर दोघेही पुन्हा त्याच कॉलेजच्या एकाच वर्गात भेटले. जुने नाते निर्माण झाले आणि त्यांची मैत्री फुलू लागली. हा तो काळ होता जेव्हा समीरच्या आयुष्यात एका मोठ्या उलथापालथीने वादळ आणले...

तो मंदिराच्या प्रचंड प्रवेशद्वारातून प्रवेश करत होता. त्याने आपले डोके डावीकडे आणि उजवीकडे वळवून स्वत:ला पुन्हा वर्तमानाच्या कठीण जमिनीत आणण्याचा प्रयत्न केला. प्रवेशद्वारापासून मंदिरापर्यंत एक पक्का रस्ता होता आणि दोन्ही बाजूला फुले, प्रसाद आणि विविध प्रकारच्या मूर्ती, हार आणि आकर्षक भेटवस्तू विकणारी दुकाने होती. या सर्व गोष्टींची जाणीव नसताना, तो थेट त्या ठिकाणी चालत गेला जिथून मंदिराच्या गर्भगृहात जाण्याचा मार्ग नियोजित होता. तो रस्त्याच्या पातळीवरून सुरू झाला परंतु नंतर गर्भगृहाच्या दाराशी उघडला, जमिनीखाली गुहेच्या स्वरूपात जात होता. या अरुंद बोगद्यासारख्या मार्गाने, भाविक रांगेत उभे राहिले आणि मंदिर सुरक्षा कर्मचाऱ्यांच्या उपस्थितीत, मंदिराच्या वरच्या परिसरात गर्दी टाळून, ते त्या प्रवेशद्वारावर गेले, जिथे त्यांना काठ्यांनी थांबवण्यात आले आणि पाच-सहा जणांच्या गटात खाली जाऊ दिले गेले.

मंदिराच्या वरच्या भागात असलेल्या देवतांच्या पूजेसाठी वेगळी व्यवस्था होती. ज्यांच्या नावाने मंदिर प्रसिद्ध होते, त्या गजाधर महाराजांची समाधी खाली होती. अनेकदा गर्दीत समाधीकडे जाणारे लोक गोंधळ निर्माण करायचे. वर राम-सीता-हनुमानाचे दर्शन घेण्यासाठी आणि खाली जाण्यासाठी उत्सुक असलेल्या भाविकांना सुरक्षा कर्मचाऱ्यांनी

कितीही शिस्त लावली तरी काही समन्वय राखला जात नव्हता.पूर्वी गोंधळ असायचा. म्हणून, संस्थेच्या व्यवस्थापकांनी समाधीवर नियंत्रण ठेवण्यासाठी हा नवीन मार्ग बनवला होता. ते यात यशस्वी झाले. लोक कोणत्याही गोंधळाशिवाय बोगद्यातून सुरक्षितपणे गर्भगृहात पोहोचू शकायचे.

समीर लांब रांगेच्या शेवटी उभा होता. त्याच्या समोर एक तरुणी तिच्या मुलाला हातात धरून उभी होती. कदाचित तिचा नवरा तिच्या पुढे होता. मूल झोपले होते. सुरक्षा रक्षकाने बोगद्याच्या तोंडातून काठी काढताच समीर त्या जोडप्याच्या मागे आत आला. त्याने त्या महिलेपासून योग्य अंतर राखले. ती महिला कधीकधी मुलाला मांडीवर ठेवण्याचा प्रयत्न करताना त्याच्याशी टक्कर देत होती. एकदा असे झाले की ती समीरच्या शरीराला जवळजवळ चिकटून राहिली. समीर लाजून थोडा मागे सरकला. तेवढ्यात मूल रडू लागले...

त्या बिचाऱ्या महिलेचा त्रास वाढला होता. ती लहान मुलाला प्रेमाने बोलून आणि मिठी मारून शांत करण्याचा प्रयत्न करत होती. मुलगा अजिबात ऐकत नव्हता. चालताना महिलेला तिचा ब्लाउज आणि ब्रा वर करून तिच्या स्तनाग्र मुलाच्या तोंडात घालावे लागले. बोगद्यात फक्त एकच पंखा होता. कदाचित हवा नसल्याने बाळ जागा झाले असेल, पण आईच्या स्तनातून दूध चाखताच तो ऑक्सिजनची कमतरता विसरले. समीरची उंची त्या महिलेपेक्षा खूप जास्त असल्याने, तो मुलगा त्या अमृताचा आनंद घेत आहे, त्याच्या लहान हातांनी त्याच्या आईच्या स्तनांना कसे प्रेम देत आहे हे स्पष्टपणे दिसत होते.

त्यांनी बोगद्यात बरेच अंतर कापले होते. समीरच्या मागेही बरेच लोक होते. ते आनंदी दिसत होते, गजाधर महाराजांचे गुणगान करत होते. थोडे पुढे गेल्यावर एक सुरक्षा रक्षक सर्वांना शांत राहण्याचे आवाहन करत होता. सर्व काही सामान्य होते. लोक त्यांच्या श्रद्धेमुळे एका अनोख्या नशेत बुडालेले महाराजांचे दर्शन घेण्यासाठी उत्सुक दिसत होते. ती महिला तिच्या मुलाला तृप्त झाल्याची भावना पाहून खूप आनंदित दिसत होती.

या क्षणी समीर खाली वाकला आणि मोठ्याने ओरडला - 'अरे! साप... साप...!' घाईघाईने, त्याने त्या महिलेला ढकलले आणि पूर्ण वेगाने पुढे धावत चार-पाच लोकांशी

टक्कर दिली. त्याच्या चेहऱ्यावर भीतीचे चिन्ह होते. काही क्षणानंतर तो मागे वळला आणि मोठ्या आवाजात ओरडला, 'हा साप आहे, साप...'

आणि तो आधी होता तिथून पळून गेला आणि जबरदस्तीने तीन जणांना मागे ढकलून दिला. चेंगराचेंगरी झाली. समीरच्या जोरदार प्रहारामुळे ते मूल महिलेच्या हातातून खाली पडले. ती वेड्या बाईसारखी जमिनीवर इकडे तिकडे त्याला शोधू लागली. तेवढ्यात मागून येणाऱ्या लोकांच्या घाबरलेल्या जमावाने तिला आंधळेपणाने पुढे ढकलले आणि ती त्यांच्या पायांमध्ये चिरडली गेली. विरुद्ध दिशेने येणाऱ्या घाबरलेल्या जमावाच्या धक्क्यामुळे तिचा नवरा तिला धरण्याचा प्रयत्न करत असताना तिच्यावर उडी मारून खाली पडला आणि जमिनीवर आदळू लागला. संपूर्ण बोगद्यात गोंधळ उडाला. काही जण चिरडले गेले, काही भिंतीवर आदळले, काही जण तोंडावर पडले आणि मदतीसाठी याचना करू लागले... मदत. पुढे काही अंतरावर ड्युटीवर तैनात असलेले सुरक्षा कर्मचारीही दोन्ही हातांनी गर्दीचा दबाव रोखू शकले नाहीत. तीन फूट रुंद, सात फूट उंच गुहेत, प्रत्येकजण आपले जीव वाचवण्याच्या प्रयत्नात गुडघे टेकत होते किंवा कोसळत होते.

समीर बोगद्याच्या भिंतीला चिकटून उभा राहिला आणि आजूबाजूच्या लोकांना इशारा देत होता. त्याला दिसत होते की लहान मूल लोकांच्या पायाखाली खूप चिरडले गेले आहे. त्याला आपल्या हातात धरून असलेली त्याची आई एकतर बेशुद्ध होती किंवा शेवटचा श्वास घेत होती. त्याच्या नजरेपर्यंत ही परिस्थिती होती. कोणीतरी मरत होते, कोणाचा हात आणि कोणाचा पाय तुटलेला होता. सर्वजण ओरडत होते. सुरक्षा कर्मचाऱ्यांनी प्रथम लोकांना शांत करण्याचा प्रयत्न केला, नंतर जेव्हा लोक त्यांना ढकलत इकडे तिकडे पळू लागले, तेव्हा त्यापैकी काही जखमी झाले किंवा जीव वाचवण्यासाठी बाहेर पळाले.

हा काही मिनिटांचा अपघात होता. तो एका चक्रीवादळासारखा आला आणि थांबला. किती जण चिरडले गेले, किती जखमी झाले आणि किती जण स्वत:ला कसे तरी सुरक्षित ठेवू शकले हे कोणालाही माहिती नव्हते. मंदिराचे संपूर्ण कर्मचारी आणि प्रशासक बातमी मिळताच तिथे पोहोचले पण जे घडले त्यावर कोणाचे नियंत्रण होते... मदतकार्य सुरू झाले होते. पडलेल्या प्रवाशांना उचलून मंदिराच्या दोन्ही रुग्णवाहिकांमध्ये ठेवले जात

होते. त्यांना मंदिरातच असलेल्या रुग्णालयात नेल्यानंतर, रुग्णवाहिका पुन्हा ओरडणाऱ्या पुरुष आणि महिलांना घेऊन जाण्यासाठी आल्या होत्या. काही तरुण, जे सुरक्षित होते, ते देखील या कामात मदत करत होते. पोलिसही पोहोचले होते, परंतु अपघात कसा झाला हे कोणीही सांगू शकले नाही आणि तो साप आधी होता तिथून पळून गेला आणि जबरदस्तीने तीन जणांना मागे ढकलून दिला. चेंगराचेंगरी झाली. समीरच्या जोरदार प्रहारामुळे ते मूल महिलेच्या हातातून खाली पडले. ती वेड्या बाईसारखी जमिनीवर इकडे तिकडे त्याला शोधू लागली. तेवढ्यात मागून येणाऱ्या लोकांच्या घाबरलेल्या जमावाने तिला आंधळेपणाने पुढे ढकलले आणि ती त्यांच्या पायांमध्ये चिरडली गेली. विरुद्ध दिशेने येणाऱ्या घाबरलेल्या जमावाच्या धक्क्यामुळे तिचा नवरा तिला धरण्याचा प्रयत्न करत असताना तिच्यावर उडी मारून पडला आणि खाली पडला आणि जमिनीवर आदळू लागला. संपूर्ण बोगद्यात गोंधळ उडाला. काही जण चिरडले गेले, काही भिंतीवर आदळले, काही जण तोंडावर पडले आणि मदतीसाठी याचना करू लागले... मदत. पुढे काही अंतरावर ड्युटीवर तैनात असलेले सुरक्षा कर्मचारीही दोन्ही हातांनी गर्दीचा दबाव रोखू शकले नाहीत. तीन फूट रुंद, सात फूट उंच गुहेत, प्रत्येकजण आपले जीव वाचवण्याच्या प्रयत्नात गुडघे टेकत होते किंवा कोसळत होते.

या सर्व सततच्या दृश्यांमध्ये, भिंतीला चिकटून उभा असलेला समीर हळूहळू बोगद्यातून बाहेर आला. तो एका फुलांच्या दुकानात गेला आणि एक गुलाब विकत घेतला. कदाचित शब्दितासाठी...

शब्दिता, तीच व्यक्ती जिने समीरला नैराश्याने घेरले असताना त्याला पूर्णपणे आधार दिला होता. ती त्याच्या घरी येत राहिली. समीरचे कुटुंब तिच्या सहानुभूतीने भारावून गेले होते. समीरची बहीण तबस्सुम तिची मैत्रीण बनली होती. पण परिस्थितीवर नियंत्रण कोणाचे आहे... शब्दिताच्या प्रेमळ सद्भावना असूनही, ते तुटले. तुम्ही कितीही बोललात तरी, जेव्हा चारही दिशांनी संकटाचे ढग तुमच्यावर दाटून येतात, तेव्हा निराश मनाला वाचवणे कठीण होते, जसे तुम्ही नदीत पुढचे पाऊल टाकताच, अचानक खोलीमुळे तुम्ही बुडू लागता, तुमचे हात आणि पाय काम करणे थांबवतात, मन सुन्न होते, तुम्ही त्या चढ-उतारांवर मात करू शकत नाही, तुम्ही आधारासाठी वाढवलेले हातही धरू शकत नाही, पाणी तुमच्या नाकात आणि तोंडात भरत राहते आणि...

समीरच्या मनाची अवस्थाही तशीच वेदनादायक होती. तो किती वयाचा होता - फक्त सतरा वर्षांचा होता आणि त्याचे वडील वारले होते. नाही, ते मेले नव्हते. आपल्या सरकारने त्याला दहशतवादी ठरवून तुरुंगात टाकले होते. समीर आणि त्याच्या कुटुंबासाठी जणू ते आधीच मेले होते. पोलिसांनी त्यांना दहशतवादी कायद्याखाली अटक केली होती आणि एखाद्या अज्ञात कोठडीत गायब केले होते जिथे कोणालाही त्याला भेटण्याची परवानगी नव्हती.

बरं! सावली आधीच निघून गेली होती. वडिलांच्या मृत्यूनंतर, तीन लहान भावंडांची आणि आईची जबाबदारी समीरच्या अपरिपक्व आणि नाजूक खांद्यावर आली. त्याने, त्याच्या मित्रांसह, काही वडिलांच्या मार्गदर्शनाखाली, पोलिसांना सत्याची जाणीव करून देण्याचा सर्वतोपरी प्रयत्न केला - की त्याचे वडील एक साधे काम करणारे व्यावसायिक आणि एक सभ्य व्यक्ती आहेत, त्यांचा कोणत्याही दहशतवाद्यांशी संबंध नाही... परंतु त्यांचा कोणताही युक्तिवाद मान्य करण्यात आला नाही. पोलिसांनी सांगितले की त्याचे वडील अजमल शरीफ फक्त नावापुरते सभ्य आहेत, त्यांच्याकडे त्यांच्या काळ्या कृत्यांची एक मोठी यादी आहे...

समीरचे वडील तहसील कार्यालयात वरिष्ठ लिपिक होते. ते खूप प्रामाणिक होते. लाचखोरांना तिथे काम करावे लागते, पण त्यांनी या गोंधळापासून स्वत:ला दूर ठेवले होते.

ते नेहमीच त्यांना दूर ठेवत असे. कदाचित त्यांचा प्रामाणिकपणा त्यांच्या मार्गात आडवा आला. त्याने लाच घेतली नाही, त्यानी कोणतेही बेकायदेशीर काम केले नाही. त्याने एका मोठ्या माणसाचा अर्ज खोटा आणि बेकायदेशीर असल्याचे सांगून पुढे पाठवण्यास नकार दिला. त्याला खरेदी करायची असलेली जमीन सरकारी जमीन होती, जी दुसऱ्याच्या नावावर नोंदणीकृत असल्याचे म्हटले जात होते. त्याला रोखल्याने व्यवहार थांबला नाही, परंतु त्याची किंमत त्याला निश्चितच मोजावी लागली. त्या मोठ्या माणसाचे राजकारणात खोलवरचे संबंध होते. त्याने अजमल शरीफविरुद्ध पोलिसांसमोर असे पुरावे सादर केले जे त्याला देशद्रोही सिद्ध करण्यासाठी पुरेसे होते.

कुठेही सुनावणी झाली नाही. पाकिस्तानच्या आयएसआयशी संबंध असल्याच्या संशयावरून त्याच्या वडिलांना येथून दिल्लीला नेण्यात आल्याचे सांगण्यात येत होते.

त्याचे वडील, जे पूर्णपणे निर्दोष होते, त्यांना दहशतवादविरोधी विभागाच्या कडक कारवाईत अडकवण्यात आले होते. त्यांचा कोणत्याही अतिरेकी संघटनेशी संबंध असण्याची शक्यता नव्हती, परंतु पोलिसांसमोर कोण काहीही करू शकते... त्यांना ताबडतोब नोकरीवरून काढून टाकण्यात आले. त्यांच्या अनुपस्थितीतही घर सुरळीत चालावे म्हणून त्यांच्याकडे कोणतीही बचत नव्हती. इतर कोणत्याही स्रोतातून उत्पन्न नव्हते. समीरच्या आईने घरखर्च भागवून जे काही वाचवले होते तेही जवळजवळ संपले होते. वडिलांच्या अटकेला जवळजवळ एक महिना उलटून गेला होता. कसे झाले, कोणीतरी त्यांना जाऊन विचारायला हवे होते... अशा परिस्थितीत, फक्त समीरलाच काहीतरी करायचे होते.

या सर्व गोष्टींनी त्याला मानसिकदृष्ट्या मदत केली. सर्व घटनांची माहिती मिळाल्यानंतर तिने समीरला सांगितले, 'काळजी करू नकोस समीर... तुझ्या वडिलांनी काहीही चूक केलेली नाही, म्हणून त्यांना लवकरच सोडण्यात येईल... सुख परत येईल...'

समीरने त्याला या आपत्तीच्या गांभीर्याची जाणीव करून दिली आणि म्हणाला, 'हे इतके सोपे नाहीये शब्बू... ही बाब आपण कल्पनाही करू शकतो त्यापेक्षा खूपच गंभीर आहे... माझ्या निष्पाप वडिलांवर लादलेल्या कलमांपासून मुक्त होणे खूप कठीण आहे...'

'आशा सोडू नकोस सामी... देव सगळं ठीक करेल.' शब्दिताने तिला सांत्वन दिले. 'माझ्याकडे काही पॉकेट मनी आहेत, मी ते उद्या तुला आणून देईन. नंतर काही व्यवस्था केली जाईल...'

दोघेही शेजारच्या उद्यानाच्या एका निर्जन कोपऱ्यात एका बाकावर बसले होते.शब्दिताच्या प्रोत्साहनाने प्रोत्साहित होऊन, जेव्हा त्याला आजूबाजूला कोणीच दिसले नाही, तेव्हा त्याने अचानक शब्दिताला आपल्या मिठीत घेतले आणि तिचे चुंबन घेतले. ते बराच वेळ त्याच स्थितीत राहिले. नंतर काही आवाज ऐकून ते वेगळे झाले.

शब्दिताच्या आत्मविश्वासपूर्ण शब्दांनी समीरला खात्री पटली. त्याने ठरवले की त्याला नोकरी मिळणारच. तो एका ठिकाणाहून दुसऱ्या ठिकाणी भटकत राहिला पण दहावी उत्तीर्ण असलेल्याला नोकरी कोण देईल आणि जरी त्याला नोकरी मिळाली तरी

त्याला किती पगार मिळेल... त्याला काळजी वाटू लागली. शब्दिताच्या आर्थिक मदतीमुळे तो उदरनिर्वाह करू शकला पण किती काळ...

शब्दितालाही तिच्या मर्यादा होत्या. पहिले म्हणजे, ती हिंदू होती आणि समीर मुस्लिम होता. ती तिच्या पालकांनाही या नात्याबद्दल सांगू शकत नव्हती. दुसरे म्हणजे, ती पैशाची व्यवस्था कुठून करणार होती... तिच्यासाठी तिचे प्रेम गुप्त ठेवणे चांगले होते कारण कदाचित भविष्याच्या गर्भातच यावर उपाय असेल...

उलट, समीर दिवसेंदिवस रागाने वेडा होत होता. त्याला उदरनिर्वाहाचे कोणतेही साधन सापडत नव्हते आणि त्याच्या निष्पाप वडिलांची सुटका होण्याची शक्यताही नव्हती. एकदा, रागाच्या भरात, त्याने त्याच्या निष्पाप धाकट्या भावाला कारणाशिवाय मारहाण केली, ज्याने त्याला निर्दोषपणे विचारले होते - 'भाऊ, वडील आपल्याला सोडून कुठे गेले?...' त्याचा राग हळूहळू वाढत होता कारण तो असहाय्य होता. अम्मीचे डोळे सतत अश्रूंनी भरलेले असल्याने, काहीतरी करण्याच्या उत्साहाने त्याच्या नसा भरत राहिल्या पण... तो एकांतात गालिबचा श्लोक गुणगुणू लागला... 'रक्तवाहिन्यांमध्ये वाहणाऱ्या रक्तावर आम्हाला विश्वास नाही, जर ते डोळ्यांतून टपकत नसेल तर रक्त म्हणजे काय?'

एका रात्री, असहाय्यता आणि रागाच्या या क्षणांमध्ये, कोणीतरी त्याच्या घराचा दरवाजा ठोठावला. १२ वाजले होते. इतक्या विचित्र वेळी कोण येऊ शकतं... धाडस करत त्याने दाराची कडी उघडली. त्याच्या समोर एक अनोळखी व्यक्ती होती. स्वच्छ कुर्ता-पायजगा, डोक्यावर प्रार्थना टोपी, दाढीत पांढरे केस - शालीनतेने ओतप्रोत भरलेले व्यक्तिमत्व... समीरने संकोचून विचारले, 'साहेब... तुम्हाला कोण हवे आहे?'

पाहुण्याने हसत उत्तर दिले- 'मला घाबरण्याची गरज नाही. मी तुमच्या समस्यांवर उपाय घेऊन आलो आहे. तुम्ही माझे ऐका... मग तुम्ही माझा सल्ला स्वीकारावा की नाही हे तुमचे काम आहे. मी ज्या मार्गाने आलो त्याच मार्गाने परत येईन.'

समीरने त्या म्हाताऱ्याकडे काळजीपूर्वक पाहिले. त्याला काय म्हणायचे आहे ते समजून घेण्यापासून तो स्वतःला रोखू शकला नाही. तो बाजूला सरकला आणि म्हणाला, 'आत या.'

तो ड्रॉईंग रूममधील खुर्चीवर बसताच त्याची नजर पडद्यामागे उभ्या असलेल्या समीरच्या आईवर पडली. तिच्याकडे पाहून तो आग्रहाने म्हणाला, "तू पण ये...

माझ्यासारख्या म्हाताऱ्या माणसापासून तू काही का लपवायचं?" त्याच्या चेहऱ्यावर हास्य नाचत होतं. त्याच्या पांढऱ्या दाढीला हात लावत तो त्याच्या वयाबद्दल बोलला. आईला यात काहीही आक्षेपार्ह वाटले नाही. ती हळू हळू चालत सोफ्याच्या कोपऱ्यावर बसली.

अचानक त्याचा स्वर बदलला, तो आग ओकत असल्यासारखा म्हणाला, 'तुम्ही कितीही वेदनादायक अन्याय सहन केला असेल, तो... इतका पुरेसा नाही का की तुम्ही फक्त गप्प राहून असहाय्य राहावे...?'

समीर संकोच करत म्हणाला, 'आपण... आपण काय करू शकतो...'

'बदला... इंग्रजीत एक म्हण आहे - टिट फॉर टॅट... मी खुल्या मनाचा आहे. गांधीजी म्हणाले होते की जर कोणी तुमच्या एका गालावर थप्पड मारली तर तुम्ही दुसरा गाल पुढे करून त्याला लाजवू शकता. पण इथे तुमच्या दोन्ही गालांवर थप्पड मारण्यात आली आहे...'

अम्मीने घाबरलेल्या आवाजात शंका व्यक्त केली, 'माझे दोन्ही हात कापले आहेत भाईजान, तुला थप्पड मारण्याची हिंमत कुठून येते...'

त्याच्या चेहऱ्यावर अनेक भाव आले आणि गेले. तो हळूवारपणे म्हणाला, 'माझ्याकडे यावर एक इलाज आहे. तुम्ही सर्वजण फक्त 'हो' म्हणा. आम्ही काफिरांना असा धडा शिकवू की ते 'उफ्फ...उफ्फ...' म्हणत राहतील.'

समीरला हा सल्ला आवडला, पण त्यामुळे त्याची आर्थिक परिस्थिती सुधारणार नव्हती... तो त्याच्या आईच्या जवळ उभा राहिला, जणू काही या सूचनेला एकत्रितपणे विरोध करण्यासाठी. "चाचा, तुम्ही आम्हाला सूड घेण्यास उद्युक्त करू शकता, पण त्यामुळे आमच्या उदरनिर्वाहाचा आणि आमच्या भावंडांच्या संगोपनाचा प्रश्न सुटणार नाही..."

'त्याची काळजी करण्याची गरज तुम्हाला नाही, मी आहे. जर तुम्ही माझ्या दाखवलेल्या मार्गावर चालायला सुरुवात केली तर जगातील सर्व गोष्टी आपोआप तुमच्या मांडीवर येतील. जेव्हा देव देतो तेव्हा तो भरपूर देतो... तुम्ही या म्हणीवर विश्वास ठेवाल...'

अम्मी आणि समीरने एकमेकांकडे पाहिले. त्यांच्या हृदयातील राग असहाय्यतेत विलीन झाला आणि धुक्याच्या दाट काळ्या ढगांमध्ये त्यांच्या विवेकाच्या सूर्याला वेढून टाकत होता. त्यांना जाणवत होते की कदाचित हाच एकमेव मार्ग शिल्लक आहे...

अम्मीने त्यांच्या मताला महत्त्व देण्यासाठी पुढाकार घेतला - 'आपल्याला काय करावे लागेल आणि आपण काय साध्य करू...'

'आजसाठी, या सगळ्याच्या बदल्यात तुम्हाला खूप काही मिळेल एवढे पुरेसे आहे, ज्याची तुम्ही कधीही कल्पना केली नसेल. आणि यासाठी काय करायचे, उद्या दुपारी २ वाजता समीर आल्यावर मी त्याला सर्व काही समजावून सांगेन. आपल्या शहरातील मोठ्या मशिदीच्या आवारात जी दुकाने आहेत, ती माझीच आहेत. अमन चाचाची कोणती दुकाने आहेत ते कोणालाही विचारा... मी तुम्हाला खात्री देतो की त्याच्या जीवाला कोणताही धोका नसेल...'

आता समीर त्याच्या दुसऱ्या मोहिमेवर होता. अमन चाचांनी त्याला त्याच्या पहिल्या मोहिमेसाठी इतका मोबदला दिला होता की त्याची अनेक वर्षांची चिंता नाहीशी झाली होती. यामुळे प्रोत्साहित होऊन, समीरला हा मार्ग इतका सोपा, सोपा आणि कमाईचे साधन वाटला की त्याने त्याचा विवेक सोडून दिला. त्याच्या वडिलांवर कितीही क्रूरता आणली गेली तरी ती त्याच्या रक्ताच्या प्रत्येक कणात रुजली होती आणि त्याला चांगल्या आणि वाईटाच्या न्यायापासून खूप दूर नेत होती. त्याच्या गरिबीचा तो भयानक काळ त्याच्या रागाला इंधन देत होता. त्याने त्याच्या आदर्शवादाकडे पाठ फिरवली होती, उलट परिस्थितीने त्याला असे करण्यास असंवेदनशील बनवले होते. या दिवसांत तो जाणूनबुजून शब्दिताला भेटण्याचे टाळत होता. या दुसऱ्या मोहिमेवर जाताना, त्याची सर्व कोंडी संपली होती, जी त्याला पहिल्यांदाच वारंवार त्रास देत होती.

तो त्या तीर्थस्थळी एका छोट्या हॉटेलमध्ये राहिला, जे भोले शंकराच्या मंदिरासाठी प्रसिद्ध होते. दुसऱ्या दिवशी महाशिवरात्रीनिमित्त, ज्या डोंगरावर मंदिर आहे त्या डोंगराच्या पायथ्याशी एक जत्रा भरणार होती. सकाळी तो हॉटेलमधून बाहेर पडला तेव्हा तो समीरसारखा अजिबात दिसत नव्हता... त्याने पोलिस हवालदाराचा गणवेश घातला होता आणि हातात दंडुका होता.

टेकडीवरील पायऱ्या चढून गेल्यावर, एक अतिशय अरुंद वाट एका छोट्या गुहेत जाते जिथे शिवलिंगाची पूजा केली जात असे. ती वाट फक्त एक वाट होती, तर एक

अशी वाट होती जिथे फक्त दोन लोक राहू शकत होते, एक येऊ शकत होता आणि दुसरा जाऊ शकत होता. एकाला इतके काळजीपूर्वक चालावे लागत होते की जर तुम्ही तुमचा तोल गमावला तर तुम्ही काही मीटर खोल खोल खोल दरीत पडाल, ज्यामध्ये तुम्ही पाहिले तर निळ्या धुक्याशिवाय काहीही दिसत नव्हते.

या अरुंद पदपथाच्या मध्यभागी एका छोट्या वळणावर एक किंचित उंच दगड होता. त्याला त्याबद्दल आधीच योजनेत सांगितले गेले होते. काठी फिरवत आणि आपला अधिकार दाखवत, समीर दगडाच्या उजव्या बाजूला एका गुहेसारख्या ठिकाणी जाऊन उभा राहिला. तिथून त्याला फक्त काही भाविक दर्शनासाठी जाताना दिसत होते, पण सर्व भाविक परत येत होते. त्याच्या उपस्थितीने सर्वांमध्ये थोडी शिस्त आणली होती.

त्याला वाटले की भाविकांची संख्या वाढली आहे आणि ते खंदकाची फारशी पर्वा न करता घाईघाईने पुढे जात आहेत. परिस्थितीचा फायदा घेत त्याने दर्शनानंतर येणाऱ्या आणि एका तरुणीच्या शेजारी उभ्या असलेल्या एका सामान्य माणसाला लक्ष्य केले आणि त्याच्या काठीने त्याच्यावर हल्ला करायला सुरुवात केली. 'अरे हरामखोर, तू एका तरुणीला छेडत आहेस... तुला आई किंवा बहीण नाही का?...' त्याने जाणूनबुजून इकडे तिकडे काही लोकांना त्याच्या काठीच्या पकडीत पकडले. गर्दीत घबराट पसरली. त्याने काठी लांब केली आणि त्यांना शिवीगाळ करून निर्दयीपणे मारायला सुरुवात केली. प्रत्येकजण आपला जीव वाचवण्यासाठी बेताब पळू लागला. पण ते असे मैदान नव्हते जिथे ते मुक्तपणे पळू शकतील. या अचानक झालेल्या हल्ल्यामुळे केवळ महिला, मुले, वृद्धच नव्हे तर तरुण पुरुष आणि स्त्रिया देखील घाबरले होते आणि स्वत:चे रक्षण करण्याच्या प्रयत्नात इतरांना ढकलून कुठेतरी आसरा शोधू इच्छित होते... पण त्यांना त्या खंदकाच्या खोलीत आश्रय मिळत होता. बरेच लोक बाहुल्यांसारखे टेकडीच्या खडबडीत पृष्ठभागावर आदळत होते आणि खाली असलेल्या तीव्र अंधारात गायब होत होते. खडकाच्या सावलीत उभा असलेला समीर त्यांना तोंडावर काठीने जास्त मारत होता.

जेव्हा दोन्ही बाजूंची वाहतूक थांबली तेव्हा तो मागे चालू लागला, काठी वाजवत, मोबाईल कानावर ठेवून ओरडत - 'पुढे एक सापळा आहे. तिथेच थांबा. मी पोलिस स्टेशनला फोन करत आहे... मी जात आहे आणि आणखी पोलिस आणत आहे... रुग्णवाहिकाही...'.

आपल्या देशात अशा घटना मोठ्या प्रमाणात घडत आहेत... २७ ऑगस्ट २०१३ रोजी नाशिकमधील गोदावरी नदीच्या काठावर चाळीस; २५ जानेवारी २००५ रोजी मंदार देवीच्या मंदिर परिसरात तीनशे; २७ मार्च २००८ रोजी मध्य प्रदेशातील करिला गावात आठ; ३ ऑगस्ट २००८ रोजी हिमाचल प्रदेशातील नैना देवी मंदिराजवळ एकशे चाळीस; ३० सप्टेंबर २००८ रोजी जोधपूरच्या मेहरानगड किल्ल्यातील चामुंडा देवी मंदिराजवळ दोनशे.४ मे २०१० रोजी उत्तर प्रदेशातील राम जानकी मंदिरात वीस; तेसष्ट; १४ जानेवारी २०१३ रोजी केरळमधील सबरीमाला मंदिरात शंभर; ६ नोव्हेंबर २०११ रोजी गंगा नदीच्या काठावरील हरिद्वारमध्ये बावीस; १९ फेब्रुवारी २०१२ रोजी गुजरातमधील जुनागढ येथील भवनाथ मंदिराच्या महाशिवरात्री मेळ्यात सहा; १३ ऑक्टोबर २०१३ रोजी मध्य प्रदेशातील दतिया जिल्ह्यातील मंदिराकडे जाणाऱ्या पुलावर किमान नव्वद आणि समीरला चांगलेच माहिती होते की अलिकडेच गजाधर मंदिरात अकरा पुरुष, महिला, मुले आणि वृद्ध मृत्युमुखी पडले आहेत. हे सर्व अधिकृत आकडे आहेत, प्रत्यक्षात किती लोक मृत्युमुखी पडले, किती जखमी झाले किंवा अपंग झाले कोणाला माहिती?...

असो, समीर केवळ त्याच्या हॉटेलमध्येच नाही तर संध्याकाळी त्याच्या शहरातही सुरक्षित परतला. रात्री उशिरा तो त्याच्या घरी जात असताना बॅगेव्यतिरिक्त त्याच्याकडे एक ब्रीफकेसही होती. हे सांगायला नकोच की ब्रीफकेस पैशांनी भरलेली होती. अम्मीने दार उघडले. ब्रीफकेस तिच्या हाती देत तो त्याच्या थरथरत्या आवाजावर नियंत्रण ठेवत म्हणाला, 'अम्मा, त्यात खूप पैसे आहेत... आता आपण हे पैसे जबरदस्तीने पोलिसांच्या घशात टाकू आणि अब्बूला सोडू...' अम्मीला आनंदी पाहून तो समाधानाने म्हणाला, 'मी खूप थकलो आहे. मी जेवण केले आहे, आता मी झोपायला जात आहे.' अम्माच्या अनुभवी डोळ्यांनी त्याची स्थिती ओळखली होती, पण ती गप्प राहिली...

सकाळी चहा पीत असताना, समीर कालच्या वर्तमानपत्रातील बातम्या वाचत स्वत:ची पाठ थोपटत होता. त्या अपघाताची बातमी पहिल्या पानावर एका ठळक मथळ्यासह संपूर्ण तपशीलवार प्रकाशित झाली होती. त्याच्या अपेक्षेप्रमाणे कुठेही पोलिसांच्या अत्याचाराचा उल्लेख नव्हता. कारण, ज्यांना सत्य माहित आहे त्यांची तोंडे आधीच बंद आहेत. असे अनेक अंदाज लावले जात होते की हे घडलेच असेल, ते

घडलेच असेल. हो, एका पोलिसाने लोकांना मदत केल्याचा उल्लेख होता. त्याला त्याच्या शौर्याचा अभिमान वाटला.

त्याच्या बहिणीने तो उठण्यापूर्वीच अपघाताचा वृत्तांत वाचला होता. त्याला चहाचा कप दिल्यानंतरही ती तिथेच पुतळ्यासारखी उभी होती. समीरने वर्तमानपत्र घडी घालून स्टूलवर ठेवण्याचा प्रयत्न केला तेव्हा त्याला ती अशी उभी आहे हे विचित्र वाटले. त्याला वाटले की तिला कसे कळेल की तिचा भाऊच हे शौर्य गाजवत आहे. तिला हे सर्व गुप्त ठेवावे लागेल.

त्याला अल्लाहच्या नावाने शपथ घ्यायला लावण्यात आली होती. इच्छा असूनही तो तिला काहीही सांगू शकत नव्हता. तिच्या अशा राहण्याचे कारण पाहण्यासाठी त्याने त्याच्या पापण्या वर केल्या...

त्याची बहीण तबस्सुमच्या डोळ्यात अश्रू पाहून तो थक्क झाला - 'काय झालं तब्बू, तू का रडत आहेस... ?'

तबस्सुम जोरजोरात रडू लागली आणि रडू लागली. एक अवाक समीर अचानक उभा राहिला. त्याने तबस्सुमचे खांदे हलवत विचारले, 'काय झालं, सांग...'

तबस्सुमने कसा तरी स्वत:वर नियंत्रण मिळवले आणि म्हणाली- 'भैया... तुला कदाचित बातमीच्या शेवटी मृतांची नावे दिसली नसतील... नाही... ती आता नाही... तुझी मैत्रीण... शब्दिता... या अपघातात, तीही कुठेतरी खोल खड्ड्यात पडली आहे...' तिचे शेवटचे शब्द रडण्यात बुडाले होते.

समीरने तबस्सुमचे खांदे बेधडकपणे हलवले आणि ओरडला, "काय म्हणतेस...तब्बू...!" मग तो वळला आणि वेड्यासारखा वर्तमानपत्राच्या पानांकडे पाहत राहिला. त्याचे डोळे मृतांची नावे दिलेल्या जागेवर खिळले होते. त्याने वर्तमानपत्र चुरगळले आणि बाजूला फेकले आणि जोरात खुर्चीवर पडला. त्याचे डोळे गरजेपेक्षा जास्त मोठे झाले आणि तो शून्यात अडकला, ओठ उघडे राहिले. जणू काही तो भान गमावला होता...तब्बू त्याच्या जवळ आली आणि पटकन त्याचे डोके तिच्या हातांनी धरले आणि पोटावर दाबले आणि वेदनेने ओरडली, "भैया!..."

हा गोंधळ ऐकून अम्मी आणि सर्व लहान भाऊ-बहिणी धावत आले. अम्मीने समीरला हादरवले - 'काय झालं बेटा...!' त्याच्या झोपेच्या अवस्थेत घाबरून तिने

त्याला जवळ घेतले आणि तब्बूकडे प्रश्नार्थक नजरेने पाहिले. तब्बूने रडत रडत हा दु:खद प्रसंग सांगितला. तब्बूची धाकटी बहीण लगेच पाण्याचा ग्लास घेऊन आली. अम्मीने त्यातून काही थेंब पाणी समीरच्या चेहऱ्यावर शिंपडले आणि त्याला दोन घोट पाणी प्यायला दिले. समीरच्या डोळ्यातून अश्रू वाहत होते. तो बेशुद्ध पडला आणि एकामागून एक गाल मारत राहिला. मग तो ओरडत जागा झाला, त्याचे केस मुठीत धरले - 'शब्बो, मला माफ कर...' तो त्याचे डोके तळहातांमध्ये धरून रडू लागला...

कुठेतरी सर्वेश्वरांच्या कवितेच्या ओळी भिंतींवरून प्रतिध्वनीत होत होत्या...

'संपूर्ण आयुष्य

मी माझे डोके लपवण्यासाठी

जागा शोधत राहिलो

आणि शेवटी मला माझ्या तळहातांपेक्षा

चांगली जागा सापडली नाही...'

संपर्क: E-1317, भैरव रेसिडेन्सी,
कनाकिया रोड,
मीरा रोड (पूर्व)-401 107
(जिल्हा: ठाणे) महाराष्ट्र.
मोबाईल: ०९९७१७४४१६४.
ईमेल: ashokgujarati07@gmail.com

●●●

राकेश मिश्रा

राकेश मिश्रा यांचा १४ जुलै १९७६ रोजी मुंगेर (बिहार) येथे जन्म झाला आणि जमशेदपूर (झारखंड) येथे लहानाचे मोठे झाले. राकेश मिश्रा यांचे चार कथासंग्रह प्रकाशित झाले आहेत - बाकी धुआँ रहने दिया (भारतीय ज्ञानपीठ), लाल बहादूर का इंजन (आधार प्रकाशन), नागरी प्रख्यात (आधार प्रकाशन), नागरी सभ्यता (आधार) ही पुस्तके कौटिल्य प्रकाशनाद्वारे प्रकाशित करण्यात आली आहेत. त्यांच्या कथांसाठी त्यांना प्रबोध मजुमदार स्मृती कथा सन्मान, कृष्ण प्रताप स्मृती कथा पुरस्कार आणि रवींद्र कालिया स्मृती कथा पुरस्काराने सन्मानित करण्यात आले आहे. ते हिस्ट्री कम्युनिकेशन आणि पीस स्टडीजचे विद्यार्थी आहेत. त्यांनी एम.फिल. हिंद स्वराज आणि पीएच.डी. शेतकरी चळवळीतील गांधीवादी प्रवृत्ती. त्यांनी इंडियन कौन्सिल ऑफ सोशल सायन्स रिसर्च, नवी दिल्ली द्वारे अर्थसहाय्यित एक मोठा प्रकल्प देखील पूर्ण केला आहे. ते वर्धा येथील महात्मा गांधी आंतरराष्ट्रीय हिंदी विद्यापीठाच्या स्कूल ऑफ कल्चरमध्ये सहयोगी प्राध्यापक आहेत.

समाधी लेख

संपत्तीच्या नावाखाली बाबू राजेंद्र प्रसाद यांच्या वाट्याला तीन कडुलिंबाची झाडे आली. त्यांना वाटा मिळाला असे म्हणणे चुकीचे ठरेल, उलट ते त्यांना देण्यात आले. वाटा वाटला असता तरच वाटा मिळाला असता, पण खटला भरण्याची, पंचायत होण्याची किंवा गावातील वडीलधारी मंडळी मध्यस्थी करून वैध निर्णय घेण्याचा प्रयत्न करण्याची शक्यता होती. हे सर्व राजेंद्र प्रसाद यांच्या बाबतीतही घडले, पण त्यांच्या काकांमध्ये. मालमत्तेच्या वाटणीवरून दोन्ही काकांमध्ये कितीही भांडणे आणि फौजदारी कारवाई झाली तरी राजेंद्र प्रसाद यांचा वारसा हक्कात कोणताही हक्क नाही यावर एक ठाम एकमत

होते. जरी त्यांना वारसा हक्क का नाही याबद्दल दोघांचेही स्वत:चे युक्तिवाद आणि दावे होते आणि त्याबाबत त्यांच्यात वादही होता. आणि त्यापैकी अनेकांना फसवणूक झाल्याचेही वाटले.खरंतर राजेंद्र प्रसाद यांचे वडील चूलत्यांमध्ये मोठे भाऊ होते. त्यांच्या स्वत:च्या व्यवस्थेनंतर ते दोन्ही काकांचे मोठे भाऊ झाले. हे सत्य ते जिवंत असताना कोणाच्याही मनात नव्हते. खरंतर, जर कोणी चुकूनही ते सांगितले तर दोन्ही भाऊ एकमेकांना मारण्यास तयार होतील. पण ते मरताच जणू काही त्यांच्या धाकट्या भावांसाठी असलेला त्यांचा सर्व चांगुलपणा, समर्पण आणि त्याग संपला आणि फक्त ते सावत्र भाऊ होते ही गोष्ट उरली. जरी राजेंद्र यांना केवळ सावत्र भाऊ असल्याने मालमत्तेतून बाहेर काढता आले नाही, तरी प्रत्यक्षात त्यांना दोन्ही भावांइतकाच समान वाटा मिळाला, परंतु या वस्तुस्थितीपलीकडे, दोन्ही काकांच्या स्वत:च्या कथा होत्या आणि या कथांनुसार, राजेंद्रच्या वडिलांनी त्यांच्या दोन धाकट्या भावांच्या नावावर जमिनीचा वाटा लिहून दिला होता जेणेकरून ते त्यांच्या पत्नीला आणि नंतर स्वत:ला उपचार करून घेऊ शकतील. या कथांमध्ये अनेक तफावत होती, अनेक भेगा होत्या, परंतु राजेंद्र यांनी कधीही या भेगा वाढवण्याचा प्रयत्न केला नाही. या बाबतीत तो त्याच्या वडिलांचा रक्ताचा भाऊ होता आणि गावकऱ्यांनी त्याला अनेक वेळा चिथावणी देऊन, भडकावून आणि भडकावूनही, तो त्याच्या काकांच्या गोष्टींवर आंधळेपणाने विश्वास ठेवत असे. तो गावकऱ्यांशी भांडत राहिला की ते त्याला त्याच्या वडिलांच्या मृत्यूनंतर वाढवलेल्या, त्याला शिक्षण देणाऱ्या आणि स्वत:च्या पायावर उभे राहण्यास सक्षम बनवणाऱ्या काकांशी लढायला लावण्याचा कट रचत होते, जरी राजेंद्रचा दावा अतिशयोक्तीपूर्ण होता. तो केवळ त्याच्या वडिलांच्या काळातच वाढला नाही तर त्याने त्याच्या हयातीत संपूर्ण गावालाही शिक्षित केले. त्याच्या नंतर, तो जवळजवळ एक ओसाड जमीन बनला होता. जर त्याला त्याच्या काकांच्या घरी अन्न आणि कपडे मिळाले तर ते फक्त त्याच्या कुटुंबाची बदनामी होईल म्हणून. आणि उदरनिर्वाहाच्या या जबाबदारीऐवजी त्याला कराव्या लागणाऱ्या कंबरडे मोडणाऱ्या कामाची चर्चा निरर्थक होती. तो त्याचे उर्वरित आयुष्य त्याच्या काकांसाठी बंधुमजूर म्हणून घालवेल हे जवळजवळ निश्चित होते, परंतु त्याच्या एका नातेवाईकाने त्याला वाचवले. खरं तर, त्याला नाच पाहण्याची तीव्र इच्छा होती. गावाचा

जर दहा-वीस मैलांच्या परिसरातही नाच असेल तर राजेंद्र प्रसाद यांची उपस्थिती अपरिहार्य असायची. त्यांच्या या सवयीमुळे त्यांना मारहाण झाली, त्यांनी अनेक शिव्या ऐकल्या, काकूंनी त्यांना टोमणे मारले, त्यांच्या धाकट्या भावांकडून त्यांना तिरस्कार सहन करावा लागला, परंतु ते या सवयीपासून मुक्त होऊ शकले नाहीत, उलट दिवसेंदिवस त्यांची ही सवय वासनेसारखी वाढत गेली. ते केवळ नृत्य पहायला जाऊ लागले नाहीत तर स्टेजवर छोटी-छोटी कामेही करू लागले. नृत्यात त्यांच्यासाठी विशेष काही नव्हते, परंतु जर नाटक किंवा नाटक असेल तर त्यांचे काम वाढेल. ते नाटकवाल्यांचे कोणतेही काम करण्यास नेहमीच तयार असत. पडदा लटकवणे, स्टेज तयार करणे, लाईट हाताळणे, मेकअपमध्ये मदत करणे, माइकवर नाटकाचे प्रमोशन करणे यासारख्या मुख्य कामांपासून ते कलाकारांसाठी बाजारातून वस्तू आणणे, त्यांच्यासाठी विहिरीतून पाणी भरणे, पेट्रोमॅक्समध्ये पंप भरणे यासारख्या क्षुल्लक कामांपर्यंत त्यांचा उत्साह पाहण्यासारखा होता. शेवटी, त्याच्या 'कुटुंबाबद्दलच्या' या उत्साहाने त्याला त्याच्या काकांच्या गुलामगिरीतून मुक्त केले आणि त्याने नाटक कंपनीसोबत पळून जाऊन त्याच्या आयुष्यात एक नवीन दिशा आणि मार्ग शोधण्याचा प्रयत्न केला. नाटक कंपनीसोबत जाण्यात 'पळणे' असे काहीही नसले तरी, त्याच्या काकांनी त्याचे 'पळणे' सारख्या कुप्रसिद्ध गुन्ह्यात रूपांतरित करण्याचा आणि जबाबदार असल्याचे भासवून त्याच्या परतीचे दरवाजे बंद करण्याचा प्रयत्न केला. ते त्यांच्या प्रयत्नांमध्ये मोठ्या प्रमाणात यशस्वी झाले. बराच काळ, राजेंद्र प्रसाद यांचे नाव गावातील मुलांमध्ये शिवी म्हणून घेतले जात असे. नृत्य किंवा नाटकाबद्दल मुलामध्ये थोडासा उत्साह पाहूनही 'साला, घर में राजेंद्र भाई आया है' (राजेंद्र घरात जन्माला आला आहे) सारखी वाक्ये 'आम फहम' म्हणून वापरली जात होती पण जेव्हा राजेंद्र अचानक दहा वर्षांनी त्याच्या गावात परतला तेव्हा त्याचे नाव शिवीऐवजी अभिमानास्पद बनले होते. खरं तर, तो एकटा आला नव्हता, तर चित्रपट बनवण्याची संपूर्ण युनिट त्याच्यासोबत आली होती. मग लोकांना कळले की हे नाटक केवळ शाप देण्यासारखे नाही, तर जर ते खऱ्या भक्तीने आणि समर्पणाने केले तर गावातील राजेंद्र देखील सूट आणि बूट घालून परदेशी दिसणाऱ्या लोकांमध्ये 'राजेंद्र बाबू' म्हणून ओळखला जाऊ शकतो. हे कळल्यानंतर लोक जवळजवळ बेशुद्ध पडले.

असं झालं की या नाटकात राजेंद्र बाबूंनी बीए, एमए उत्तीर्ण केले आहे आणि आता ते पीएचडी करणार आहेत. म्हणजे, तुम्ही एक महान डॉ. राजेंद्र प्रसाद बनत आहात असे जे आधी उपहासात्मक स्वरात म्हटले होते ते आता प्रत्यक्षात येणार होते.

जरी त्या चित्रपटाच्या युनिटमध्ये कोणताही नायक किंवा नायिका नव्हती, तो फक्त एक डॉक्युड्रामा प्रोजेक्ट होता, परंतु त्याच्या वेळापत्रकाच्या फक्त पाच-सात दिवसांत, गावकऱ्यांचा राजेंद्र प्रसादकडे पाहण्याचा दृष्टिकोन आणि दृष्टिकोन दोन्ही बदलण्यासाठी ते पुरेसे होते. वेळापत्रकाच्या शेवटच्या दिवशी, गावाच्या सरपंचाने युनिटच्या सन्मानार्थ मेजवानी आयोजित केली आणि राजेंद्र प्रसाद यांचा नागरी सत्कारही केला. जेव्हा राजेंद्रला या प्रसंगी काही बोलण्यास सांगितले गेले तेव्हा त्याचा आवाज दबला गेला आणि त्याचे डोळे पाणावले आणि तो फक्त त्याच्या काकांचे गुणगान गात बसला आणि म्हणाला की तो आज जे काही आहे ते या काकांमुळे आहे. गावकरी, विशेषत: सरपंच, त्याच्या संघर्षाची कहाणी ऐकण्यास उत्सुक होते, परंतु राजेंद्र प्रसाद आता इतके शहाणे आणि सांसारिक झाले होते की त्याला माहित होते की जर त्याने त्याच्या संघर्षांपैकी दहा टक्केही सांगितले, तो कसा रिक्षा चालवायचा, मेसमध्ये भांडी धुवायचा आणि कधीकधी भीक मागायचा, तर गावकऱ्यांचा दृष्टिकोन पुन्हा बदलण्यास वेळ लागणार नाही. त्याने एकदा एका कार्यक्रमात 'ओम पुरी' ला असे म्हणताना ऐकले होते की त्यानेही एका ढाब्यात कप, प्लेट आणि भांडी धुतली होती, पण 'ओम पुरी' झाल्यानंतरच तो या सर्व गोष्टी सांगू शकला. जेव्हा माणूस महान होतो तेव्हा त्याची सर्व छोटी कामे महान आणि प्रेरणादायी बनतात. अयशस्वी माणसाने केलेली तीच कामे तिरस्कार आणि घृणा निर्माण करतात.

गावकऱ्यांनी त्याला कितीही ऑफर दिली तरी राजेंद्र प्रसादला हे चांगलेच ठाऊक होते की त्याच्या संघर्षाची कहाणी सांगण्याची वेळ अजून आलेली नाही. म्हणून, प्रश्नांच्या उत्तरांमध्ये, तो त्याच्या वडिलांच्या चांगल्या कृत्यांचा आणि त्याच्या काकांनी त्याला दिलेल्या धाडसाचा आणि मूल्यांचा वारंवार उल्लेख करत असे.

त्यांच्यावर झालेल्या अन्यायाचे इतके चांगले फळ पाहून त्याचे काकाही रडू लागले. त्यांना असे वाटले की जणू राजेंद्र हा एकमेव मृत शरीर आहे.

त्याचा मोठा भाऊ त्याच्या समोर उभा आहे, त्याने दोघांसाठी खूप काही केले होते आणि त्यांनी राजेंद्रला उद्ध्वस्त करण्यासाठी खूप काही केले होते. अपराधीपणा आणि

पापाच्या ओझ्याने भारलेले दोन्ही काका राजेंद्रला त्यांच्या घरी घेऊन गेले, जवळजवळ त्याला मिठी मारली आणि त्याच रात्री मोठ्या काकांनी जाहीर केले की घराच्या दाराला लागून असलेल्या बागेतली तीन कडुलिंबाची झाडे बाबू राजेंद्र प्रसाद यांची मालमत्ता आहेत.

काकांचे हे जाहीर विधान ऐकून राजेंद्रला समजले नाही की तो त्याची मालमत्ता काय म्हणतोय. ती तीन झाडे त्याच्या वयाच्या जवळजवळ दुप्पट असतील. वडील म्हणायचे की त्याने लहानपणी त्याच्या वडिलांच्या म्हणजेच राजेंद्रच्या आजोबांच्या आठवणीत ही झाडे लावली होती. लहानपणापासूनच राजेंद्रने त्या झाडांना त्याचे वडील आणि आजोबा म्हणून पाहिले होते. या झाडांखाली लपून तो बिडी ओढायला शिकला होता. रात्री, जेव्हा तो दूरच्या ठिकाणाहून नृत्य पाहून परतायचा तेव्हा काकांच्या भीतीने ही झाडे त्याचा रात्रीचा निवारा असायची. काकांच्या शेतात दिवसरात्र कष्ट करून, जेव्हा तो जे काही खात असे आणि या झाडांखाली पलंगावर झोपायचा तेव्हा त्याला असे वाटायचे की तो त्याच्या आईच्या कुशीत आहे. नशिबाला शिव्या देत, त्याच्या बाबूला आठवत, त्याच्या अम्मासाठी रडत, त्याने या झाडांना मिठी मारत अनेक रात्री घालवल्या. ही झाडे त्याच्यासाठी त्याच्या नातेवाईकांपेक्षा जास्त महत्त्वाची आहेत, किंवा असं म्हणता येईल की फक्त ही झाडेच त्याचे नातेवाईक आहेत. मग आज ती त्याची मालमत्ता कशी बनली? तो मूर्खासारखा काकांच्या चेहऱ्याकडे पाहू लागला.

"बेटा, तुझे वडील म्हणजेच बडके भैया तुझ्यासाठी काहीही वाचवू शकले नाहीत हे खरे आहे पण आपल्या सर्वांना माहिती आहे की त्यांनी ही झाडे लावली होती, म्हणून त्यांचा वारस असल्याने आता तू या झाडांचा मालक आहेस." छोटे चाचांनी त्याची उत्सुकता पूर्ण केल्यासारखे स्पष्ट केले.

पण काका, ही झाडे आमच्या घराचा एक भाग आहेत, शेवटी आमच्या घराला गावात टिंगछिया घर म्हणतात, खरं तर ही तीन झाडे इतकी प्रसिद्ध आहेत की दूरदूरचे लोक कधीकधी त्यांच्या गावाला टिंगछिया वाला गाव म्हणतात? राजेंद्र प्रसादच्या आवाजात अजूनही आश्चर्य होते.

"बबुआ, आम्ही तुझ्यासाठी काहीही करू शकलो नाही, पण ही झाडे आता तुझी आहेत, तू त्यांना तुझ्या इच्छेनुसार वापरू शकतोस." बडे चाचा म्हणाले जणू काही त्याच्या छातीवरून काही ओझे उतरत आहे.

दुसऱ्या दिवशी, जेव्हा राजेंद्र प्रसाद गावाहून परत येत होते, तेव्हा त्यांच्या छातीवर खरोखरच हे ओझे होते. जेव्हा ते नाटक कंपनीसोबत पहिल्यांदाच गाव सोडले होते, तेव्हा जणू काही त्यांच्या पायांवर पंख होते, त्यांना पूर्ण खात्री होती की भविष्यात जे काही घडणार आहे त्यासाठी फक्त त्यांचे हात आणि पाय जबाबदार असतील, परंतु त्या झाडांना त्यांची मालमत्ता घोषित करून, त्यांच्या काकांनी त्यांच्या पायात साखळ्या घातल्या. या झाडांवर इतके प्रेम असूनही, त्यांना खरोखर इतके दिवस त्यांची आठवण नव्हती, ते देखील गावातील इतर गोष्टींप्रमाणे त्यांच्या आठवणीचा एक भाग होते, पण आज जाताना ते त्या झाडांकडे असे पाहत होते जणू काही ते निघण्यापूर्वी त्यांच्या वाडवडिलांकडून आशीर्वाद मागत होते.

बाहेर पडताच राजेंद्रला जाणवले की ती झाडे केवळ त्याच्या पायांच्याच नव्हे तर त्याच्या जाणीवेच्याही साखळ्या बनली आहेत. कदाचित 'मालमत्ता' या शब्दाचा परिणाम असा असेल. जोपर्यंत ते फक्त झाडे होती, तोपर्यंत ती खूप जवळची आणि प्रिय असूनही झाडे होती, परंतु त्यांना मालमत्ता घोषित होताच, ती विशेष आणि महत्त्वाच्या वस्तूंसारखी बनली, ज्यांचा शोध आणि संरक्षण करणे आवश्यक होते.

आतापर्यंतच्या आयुष्यातील संघर्षात, राजेंद्र प्रसाद यांना जेव्हा जेव्हा आव्हानांना तोंड द्यावे लागले तेव्हा त्यांनी स्वत:च्या हातपायांवर विश्वास ठेवला होता. जास्तीत जास्त, त्यांचा नशिबावर, देवावर, नशिबावर आणि कधीकधी लोकांच्या दयाळूपणावर आणि गरजांवरही विश्वास होता. पण आता, अधूनमधून, त्यांनी त्यांच्या समस्यांवर उपाय म्हणून त्या कडुलिंबाच्या झाडांचा विचार करायला सुरुवात केली होती. त्यांनी केवळ विचार करायला सुरुवात केली नाही तर लोकांना सांगायलाही सुरुवात केली की ते गावातील मालमत्ता विकून काहीतरी नवीन करण्याचा विचार करत आहेत. जरी, त्यांना काहीतरी नवीन करण्याच्या फारशा संधी नव्हत्या, परंतु उपलब्ध संधींमध्ये, त्यांच्या मनात एक तीव्र आकर्षण होते की त्याला स्वत:चा एक नवीन कॅमेरा हवा होता. ज्या नाट्य विभागात ते संशोधन विद्यार्थी होणार होते त्या नाट्य विभागात कॅमेरा होता, परंतु तो विशेष प्रसंगी खास लोकांकडूनच स्पर्श केला जात असे. राजेंद्रबाबूची सर्वात मोठी इच्छा होती की तो स्वत:चा कॅमेरा घेऊन चित्रपट निर्मात्यासारखा चालावा. असा कॅमेरा ज्याच्या मदतीने तो केवळ फोटो काढू शकत नव्हता तर व्हिडिओही बनवू शकत होता

आणि जर कधीकधी त्याला ट्रायपॉड किंवा स्टँडवर ठेवून काम करण्याची संधी मिळाली असती तर त्याने या आयुष्यातून किती इच्छा सोडल्या असत्या. त्याच्या कॅमेऱ्याच्या नियोजनाच्या आणि त्याद्वारे जोपासलेल्या इच्छांच्या बाबतीत, सर्वात निरुपयोगी कॅमेरा देखील एक लाखापेक्षा कमी खर्चाचा नव्हता.नशिबाच्या आणि त्याच्या हातपायांच्या सर्व प्रयत्नांच्या मदतीने, राजेंद्र प्रसाद फक्त तीस-चाळीस हजार रुपये जमा करू शकला, अशा परिस्थितीत जेव्हा ही तीन झाडे त्याची मालमत्ता म्हणून घोषित केली गेली, तेव्हा त्याने अचानक अदृश्य निर्मात्यावर आणि त्याच्या नियंत्रकावर विश्वास ठेवला की कोणीतरी आहे ज्याने कपाळावर अदृश्य हस्ताक्षराने प्रत्येकाचे नशीब लिहिले आहे, तोच तो आहे ज्याच्यामुळे सर्व प्रतिकूल परिस्थितीतही मायकल जॅक्सन, पेले आणि ओम पुरी जन्माला येतात. जगाने त्यांचा कितीही अपमान केला तरी ते या अदृश्य जाळ्यातून बाहेर पडतात. फक्त एक इशारा, हावभाव, संधीची आवश्यकता होती; राजेंद्र प्रसाद यांना ते कडुलिंबाच्या झाडांच्या रूपात मिळणार होते आणि त्यांनी ते मिळवले.

त्याच्या नशिबातील या लक्षणांना समजून तो एका सकाळी त्याच्या गावी पोहोचला. त्याच्या काकांचा स्वभाव जाणून त्याने त्याच्याकडून कोणतीही दया दाखवली नाही. सरपंच साहेब स्वत: त्याच्यासोबत होते आणि त्याची झाडे खरेदी करणारा खरेदीदारही त्याच्यासोबत होता.

सुरुवातीला काकांना त्याचा हेतू समजला नाही आणि जेव्हा त्यांना समजले तेव्हा ते असे चिडले की जणू त्यांना हजार विंचूंनी चावले आहे. अरे हरामखोर, तू इतका हुशार असल्याचे भासवतोस. त्याच्या वडिलांची आणि आजोबांची मालमत्ता अशा प्रकारे कोण विकतो? उद्या, जेव्हा तुला घर, शेत आणि गोठ्यात वाटा मिळेल, तेव्हा तू तेही विकशील का? तुला हेच संस्कार मिळाले आहे. काका विसंगतपणे ओरडू लागले. धाकटा काकाही जवळजवळ त्याच स्वरात त्याला पाठिंबा देत होता. मोठ्या भावाने त्याच्यासाठी काहीही सोडले नव्हते हे बरे झाले, नाहीतर आज त्यालाही दिसले असते की त्याने किती मोठे कुटुंब निर्माण केले आहे.

राजेंद्र प्रसाद या परिस्थितीसाठी तयार होता. म्हणूनच तो सरपंचांना सोबत घेऊन आले होते. प्रकरण वाढत असल्याचे पाहून सरपंचांनी त्यांना समाधीवर बोलावले.

सरपंचांनी सुचवले की जर त्यांना ही कडुलिंबाची झाडे विकायची नसतील तर त्यांनी राजेंद्र प्रसाद यांना प्रति झाड १५,००० रुपये या दराने ४५,००० रुपये द्यावेत.

झाडे खरेदी करणाऱ्यानेही साक्ष दिली की तो ६०,००० रुपयांना ती खरेदी करण्यास तयार आहे. सरपंचांनी असेही सांगितले की संपूर्ण गावासमोर दोन्ही भावांनी कबूल केले होते की ही झाडे राजेंद्र प्रसाद यांची मालमत्ता आहेत, त्यामुळे हे नाकारण्यात काही अर्थ नाही. त्यांनी थोड्याशा इशारादायक स्वरात असेही म्हटले की यापूर्वीही या मुलावर, म्हणजेच राजेंद्र प्रसादवर, खूप अन्याय झाला होता, आता त्यांना यावेळी न्याय मिळेल हे दिसेल.

ती कडुलिंबाची झाडे खूप चांगली होती, ती दाट आणि सावलीची होती. दोन्ही काकांची मुले आणि त्यांची मुले त्याच्या सावलीत खेळत वाढली. काकू आणि त्यांच्या सुना त्यांचा बहुतेक वेळ त्याखाली घालवत असत. झुले लावले जात असत, ओल्हा पाटी खेळवली जात असे, गायी आणि गुरे बांधली जात असत, माश्या आणि डासांना पळवून लावण्यासाठी कडुलिंबाची पाने झाडून जाळली जात असत. कडुलिंबाची पाने गोळा करून खाल्ली जात असत. त्यांची वर्गवारी केल्यानंतर लाकूड देखील मिळवले जात असे. हे सर्व तिथे होते पण दोन्ही काकांना कधीच समजले नाही की त्यांना त्यासाठी पैसे द्यावे लागतील. म्हणून, सरपंचाच्या न्यायाला प्रतिसाद म्हणून, त्यांनी देवाच्या न्यायाची याचना केली आणि राजेंद्र जे काही करू शकतो अशा वृत्तीने स्वत:ला या प्रकरणापासून दूर केले.

राजेंद्रने सर्व गोष्टींचा विचार केला होता, पण त्याला खोलवर कुठेतरी वाटले की त्याचे काका पंचेचाळीस नाही तर किमान तीस हजार देण्यास तयार होतील. त्याला हे झाडे अशा प्रकारे त्याच्या मालमत्तेत बदलू नयेत असे देखील वाटत होते. शेवटी, ही झाडे त्याच्या वडिलांची शेवटची खूण होती. त्याला चांगलेच माहित होते की ही झाडे तोडताच त्याचे नाव या गावातून पुसले जाईल. रात्री, झोपेत असताना, त्याची आठ वर्षांची भाची तिच्या पिगी बँकसह त्याच्याकडे आली आणि काकांना विचारले की तो गुल्लकमधील पैसे घेऊन एक झाड वाचवू शकेल का ज्यावर तिचा झूला लटकत होता आणि जिथे तिने तिच्या बाहुलीचे लग्न करण्याचा निर्णय घेतला होता, तेव्हा राजेंद्र प्रसाद मोठ्याने रडू लागला. पण हे रडणे काही काळच टिकले. पुढच्याच क्षणी त्याने आपले मन कठोर केले. या भावनिक गोष्टी आहेत, शुद्ध भावनिकता आहे. त्याला वास्तव समजले नाही.

आणि खऱ्या परिस्थितीला चिकटून राहिले पाहिजे. शेवटी, त्यांच्या काकांनी त्यांना उद्ध्वस्त करण्यासाठी काय केले नाही. आज जेव्हा त्यांना त्यांचे नशीब बदलण्याची संधी मिळाली आहे, तेव्हा ते अशा निरर्थक आणि भावनिक गोष्टी बोलून ते वाया घालवू शकत नव्हते. जगातील सर्व विकास अशा विनाशामुळेच शक्य झाला आहे. तो फक्त तीन झाडे विकत आहेत, या जगात, या देशात, लोकांनी इतके विकले आहे. जर जगातील लोकांनी असा विचार केला असता, तर आजही जग पूर्व-इतिहासाच्या काळापासून प्रगती करू शकले नसते. ते देखील या जगातील लोक आहेत आणि त्यांना विकास करण्याचा पूर्ण अधिकार आहे आणि त्यांच्या विकासाची स्थिती देखील इतकी लहान आहे - फक्त तीन झाडे. त्यांच्या मोठ्या योजना आणि मोठी स्वप्ने पाहता, एक जंगल देखील त्यांच्यासाठी पुरेसे नसावे. या मोठ्या गोष्टींबरोबरच, काही व्यावहारिक आणि ठोस गोष्टी होत्या ज्या सरपंचाने देखील या संपूर्ण गोंधळात सामील केले होते. त्यांनी झाडांचे खरेदीदार देखील शोधले होते आणि ते झाडे तोडण्यास कोणताही आक्षेप घेण्याची हमी देखील देत होते. कदाचित त्याने यासाठी दहा-पाच हजार रुपये आगाऊ घेतले असतील, अशा परिस्थितीत आता या प्रकरणापासून स्वत:ला वेगळे करणे म्हणजे सरपंचाशी भांडणाला आमंत्रण देणे असे होते. राजेंद्र प्रसाद यांनी ज्या जीवनाची कल्पना केली होती, त्या सरपंचाशी भांडण्याचा काही अर्थ नव्हता, पण तो या जगात कसा प्रवेश करू शकेल? त्या जगात फक्त कॅमेऱ्याच्या शक्तीने पोहोचता येते आणि कॅमेऱ्यापर्यंत पोहोचण्यासाठी, या भ्रमातून स्वत:ला मुक्त करावे लागते.

शेवटी, त्याने त्याच्या सर्व गोंधळावर, शंकांवर आणि ओढीवर मात केली आणि त्याची झाडे, त्याची मालमत्ता सरपंच आणि कंत्राटदाराला सोपवली. त्याने फक्त एकच अट ठेवली की कंत्राटदार त्याला संपूर्ण रक्कम एकाच वेळी देईल आणि पंधरा दिवसांनी झाडे तोडली जातील. त्याने विचार केला होता की तोपर्यंत तो त्या पैशातून एक कॅमेरा खरेदी करेल आणि नंतर तो किमान त्या कॅमेऱ्यात त्या झाडांचे फोटो जतन करेल. त्याच्या मनात, त्याने एक माहितीपट बनवण्याची योजना देखील आखली ज्यामध्ये तो कॅमेऱ्याच्या व्हिडिओ मोडद्वारे या झाडांभोवती घडणाऱ्या जीवनाचा लाईव्ह व्हिडिओ बनवेल. तो त्याच्या काकू आणि भाच्यांना त्या झाडांखाली बसण्याची विनंती करेल.

त्याने असे वागावे की जणू तो त्याच सहजतेने जीवन जगत आहे आणि त्याला खात्री होती की थोड्याशा अनिच्छेनंतर ते 'चित्रपटाच्या' नावाने सहमत होतील. जर

पटकथा योग्यरित्या लिहिली गेली असेल, तर झाडाचा आणि त्याच्या कथेचा हा व्हिडिओ त्याला त्याच्या इच्छित जगात एक भव्य प्रवेश देऊ शकतो.

कंत्राटदार एकरकमी आगाऊ रक्कम देण्यास तयार नव्हता पण सरपंचाच्या हमीवर तो सहमत झाला. सरपंचाने असेही स्पष्ट केले की झाडे तोडण्याची परवानगी मिळण्यासाठी पाच-सात दिवस लागतील आणि मग राजेंद्र विक्रीचे हक्क लिहित आहे! तो झाडे न तोडण्यासाठी फक्त पंधरा दिवसांचा वेळ मागत आहे. सर्व काही अंतिम केल्यानंतर, राजेंद्र प्रसाद आनंदी मनाने शहराकडे निघून गेला. त्याला खात्री होती की एका आठवड्यात तो त्याच्या आवडत्या कॅमेऱ्याचा मालक होईल आणि या झाडांचे फोटो काढल्यानंतर तो कायमचा त्याचे गाव सोडून जाईल. त्याच्या मनात असा विचारही आला की तो त्या झाडांच्या तोडीचा व्हिडिओ देखील शूट करेल पण नंतर त्याने हा विचार सोडून दिला की तो आत्ता इतके कव्हरेज करू शकणार नाही.

उर्वरित पैशांची व्यवस्था करणे त्याच्या विचारापेक्षा जास्त कठीण होते, परंतु दहा दिवस बचत केल्यानंतर तो ते वाचवू शकला आणि बाराव्या दिवशी त्याच्या हातात त्याच्या भविष्याच्या जादुई जगाची चावी होती - त्याचा कॅमेरा.

कॅमेऱ्याच्या नजरेतून पाहताच, संपूर्ण जग त्याला एक विचित्र रहस्य वाटले, साहसाने भरलेले. तोच सूर्यप्रकाश, तीच झाडे, तीच सावली, इतकेच नाही तर उघड्या डोळ्यांना अगदी सामान्य आणि दैनंदिन वाटणाऱ्या गोष्टी, पण कॅमेऱ्याच्या लेन्समधून पाहिल्यावर त्या कितीतरी रंगांनी, कितीतरी चमकाने, कितीतरी अर्थांनी भरलेल्या असतात. त्याचे हात बटण सोडत नव्हते. त्याच्या डोळ्यासमोरून दररोज अज्ञात मार्गाने जाणारी प्रत्येक सामान्य आणि सामान्य गोष्ट त्याला अद्वितीय आणि असाधारण वाटत होती. नवीन डोळ्यांनी या नवीन जगात रममाण झालेल्या राजेंद्र प्रसादला अचानक एक नवीन दृश्य दिसले. प्रत्यक्षात तो मुगलसराय स्टेशनवर होता आणि गावाकडे जाणाऱ्या ट्रेनची वाट पाहत होता. दिवस उजाडला होता आणि प्लॅटफॉर्म क्रमांक १ २ वर इतकी गर्दी नव्हती. 'मी तुम्हाला मदत करू शकतो' असा फलक होता.

ते कठड्यासारखे बनवले होते ज्यामध्ये एक महिला कॉन्स्टेबल बसली होती. कॉन्स्टेबल तिथे का बसला आहे हे समजून घेण्यासाठी थोडी दूरदृष्टी आवश्यक होती, कारण प्लॅटफॉर्मच्या एका भागात, 'फळांच्या कोपऱ्यावर' असलेल्या दुकानात, एक

तरुण हेड कॉन्स्टेबल उभा होता, जो त्याच्या डोळ्याच्या कोपऱ्यातून 'मी तुम्हाला मदत करू शकतो' या कठड्याकडे पाहत होता. महिला कॉन्स्टेबलला याची जाणीव होती की तिच्यावर लक्ष ठेवले जात आहे, म्हणून ती वारंवार अनेक कोनातून तिचा चेहरा बदलत होती. त्या बदलत्या कोनातून तिच्या चेहऱ्याचा रंगही बदलत होता, जो सहसा पोलिसांच्या चेहऱ्यावर आढळत नाही. राजेंद्र प्रसाद बराच वेळ आपल्या उघड्या डोळ्यांनी या अद्भुत कार्यक्रमाचा आनंद घेत राहिले. त्याच्या मनात, तो अशा स्क्रिप्टचा विचार करत होता की जर पोलिसांच्या प्रेमकथेवर चित्रपट बनवला गेला तर तो निश्चितच हिट होईल. त्याला हे देखील आश्चर्य वाटले की हिंदी चित्रपटसृष्टीत आतापर्यंत पोलिसांवर बनवलेल्या सर्व चित्रपटांमध्ये पोलिसाची प्रेयसी किंवा पत्नी पोलिस नसलेल्या बँकेच्या मैदानातील आहे. त्याचप्रमाणे, जर एखादी नायिका चुकूनही पोलिस महिला असेल तर तिचा नायक पोलिस नसलेला असतो. या गोंधळात तो त्याच्या कॅमेऱ्याने हे दृश्य पाहू लागला. कॅमेऱ्यातून त्याने तिच्याकडे पाहताच, ती महिला कॉन्स्टेबल त्याला एका वेगळ्याच पात्राच्या रूपात दिसली. मावळत्या सूर्याची चमक तिच्या चेहऱ्याच्या अर्ध्या भागावर पडत होती, ज्यामुळे तिच्या नाकात अडकलेला लवंग एका अद्भुत तेजाने चमकत होता. तो अशा फोटोजेनिक चेहऱ्याला आणि सूर्यप्रकाश आणि सावलीच्या दृश्याला सोडू इच्छित नव्हता. त्याच वेळी, तो सावध होता की जर पोलिस महिलेने त्याला फोटो क्लिक करताना पाहिले तर ती सावध होऊ शकते आणि तो फोटो काढू इच्छित असलेल्या सूर्यप्रकाश आणि सावलीच्या दृश्याची फ्रेम तुटू शकते, म्हणून तो थोडेसे कव्हर घेऊन त्याची फ्रेम सेट करत होता. मॉनिटरवर परिपूर्ण दृश्य दिसताच, त्याने क्लिक करताच, त्याच्या खांद्यावर एक जड हात जवळजवळ घट्ट बसला. खरं तर, त्याची फ्रेम बनवण्याच्या प्रक्रियेत, राजेंद्र प्रसाद त्या तरुण हेड कॉन्स्टेबलला जवळजवळ विसरला होता ज्याच्यामुळे त्या महिला कॉन्स्टेबलच्या चेहऱ्यावर असे फोटोजेनिक भाव दिसत होते. हा जड हात तिचा होता.

- 'तू काय करतोयस? फोटो का काढतोयस?' राजेंद्र प्रसादने त्याचा जड आवाज आणि हात ऐकला तेव्हा त्याच्या सर्व भावना सुन्न झाल्या.त्याचा गुमान खाली उतरला.

'बाय द वे: मला तेव्हापासून हे लक्षात येत होते. काहीतरी गंभीर गडबड आहे.' ती पोलीस महिला 'मे आय हेल्प यू' स्टॉलवरून त्याच्याकडे आली होती. तिच्या

गुदमरलेल्या आवाजातही समोरच्या व्यक्तीला थरथर कापण्याची ताकद होती. राजेंद्र प्रसाद यांना लगेच समजले की चित्रपटातील नायक आणि नायिका पोलिस का नसतात.

'नाही साहेब, काहीही बिघडलेले नाहीये.' मला फक्त त्याचा फोटो काढायचा होता, बस्स.

- 'का? ती तुम्हाला ऐश्वर्या रायसारखी दिसते का?' हेड कॉन्स्टेबलने त्याच्या खांद्यावर जोरात दाब देत म्हटले.

पण ती पोलीस महिला स्वत:ला काहीतरी समजत होती, जर ऐश्वर्या राय नसेल तर. कदाचित तिला हेड कॉन्स्टेबल असे बोलणे आवडले नसेल. प्रकरण स्वत:च्या हातात घेण्याचा प्रयत्न करत तिने विचारले - खरं सांग, तू कोणासाठी काम करतोस?

हा प्रश्न अशा प्रकारे विचारण्यात आला की त्याचे उत्तर राजेंद्र प्रसादच्या घशात श्लेष्मासारखे अडकले. त्याला जाणवले की तो काहीही न करता एका मोठ्या गोंधळात अडकला आहे. त्याला या गोंधळातून कसे तरी बाहेर पडायचे होते. आणखी एक तारा पाहून त्याला वाटले की फक्त हा हेड कॉन्स्टेबलच त्याच्यावर दया करू शकतो. तो लगेच रडू लागला - नाही साहेब! मी कोणाचाही माणूस नाही. मी एक सामान्य माणूस आहे. मी फक्त कॅमेऱ्याचा माणूस आहे. तो जवळजवळ रडू लागला. त्याची अवस्था पाहून पोलिस थोडे वितळल्यासारखे झाले. पण महिला कॉन्स्टेबलला पुन्हा प्रकरण तिच्या हातातून जात असल्याचे दिसले. तिचा फोटो काढला जात असताना, हा हेड कॉन्स्टेबल फुटेज का खात आहे यावर तिला चिड येत होती? जर त्याने त्याच्या पातळीवर प्रकरण दाबले तर काय होईल. तिने ताबडतोब चौकीच्या प्रमुखाला फोन केला. चौकीच्या प्रमुखाला मोठ्याने तिची व्यथा सांगताना, ती हेड कॉन्स्टेबलला जवळजवळ धमकी देत होती की त्याने या प्रकरणात जास्त गुंतले नाही तर बरे होईल.

कुत्री, तुला शुद्धीवर आहे का? हेड कॉन्स्टेबलने दात खाऊन बडबड केली पण त्याला हे देखील समजले की प्रकरण त्याच्या हाताबाहेर गेले आहे.

एका तासातच राजेंद्र प्रसाद यांचे भविष्य जवळजवळ उद्ध्वस्त झाले. त्यांना पोलिस स्टेशनमध्ये नेण्यात आले. हेड कॉन्स्टेबलने तेथील परिस्थिती स्पष्ट करण्याचा प्रयत्न केला, पण इथे महिला कॉन्स्टेबल हे प्रकरण इतक्या खळबळजनक आणि हास्यास्पद पद्धतीने वर्णन करत होती की संपूर्ण पोलिस स्टेशन याकडे एक मोठी घटना म्हणून पाहत

होते. पोलिस स्टेशनच्या प्रमुखांनी डीसीपींना फोन केला आणि तेही त्यांच्या टीमसह तिथे पोहोचले. महिला कॉन्स्टेबलला इतक्या उच्चपदस्थ अधिकाऱ्यांमध्ये स्वत:ला लक्ष केंद्रीत करण्याचा अभिमान वाटत होता. ती 'मे आय हेल्प यू' काउंटरवर कशी बसली होती आणि तिने त्याला आपल्या जाळ्यात कसे अडकवले हे सर्वांसमोर सविस्तरपणे सांगू लागली. तिचे म्हणणे ऐकून डीएसपीने तिच्या गालावर हलकेच थाप दिली.

"तुम्ही अडकण्यास पात्र आहात! कोणीही अडकेल."

स्पष्टीकरण देताना राजेंद्र प्रसाद यांचा घसा अडकला. त्यांनी त्यांची भूमिका इतक्या वेळा स्पष्ट केली होती की पोलिस स्टेशनमध्ये कोणताही नवीन माणूस दिसला की ते त्यांचे स्पष्टीकरण देऊ लागायचे 'साहेब, मी फक्त प्रकाश आणि सावलीत आहे...'.

राजेंद्र प्रसाद पोलिस ठाण्यात येऊन दोन दिवस झाले होते. पोलिसांना त्यांच्या तपासात काहीही सापडले नाही. कॅमेऱ्याशिवाय राजेंद्र प्रसाद यांच्याकडून काहीही संशयास्पद आढळले नाही. त्यांच्याकडे त्यांचे कॉलेजचे ओळखपत्रही होते. कॅमेऱ्यात काढलेले फोटोही खूप विचित्र होते. हिरवळ, सूर्यप्रकाश, रस्ता, नदी, नाला आणि मुलांचे हास्य होते: यामुळे राजेंद्र प्रसाद नक्षलवादी किंवा दहशतवादी असल्याचे सिद्ध होऊ शकले नाही. अखेर तिसऱ्या दिवशी एसपींच्या सूचनेनुसार डीएसपीने त्यांना पोलिस ठाण्यातून सोडले पण त्यांनी त्यांचा कॅमेरा ठेवला. त्यांचा युक्तिवाद असा होता की हा कॅमेरा 'फॉरेन्सिक लॅब'मध्ये पाठवला जाईल जेणेकरून त्यात काही गुप्त चिप इत्यादी बसवण्यात आली आहे की नाही याची खात्री करता येईल.

'साहेब, मग तुम्ही आम्हाला का सोडून देत आहात? जर यातून काही निष्पन्न झाले तर तुम्ही आम्हाला कसे पकडाल?'

'हरामी, आम्ही तुला नरकातूनही पकडू,' असे म्हणत डीएसपीने त्याच्या गालावर थाप दिली. चल, आत्ताच इथून पळून जा.'

राजेंद्र प्रसाद जड पावलांनी पोलिस स्टेशनमधून बाहेर पडले. कुठे जायचे हे त्यांना ठरवता येत नव्हते. ते पुन्हा जोरजोरात पोलिस स्टेशनमध्ये शिरले. त्यांनी डीएसपीचा हात धरला आणि जवळजवळ विनवणी केली, 'साहेब, कृपया मला माझा कॅमेरा द्या.' जर तुम्ही तो मला देऊ शकत नसाल तर माझ्यासोबत कोणाला तरी पाठवा, मला एक खूप महत्त्वाचा फोटो काढायचा आहे, सर!

- 'पळ, अरे हरामी, तू सहज सुटलास याबद्दल आभार मान, नाहीतर लोक संशयाच्या आधारावरही आयुष्यभर टाचा घासत राहतात,' असे डीएसपीने त्याच्याकडून सौम्यता दाखवत म्हटले. त्याच्या इशाऱ्यावर, एका कॉन्स्टेबलने त्याचा हात धरून जवळजवळ ओढत त्याला पोलिस स्टेशनबाहेर नेले.

पोलिस स्टेशनबाहेर, पोलिसाने गमतीने विचारले - गुरुजी, कावळा इतका आवाज का करत आहे? शेवटी, तुम्हाला कोणाचा फोटो काढायचा आहे? काही गरम पदार्थ आहेत का? असे म्हणत तो थोडा हसला.

प्रत्युत्तरात राजेंद्र प्रसादही थोडे हसले. जरी त्यांना हवे असते तरी ते काय सांगू शकले असते आणि जरी त्यांनी सांगितले असते तरी, त्या पोलिसाला कसे समजले असते की त्यांना कडुलिंबाच्या झाडाचे फोटो का काढायचे आहेत, जे त्यांच्या वडिलांच्या स्मृतीप्रित्यर्थ गावातील शेवटचे स्मारक आहे? आणि जरी कॅमेरा नंतर सापडला तरी ते स्मारके पुन्हा लिहिता येतील का?

संपर्क: महात्मा गांधी आंतरराष्ट्रीय हिंदी विद्यापीठ
गांधी आणि शांती अभ्यास विभाग,
गांधी हिल्स, वर्धा 442001 (महाराष्ट्र)
मो. ९९७०२५११४०
ईमेल: mishrarakeshkumar2007@gmail.com

●●●

अशोक मिश्रा

१४ सप्टेंबर १९६२ रोजी फैजाबाद येथे जन्मलेले अशोक मिश्रा गेल्या तीन दशकांपासून पत्रकारिता, संपादन आणि सर्जनशील लेखनाशी संबंधित आहेत. मुळात ते कथाकार आहेत. १९८२ पासून साहित्याशी जोडलेले, ते कथा, लघुकथा, लेख, कविता, संस्मरण, मुलाखती, अहवाल, टिप्पण्या, वैशिष्ट्ये इत्यादी प्रकारांमध्ये लिहितात. २०१० मध्ये रचना क्रम या अर्धवार्षिक मासिकाचे तीन अंक संपादित केले. २०१२ ते २०१९ पर्यंत बहुवचन या त्रैमासिक मासिकाचे संपादक म्हणून काम केले. २०१८-२०१९ दरम्यान पुस्तक समीक्षा-केंद्रित मासिक पुस्तक वार्ता संपादित केले. साहित्यिक नियतकालिकांमध्ये आणि मासिकांमध्ये मोठ्या प्रमाणात कथा, संस्मरण, पुस्तक समीक्षा, टिप्पण्या, मुलाखती इत्यादी प्रकाशित केले.

"सपनो की उमर" लघुकथा संग्रह (२००४), "मीडिया का अंतरपक्ष" (संपादित), "दीनानाथ की चक्की" (२०१७) प्रकाशित. आणखी एक संपादित पुस्तक "आज का मीडिया" प्रकाशनाच्या मार्गावर आहे. इतर काही पुस्तकांचे संपादन सुरू आहे. "दीनानाथ की चक्की" कथा संग्रहाला २०१७ सालासाठी विजय वर्मा कथा सन्मान मिळाला. सध्या ते महात्मा गांधी आंतरराष्ट्रीय हिंदी विद्यापीठ, वर्धा येथील वेबसाइट "हिंदी समय" चे संपादक म्हणून काम करत आहेत आणि वर्धा येथे राहतात.

नास्तिक

पावसाळ्याचे दिवस होते. राकेशला कॉलेजमधून निघायला बराच उशीर झाला होता. तो घरी पोहोचेपर्यंत ढगांचा गडगडाट, विजा आणि कडकडाटासह पाऊस जोरात

सुरू झाला होता. तो पूर्णपणे भिजला होता. त्याने त्याची स्कूटर बाहेर पार्क केली आणि पटकन आत गेला.

घरात प्रवेश करताच राकेशने आजूबाजूला पाहिले आणि म्हणाला, 'अरे मॅडम, तुम्ही कुठे आहात? कृपया मला लवकर एक कप चहा द्या, नाहीतर मी कामातून जाईल.'

नगमा दोन्ही मुलांसोबत छतावरील रेन शेल्टरमध्ये उभी होती. मुलगी ईशा म्हणत राहिली, 'आई, तू म्हणालीस की पाऊस पडला की आकाशात इंद्रधनुष्य दिसेल, पण आता इंद्रधनुष्य का दिसत नाहीये?'

राकेशचा आवाज ऐकताच, नगमाने मुलांना तिथेच सोडून घाईघाईने खाली उतरली. नवऱ्याला पाहताच ती घाबरली, "तू डोक्यापासून पायापर्यंत भिजला आहेस. मी कुर्ता-पायजमा आणेपर्यंत कपडे काढ."

नगमाने कपाटातून कुर्ता-पायजमा काढला आणि राकेशला दिला, मग पटकन स्वयंपाकघरात गेली आणि गॅसवर पाणी ठेवले.

राकेशने विचारले, 'अरे देवा, मी मुलांना पाहू शकलो नाही. ते शाळेतून आले आहेत का?'

नाही?'

'ते छतावर पावसाचा आनंद घेत आहेत.'

पाऊस आता हळूहळू थांबत होता. इतक्यात नगमा ट्रेवर चहा आणि नाश्ता घेऊन टेबलाजवळ पोहोचली.

राकेश गमतीने म्हणाला, "तू आज खूप आनंदी दिसत आहेस. काय झालंय प्रिये? मला काहीतरी सांग."

कपात चहा ओतून नगमा म्हणाली, 'तू नेहमीच रोमँटिक मूडमध्ये असतोस. आमच्या लग्नाला बरीच वर्षे झाली आहेत. आता या गोष्टी थांबव.'

'मॅडम, आज आल्हाददायक हवामान, वीजा, ढगांचा गडगडाट आणि पक्ष्यांचा किलबिलाट पाहून आणि ऐकून माझे मन म्हणते की तुम्ही आणि मी एका खोलीत बंद व्हावे आणि चावी हरवायला हवी.'

'तू पूर्ण गाणे म्हणायला लागलास, तुला काय झालंय?'

"काही नाही मॅडम, हृदय हे हृदयच असते, जर तुम्ही नाही तर ते दुसऱ्या कोणाच्या प्रेमात पडेल?" असे म्हणत राकेशने नगमाला उचलले आणि तिला आपल्या हातात घेतले.

नगमा लाजून म्हणाली, 'चल, तू खूप निर्लज्ज आहेस, मुलं आली तर काय विचार करतील?' तेवढ्यात मुलगी ईशा आणि मुलगा उज्ज्वल वरच्या मजल्यावरून खाली आले. ते येताच दोघेही ओरडले 'पापा आले आहेत, पापाजी आले आहेत' आणि दोघेही येऊन राकेशच्या मांडीवर बसले. मुलगा उज्ज्वल म्हणाला, 'पापाजी, तुम्ही आज माझ्यासाठी कॉमिक्स आणायला सांगितले होते.' अरे! बेटा, मी पावसामुळे विसरलो. मी आज बाजारात गेलो नाही. मी उद्या नक्की आणेन.' 'तूम्ही माझा फ्रॉकही आणला नाही', मुलगी ईशा म्हणाली. 'अरे! बेटा, मी उद्या नक्की आणेन.' तेवढ्यात स्वयंपाकघरातून आवाज आला.

नगमा विचारू लागली, 'आज जेवणात काय करू, भाजी तर अजिबात नाहीये?'

राकेश म्हणाला, " आलू पराठे बनवा. दही आणि लोणच्यासोबत खायला मजा येईल."

नगमाने थोड्याच वेळात जेवण आणले. राकेश टीव्ही पाहत होता. नगमाने तिच्या मुलांना आणि नवऱ्याला हाक मारली, "या आणि जेवा." दोन्ही मुलेही टेबलाजवळच्या खुर्च्यांवर बसली. तिने पटकन मुलांना आणि राकेशला चटणी आणि लोणचे पराठ्यांसह वाढले आणि स्वत: गरम पराठे बनवण्यात मग्न झाली. राकेशने हाक मारली, "ऐका, त्यासोबत चहा किंवा कॉफी बनवून दाखव." थोड्याच वेळात नगमाने कॉफी आणली. राकेश म्हणाला, "आज पराठे खूप छान आहेत, कोणीतरी तुमच्याकडून स्वयंपाक शिकायला हवा." "अरे! तुम्ही खोटी प्रशंसा करत आहात का?" तेवढ्यात मुलगा म्हणाला, "आई, बाबा प्रशंसा करत आहेत." "चुप राहा, खोडकर माणूस," तो म्हणाला. मग दोन्ही मुले खाऊन पिऊन आपापल्या खोलीत गेली.

राकेशने जेवण संपवले होते आणि तो कॉफीचे घोट घेत होता. चहा पिऊन तो त्याच्या बेडरूममध्ये गेला आणि एक मासिक उचलले आणि वाचू लागला.

थोड्याच वेळात नगमाने तिचे काम संपवले, दोन्ही मुलांना झोपवले आणि बेडरूममध्ये आली. नगमा आणि राकेश दोघेही बसले आणि बोलू लागले. पाऊस पुन्हा

जोरदार झाला होता. अधूनमधून वीज चमकू लागली. नगमा म्हणाली, 'मला भीती वाटतेय.' दरम्यान, वीजही गेली. नगमा राकेशच्या जवळ आली, पण तो कुठेतरी हरवला होता. नगमाने त्याला हलवले आणि विचारले, 'तू कुठे गेला होतास आणि कोणाच्या आठवणीत हरवला आहेस?'

'काही नाही, मला १० वर्षांपूर्वीची ती रात्र आठवत आहे, जेव्हा तू तुझे आई, वडील, धर्म, जात, सर्व नातेसंबंध आणि बंधने सोडून माझ्यासोबत कायमचे राहण्यासाठी घरातून पळून गेली होती. ती रात्रही काहीशी अशीच होती.'

'सर्व काही सोडून जाणारा मी एकटा नव्हतो. सर्व त्याग आणि संघर्ष तूच केला आहेस. जर तू मला प्रत्येक पावलावर साथ दिली नसतीस तर आज मी अस्तित्वात नसतो.' असे म्हणत नगमाने राकेशला मिठी मारली. तिच्या डोळ्यातून अश्रू वाहू लागले. त्यावेळच्या सर्व प्रतिमा राकेशच्या आठवणीत एकेक करून येऊ लागल्या. त्याला काही काळ त्या विचारांमध्ये बुडून राहायचे होते.

जेव्हा राकेश कॉलेजमध्ये एम.ए. इंग्रजीचा (अंतिम वर्ष) विद्यार्थी होता.

गेल्या वर्षी, नगमा नावाची एक मुलगी दुसऱ्या शहरातून आली आणि तिने कॉलेजमध्ये थोडे उशिरा प्रवेश घेतला. इंग्रजीचे प्राध्यापक मोहन खरे तिचा खूप आदर करायचे, म्हणून नगमाला तिचा कोर्स पूर्ण करण्यासाठी त्यांच्याकडे पाठवण्यात आले.

राकेश आणि नगमाची ओळख, जी नोट्सच्या देवाणघेवाणीने सुरू झाली, हळूहळू मैत्रीत रूपांतरित झाली, दोघांनाही कधी कळले नाही. हळूहळू राकेश नगमाच्या हृदयात शिरू लागला. नगमाला राकेशशिवाय एक क्षणही आनंद घेता येत नव्हता. राकेशच्या बाबतीतही असेच घडले ज्याचा श्वास नगमाने भरलेला होता.

राकेशही हरवून जायचा. नगमा कॉलेजला आली नाही तर राकेशला काहीही करायचे नव्हते. दोघेही रात्री उशिरापर्यंत मोबाईलवर एकमेकांशी बोलत असत आणि कवितांसह एसएमएस पाठवत असत. एम.ए. पूर्ण करत असताना राकेशला असे वाटू लागले की नगमाशिवाय त्याचे जग रंगहीन आहे आणि फक्त नगमाच ते रंगांनी भरू शकते. एकमेकांवर प्रेम असूनही, दोघेही पुढाकार घेऊ शकत नव्हते.

जरी राकेश हा खूप शांत आणि गंभीर विद्यार्थी होता जो स्वत:च्या कामात रमायचा, तरी एके दिवशी राकेशला कॉलेजमध्ये संधी मिळाली आणि तो नगमाला म्हणाला, 'मला तू हवी आहेस, मी तुझ्यावर प्रेम करतो आणि मला तुझ्याशी लग्न करायचे आहे.'

नगमाने गंभीरपणे उत्तर दिले, 'तू शुद्धीवर आहेस की वेडा आहेस?' 'मी पूर्णपणे जागरूक आहे आणि मला माझ्या निर्णयावर विश्वास आहे.' राकेशने उत्तर दिले. 'नाही राकेश, तू आणि मी वेगवेगळ्या धर्माचे आहोत. आमचे कुटुंब कोणत्याही परिस्थितीत हे नाते स्वीकारणार नाही. वादळ निर्माण होईल.' 'धर्म, समाज आणि कुटुंबाशी आमचा काहीही संबंध नाही. मी माझ्या आयुष्याबद्दल स्वत: निर्णय घेण्यास सक्षम आहे.' राकेशने उत्तर दिले.

सत्य हे होते की राकेशला हे चांगलेच माहीत होते की नगमाचे आईवडील आणि भाऊ कोणत्याही परिस्थितीत हे नाते स्वीकारणार नाहीत, उलट जर धार्मिक नेत्यांना ते अप्रिय वाटले तर ते एका तीळाच्या ढिगाऱ्याचा डोंगर रचून त्याचे जीवन नरक बनवतील. राकेशच्या पुढाकारानंतरही, तिच्या कुटुंबातील सदस्यांचा कट्टरपणा पाहून, नगमा खूप निराश झाली. राकेशला नगमाशी असलेल्या त्याच्या नात्याचे भविष्य काय असेल याचीही चिंता होती. सध्या त्याच्याकडे उत्पन्नाचे कोणतेही साधन नव्हते. जेव्हा त्याने एक-दोनदा हे प्रकरण त्याच्या घरात मांडले तेव्हा त्याचे वडील रागाने म्हणाले, 'मूर्ख, मी तुला शिकवले आणि वाढवले.'

आता त्याला प्रेमाचे भूत लागले आहे. तो लग्न करेल, तेही दुसऱ्या धर्माच्या मुस्लिम मुलीशी. कायस्थांमध्ये मुलींची कमतरता आहे का? आपल्या धर्मात आणि जातीत मुली नाहीत का, की तो दुसऱ्या धर्मात लग्न करेल? हा तो येतोय जो धर्मनिरपेक्षतेचा आदर्श मांडतो. तू समाज सुधारण्याचा ठेका घेतला आहे का? तू फक्त स्वत:लाच नाही तर इतरांनाही मारून टाकशील.

राकेश आणि नगमा यांना एकमेकांपासून वेगळे राहणे आता सहन होत नव्हते. मानसिकदृष्ट्या दोघेही आपापल्या घरात एकटे पडत होते. एका रात्री दोघेही आपापली घरे सोडून दुसऱ्या शहरात पळून गेले. राकेशचे त्या शहरात काही मित्र होते. दोघांनीही त्यांच्या एका मित्राच्या घरी आश्रय घेतला. ३-४ दिवसांनी राकेशने नगमाशी कोर्टात लग्न केले.

त्याच्या मित्रांच्या प्रयत्नांमुळे, राकेशला स्थानिक इंटर कॉलेजमध्ये शिक्षकाची नोकरी मिळाली. तो खूप आनंदी आणि आनंदी होता, पण पाचव्या दिवशी शहर पोलिस त्याला शोधत कॉलेजमध्ये आले. प्राचार्यांसमोर, उपनिरीक्षकाने त्याला धमकावले आणि

म्हणाले, 'आम्ही एका अल्पवयीन मुलीचे अपहरण केल्याबद्दल तुम्हाला अटक करण्यासाठी आलो आहोत.'

'मी कोणासोबतही पळून गेलो नाही आणि ज्या मुलीबद्दल तुम्ही बोलत आहात ती आता माझी पत्नी आहे. आम्ही कोर्टात लग्न केले आहे.' असे म्हणत राकेशने लग्नाच्या प्रमाणपत्राची प्रत इन्स्पेक्टरला दिली.

बऱ्याच वादविवादानंतर पोलीस निघून गेले, पण कॉलेजमध्ये होणाऱ्या तिरप्या नजरा आणि कुजबुजांमुळे राकेशला अपमान सहन करणे कठीण होत चालले होते. आता त्याला कॉलेजमध्ये राहणे कठीण होऊ लागले. तो थोडासा उदास होऊन घरी आला. त्याच्या शिक्षक सहकाऱ्यांनी त्याचा उदास चेहरा पाहिला तेव्हा त्यांनी कारण विचारले. राकेशने त्यांना संपूर्ण कहाणी सांगितली. त्याच्या सहकाऱ्यांनी त्याला सांत्वन दिले, 'हे सर्व घडणारच आहे. तुला सर्व काही सहन करावे लागेल. अजून खूप काही सहन करायचे आहे.' मग जी भीती होती ते घडले. दुसऱ्या दिवशी कॉलेजच्या प्राचार्यांनी त्याला नोटीस दिली आणि म्हणाले, 'आम्हाला वाईट वाटते की आम्ही तुम्हाला नोकरीवर ठेवू शकत नाही. तुमचे वर्तन योग्य नाही. तुमच्यासारखी व्यक्ती शिक्षक पदासाठी योग्य नाही. कॉलेजमध्ये तुमची उपस्थिती येथील वातावरण बिघडेल आणि आमचे विद्यार्थी बिघडतील.' राकेशला स्वत:चे स्पष्टीकरण देण्याची संधी देण्यात आली नाही. राकेशसाठी हा दुसरा धक्का होता. राकेशला याची थोडीशी कल्पना होती आणि ते घडले.

तीच गोष्ट. राकेश जड पावलांनी घरी परतत असताना वाटेत त्याला एका कोचिंग इन्स्टिट्यूटचा बोर्ड दिसला. तो कोचिंग इन्स्टिट्यूटच्या संचालकांना भेटला आणि त्याने स्वत:ची ओळख करून दिली आणि म्हणाला, 'मी इंग्रजीमध्ये एम.ए., बी.एड आहे. जर तुमच्या कोचिंग इन्स्टिट्यूटमध्ये माझ्यासाठी जागा असेल तर कृपया मला नोकरी द्या.' कोचिंग डायरेक्टर म्हणाले, 'उद्या सकाळी १० वाजता तुमचे प्रमाणपत्र घेऊन या, तुम्हाला नोकरी मिळेल.'

दुसऱ्या दिवशी राकेश त्याचे प्रमाणपत्र घेऊन तिथे पोहोचला आणि कोचिंग डायरेक्टरने त्याला इंग्रजी शिकवण्याचे काम दिले. पगार इतका होता की त्यातून दोन लोकांचा खर्च सहज भागू शकेल.

राकेश कोचिंगमध्ये रुजू झाल्यानंतर, नगमाच्या भावांना कशी तरी त्याची माहिती मिळाली. संध्याकाळी, राकेश शिकवणी देऊन परत येत असताना, अचानक ३-४ गुंड

आणि नगमाचा भाऊ रशीदने त्याचा मार्ग अडवला. ‘का, तुला आमच्या धर्माची मुलगी मिळाली आहे? तुला आमचा अपमान करायचा आहे का?’ गुंडांपैकी एक म्हणाला, ‘तू हिंदू आहेस आणि तू आम्हाला आव्हान दिले आहेस. आज आम्ही तुला मारून टाकू.’ मग त्या लोकांनी राकेशला हॉकी स्टिकने मारहाण केली आणि तो मेला आहे असे समजून पळून गेले. कोणीतरी पोलिसांना फोन केला आणि पोलिसांनी त्याला रुग्णालयात नेले. तिथे त्याला ताबडतोब आपत्कालीन वॉर्डमध्ये दाखल करण्यात आले. जास्त रक्तस्राव झाल्यामुळे त्याची प्रकृती गंभीर झाली होती. नगमाला बातमी कळताच ती घाबरली आणि बेशुद्ध पडली. शुद्धीवर आल्यानंतर ती राकेशच्या मित्रासोबत रडत रुग्णालयात पोहोचली. डॉक्टरांनी तिला सांत्वन दिले आणि म्हणाले, ‘घाबरून काहीही होणार नाही, आम्ही आमचे सर्वोत्तम प्रयत्न करत आहोत, म्हणून देवावर पूर्ण विश्वास ठेवा.’

‘मी देवावर कसा विश्वास ठेवू, हे सर्व त्या ईश्वर आणि अल्लाहमुळे घडत आहे,’ नगमा म्हणाली. डॉक्टरांच्या प्रयत्नांमुळे सात-आठ तासांनी राकेश शुद्धीवर आला. नगमा रडत रडत म्हणाली, ‘धर्मांमध्ये इतका द्वेष का आहे?’ नगमाला तिच्या वडिलांकडून आणि भावाकडून हे अपेक्षित नव्हते. ती रागाने म्हणाली, ‘जर ते इतके असते तर त्यांनी मला मारले असते.’ राकेशने हाताच्या इशाराने तिला गप्प राहण्यास सांगितले. थोड्याच वेळात राकेशचा मित्र ललित ज्यूस आणि फळे इत्यादी घेऊन आला. तो नगमाला म्हणाला, ‘भाभी, त्याला तीन-चार दिवसांनी येथून सोडण्यात येईल.’

राकेश नगमाने एकमेकांशी प्रेमविवाह केला की हिंदू सेना आणि या लग्नामुळे अली आणि सेना यांना आपला धर्म धोक्यात आल्याचे वाटू लागले. प्रेमविवाहाच्या मुद्द्यावरून राजकारण सुरू झाले होते. काही वाहिन्यांनी त्यांना घेरण्यात आणि हा मुद्दा विक्रीयोग्य बनवून खळबळ उडवून देण्यात कोणतीही कसर सोडली नाही. नगमाचे धाडसही तुटू लागले कारण तिला वाटले की तिने धर्म सोडून असा कोणता गुन्हा केला आहे की सगळे तिच्या जीवाच्या मागे लागले आहेत आणि तिचा भाऊही तिच्या रक्ताचा तहानलेला आहे. भयानक रात्री आणि भयानक दिवस हळूहळू जात राहिले.

दरम्यान, सर्व नातेवाईकांनी राकेशशी असलेले सर्व संबंध तोडले होते. राकेशच्या मित्राने त्याच्या कुटुंबाला मोबाईलवरून या घटनेची माहिती दिली होती. त्याच्या कुटुंबातील कोणीही, अगदी त्याचे आईवडील, भावंडेही त्याला भेटायला आले नव्हते.

राकेशला त्याच्या पालकांकडून अशी अपेक्षा नव्हती. तो आता घरात आणि बाहेरील लोकांच्या अशा रूढीवादी आणि संकुचित विचारांनी चिडत होता. 'धर्म, धर्म-धर्म', फक्त धर्म महत्त्वाचा आहे का? रक्ताचे नाते काहीच नाही का? तो जितका जास्त याबद्दल विचार करत होता तितकाच तो जगाचा आणि नात्यांचा द्वेष करू लागला. अचानक एके दिवशी त्याने वर्तमानपत्रात एक सूचना वाचली, ज्यामुळे तो आणखी अस्वस्थ झाला. त्याच्या वडिलांनी त्याला त्याच्या मालमत्तेतून बेदखल केले होते. अशाप्रकारे, कुटुंबाशी जे काही थोडेसे नाते शिल्लक होते ते कायदेशीररित्या तोडले गेले. राकेशने ठरवले की तो आता कोणाशीही व्यवहार करणार नाही.

त्या काळात राकेशने मध्य प्रदेशातील एका इंटर कॉलेजमध्ये 'व्याख्याता हवा आहे' या विषयाची जाहिरात वाचली. विषय इंग्रजी होता. राकेश कसा तरी मुलाखतीसाठी कॉलेजमध्ये पोहोचला. कॉलेज मध्य प्रदेशातील एका छोट्या शहरात असल्याने मुलाखतीसाठी खूप कमी उमेदवार आले. दीर्घ मुलाखतीनंतर राकेशची सहज निवड झाली. राकेश तिथून बाहेर पडला तेव्हा त्याच्यात कमकुवतपणा असूनही तो आत्मविश्वासाने भरलेला होता. त्याला वाटले की त्याला त्याच्या चांगल्या कर्माचे फळ मिळाले आहे. राकेशने खऱ्या समर्पणाने, कठोर परिश्रमाने आणि भक्तीने शिकवायला सुरुवात केली. हळूहळू घरकाम सुरू झाले. दरम्यान, त्याला दोन मुले झाली. त्याने शहरात त्याचे घरही बांधले. विचारांची रेलचेल तुटली तेव्हा अचानक त्याला कळले की रात्र झाली आहे. नगमा झोपली होती. हलक्या रिमझिम पाऊस पडत होता. राकेश उठला आणि लाईट बंद करून ब्लँकेटने स्वत:ला झाकून झोपी गेला. सकाळी त्याने डोळे उघडले तेव्हा त्याला दिसले की नगमा चहा घेऊन आली होती. ती म्हणाली, 'तुम्ही रात्री कुठेतरी हरवला होता?' 'हो मॅडम, मी माझ्या भूतकाळात हरवलो होतो.'

मी गेलो होतो. वर्तमानपत्र आले नाही का?' 'आले आहे', नगमा त्याला वर्तमानपत्र देत म्हणाली. वर्तमानपत्र पाहून तो म्हणाला, 'अरे, आज रविवार आहे, मला कळले नाही'. तेवढ्यात दारावरची बेल वाजली आणि राकेश म्हणाला, 'बघ, कोणीतरी आले आहे.' नगमाने दार उघडले आणि तिथे एक तरुण उभा असलेला दिसला. तो म्हणाला, 'हे राकेशजींचे घर आहे का? ते आधी मेरठला राहत होते.' 'हो', असे म्हणत नगमा आत गेली आणि म्हणाली, 'कदाचित तुमचे काही मित्र आले असतील.' अवनीशला

पाहून राकेशने त्याला मिठी मारली आणि म्हणाला, 'अरे मित्रा! जर तू मला कळवले असतेस तर मी स्वत: स्टेशनवर पोहोचलो असतो.' 'नाही मित्रा, मी इथे काही कामासाठी आलो होतो. मला वाटले होते की मी तुला भेटल्याशिवाय परतणार नाही.'

नगमाने पाणी, चहा, नाश्ता आणि बिस्किटे आणली आणि टेबलावर ठेवली. दोन्ही मित्र जुन्या आठवणींमध्ये हरवून गेले. अचानक अवनीश म्हणाला, 'तू एका मुस्लिम मुलीशी लग्न केलेस, मला सांग कोणी कोणाचा धर्म स्वीकारला?' राकेश हसून म्हणाला, 'आम्ही दोघांनीही आपापले धर्म सोडले आहेत. आम्ही आता कोणत्याही धर्मावर, देवावर किंवा अल्लाहवर विश्वास ठेवत नाही. आम्ही आता पूर्णपणे नास्तिक झालो आहोत.'

'अखेर, धर्माने आपल्याला अडथळे सोडले तर काय दिले? या धर्मामुळेच सर्वांनी त्याकडे पाठ फिरवली. अशा धर्मावर नरकात जा, जो माणसाला माणसापासून वेगळे करतो, त्याला वेगळे करतो, लोकांना एकमेकांच्या रक्ताचे तहानलेले बनवतो. धर्म आपल्याला दोन वेळचे जेवण देण्यास सक्षम नाही. आज मी जे काही आहे ते माझ्या कष्टाने, समर्पणाने आणि प्रामाणिकपणाने आहे'. अवनीश त्याच्या बोलण्याला उत्तर देऊ शकला नाही. राकेश पुढे म्हणाला, 'आता मी खूप आनंदी आहे. माझे कोणत्याही नातेवाईकाशी कोणतेही नाते नाही. सर्व स्वार्थी आहेत. मी तुमच्या भाभीचे नावही बदललेले नाही. आम्ही आमच्या मुलांना धर्म, जात आणि संकुचित विचारसरणीपासून दूर ठेवण्याचा प्रयत्न करू.' राकेशचे बोलणे ऐकल्यानंतर अवनीश बराच वेळ विचारात गढून राहिला. दोन्ही मित्र रात्री उशिरापर्यंत गप्पा मारत राहिले. राकेशचा चेहरा आत्मविश्वासाने चमकत होता, त्यावर कुठेही नैराश्याच्या किंवा काळजीच्या रेषा नव्हत्या...

संपर्क: संपादक हिंदी समय

महात्मा गांधी आंतरराष्ट्रीय हिंदी विद्यापीठ,

पोस्ट- गांधी हिल्स, वर्धा-४४२००१ (महाराष्ट्र)

जमाव: ७८८८०४८७६५, ९४२२३८६५५४

ई-मेल: @mishrafaiz@gmail.com

●●●

वीरेंद्र प्रताप यादव

व्यवसायाने प्राध्यापक असलेले वीरेंद्र प्रताप यादव हे मनापासून कवी आणि कथाकार आहेत. त्यांचा जन्म ११ ऑक्टोबर १९८० रोजी जौनपूर येथे झाला. त्यांच्या कथा, कविता आणि लेख पाखी, पाल प्रतिपाल आणि इतर मासिकांमध्ये प्रकाशित झाले आहेत. गेल्या दशकापासून ते वर्धा येथील महात्मा गांधी आंतरराष्ट्रीय हिंदी विद्यापीठात मानववंशशास्त्र विभागात सहाय्यक प्राध्यापक म्हणून काम करत आहेत. ते कादंबरी लेखनाच्या प्रक्रियेवर काम करत आहेत.

आत्म-साक्षात्कार

ती जगजीत सिंगच्या शक्तिशाली आणि हृदयस्पर्शी आवाजात 'चिठी ना कोई संदेश जाने वो कौन सा देश जहाँ तुम चले गये' ही गझल यूट्यूबवर ऐकत होती. जरी तिने ती अनेक वेळा ऐकली होती पण आज ही गझल तिच्या हृदयाचे अनेक स्तर उघडत होती आणि त्या काळ्या कोपऱ्यात धडक देत होती जिथे एक अस्पष्ट चेहरा तिला तिच्याकडे खेचत होता. ती तो चेहरा पाहून घाबरली. काहीतरी लपलेले रहस्य होते जे एकदा दिसले की ती परत येऊ शकणार नाही. सहसा, जाणीव असताना, ती स्वत:पासूनही हा कोपरा लपवण्याचा प्रयत्न करत होती आणि यशस्वीही झाली. तिला भीती वाटत होती की कोणीतरी तिच्या सर्वात खाजगी ठिकाणी पोहोचेल जे तिच्या मागे जाऊन अनेक वर्षांपासून बंद होते, म्हणून ती स्वत: तिथे गेली नाही. खरे सांगायचे तर, तिला स्वत:ची भीती वाटत होती की एकदा ती तिथे गेली की ती कधीही परत येऊ शकणार नाही. आता ती विवाहित आहे आणि तिला आठ आणि तीन वर्षांच्या दोन मुली आहेत. तिचा नवरा तिच्यावर खूप प्रेम करतो, त्यामुळे वैवाहिक जीवनही चांगले आहे. दोघांनाही वाटले की

त्यांचा प्रेमविवाह आहे आणि हे खरे आहे कारण जेव्हा त्यांनी स्वत:च्या इच्छेने लग्न केले तेव्हा दोघेही एकमेकांवर खूप प्रेम करत होते.

मित्र आणि नातेवाईक नवीन प्रेमींची उदाहरणे देतात आणि म्हणतात की त्यांना पहा, दोघांनीही ज्याच्यावर प्रेम केले त्याच्याशी लग्न केले, जर तुमच्यात लग्न करण्याची क्षमता असेल तरच प्रेम करा. त्याला लोक आदर्श म्हणून दाखवले जाणे आवडले आणि त्याची छाती अभिमानाने फुगली. सर्व काही ठीक चालले होते पण आज त्याच्या मोबाईलवरील एका मेसेजने त्याच्या हृदयाच्या बंद कोपऱ्याचे कुलूप सर्वार्थाने तोडले.

ती आणि तिचा नवरा दोघेही वेगवेगळ्या शहरात सरकारी नोकऱ्या करत होते. दोघेही एकमेकांच्या नोकऱ्यांचा आदर करत होते. दोघांनीही सरकारी सुट्ट्यांचा रेकॉर्ड अशा प्रकारे ठेवला होता की त्या आलटून पालटून एकमेकांना भेटायला येत असत. मुली तिच्यासोबत राहत असत. यावेळी ती तिच्या मुलींसह तिच्या पतीच्या घरी गेली होती जेव्हा अचानक महामारीच्या आजारामुळे संपूर्ण जग लॉकडाऊनमध्ये होते. त्यांच्यासाठी बराच काळ एकत्र राहण्याची ही संधी होती. दोघेही आनंदी होते की बऱ्याच वर्षांनी ते बराच काळ एकत्र राहतील. अनेक महिन्यांचे अन्न आणि इतर आवश्यक वस्तू गोळा केल्या गेल्या होत्या. दोघेही सर्व काम एकत्र करायचे. ते लॉकडाऊन मधुचंद्रासारखे घालवत होते. दोघेही अनेक वर्षे एकत्र राहत नसल्याने ते एकमेकांना प्रभावित करण्याचा प्रयत्न करायचे आणि बहुतेक सभ्यतेने वागायचे. पूर्वी, ही सभ्यता स्वयंपाकघर आणि मुलांची काळजी घेण्यापुरती मर्यादित होती, परंतु हळूहळू ती त्यांच्या बेडरूमपर्यंत पोहोचली. दोघेही बराच काळ एकटे राहत होते, त्यामुळे भेटल्यानंतर काही दिवस त्यांची बेडरूम विविध प्रयोगांसाठी एक अखाडा असायची, पण यावेळी जसजसे दिवस जात होते तसतसे दोघांच्याही शरीराची भूक कमी होत होती. दोघांनाही एकटे राहण्याची सवय झाल्यामुळे, काही काळानंतर दोघांनाही असे वाटू लागले की ते एकमेकांना सहन करत आहेत. काही दिवसांतच, सौजन्यही संपू लागले आणि ते एकमेकांना त्यांच्या वैयक्तिक आयुष्यात हस्तक्षेप मानू लागले. खरं तर, भूतकाळातील तो बिंदू, जिथे दोघेही एकमेकांच्या प्रेमात पडले होते, तो काळ आणि जागेत न घेता भूतकाळ, वर्तमान आणि भविष्यकाळाची जीवनरेखा मानला जात होता. उरलेली पोकळी मोबाईलवर आलेल्या संदेशाने भरून काढली.

दोघांनीही तत्वत: एकमेकांना वैयक्तिक जागा दिली. दोघेही पती-पत्नीऐवजी मित्रांसारखे वागले. म्हणूनच तिने तिच्या पतीच्या प्रेमप्रकरणांचा आदराने स्वीकार केला. पती म्हणाला कीआयुष्य फक्त एकदाच मिळते आणि प्रेम ही सर्वात पवित्र गोष्ट आहे, जेव्हा तुम्हाला ते मिळते तेव्हा तुम्ही ते वाया घालवू नका कारण यापेक्षा मोठे पाप नाही. तुम्ही प्रेमात असले पाहिजे. तुम्ही ते प्रेम कधीही वाया घालवू नका. प्रेम हे भूक, तहान आणि झोपेसारखे आहे आणि ते जिवंत राहण्यासाठी अन्न, पाणी आणि झोपेइतकेच महत्वाचे आहे. असे नव्हते की त्याने कोणावर प्रेम केले नव्हते. पण एका अज्ञात भीतीमुळे त्याने ते स्वत:वर वर्चस्व गाजवू दिले नाही. किंवा किमान त्याने ते कधीही कोणासोबत शेअर केले नाही. पण आज... आज त्याने काय करावे? तिच्या मोबाईलवर एक मेसेज आला की "मी तुला अनेक वर्षांपासून सांगण्याचा प्रयत्न करत आहे. पण मला धाडस होत नव्हते. आज मी खूप कष्टाने धाडस केले आहे. कारण मला माहित नाही की मी ते कधी सांगू शकेन की नाही. मी महामारीच्या विळख्यात अडकलो आहे. रिपोर्ट पॉझिटिव्ह आला आहे. तसे, आकडेवारी सांगते की संक्रमित लोकांपैकी फक्त पाच ते दहा टक्के लोक मरत आहेत. मला माहित नाही की दहा टक्के किंवा नव्वद टक्के असणे हे माझे नशिब आहे. अशा वेळी, मला कोणताही भार वाहायचा नाही. जर नशीब चांगले असेल आणि मी नव्वद टक्के असेल, तर मी तुला असा संदेश पाठवला होता हे विसरून जा. "मी तुझ्यावर प्रेम करतो" .... आणि हो, मला अजिबात असे म्हणायचे नाही की तू माझ्यावर प्रेम करावेस... तुमचा...: मेसेज वाचल्यानंतर ती अवाक झाली. लगेचच तिच्या नवऱ्याला मेसेज वाचून दाखवला. तिच्या मेसेजपेक्षा तिच्या नवऱ्याच्या "तर हे सगळं तू करतेस?" या वाक्याने तिला जास्त धक्का बसला. एका झटक्यात तिचा नवरा तिच्या नजरेतून अश्रू ढाळत खाली पडला. आज तिचा एक छोटासा भ्रम भंग झाला.

दुपारी स्वयंपाक करताना, तिचे मनगट गरम तव्यावर जळले, ज्यामुळे तिचा नवरा जेवण बनवत होता आणि तिच्याशी असे बोलत राहिला जणू काही घडलेच नाही. खरंतर, त्याला काय झाले हे माहित नव्हते. कदाचित त्याला कधीच कळणार नाही. त्यानेही तिला फक्त हो-नाही असे उत्तर दिले कारण आज बरेच काही घडले होते. तिच्या पतीच्या सामान्यतेत असामान्य असण्याची काळजी कोणाला वाटत होती. मुलांना झोपवल्यानंतर,

ती शांतपणे झोपते आणि डोळे बंद करते आणि जगजीत सिंगच्या आवाजातील गझल ऐकू लागते, 'चिठी ना कोई संदेश जाने वो कौन सा देश जहाँ तुम चले गये...'. तिचा नवरा रात्री उशिरापर्यंत टीव्ही पाहत राहतो आणि तिला त्या अंधाऱ्या कोपऱ्यात जाण्याची भीती वाटत होती, तिच्या हृदयाचे सर्व थर उघडत होते की तिथे कोणता चेहरा दिसेल कोणास ठाऊक. तिला माहित होते की एकदा ती तो अनोळखी चेहरा पाहिली की, ती तिथून कधीही परत येऊ शकणार नाही.

पण आज, धाडस एकवटत, ती हळूहळू आणि भीतीने प्रत्येक पृष्ठभाग ओलांडत पुढे जात होती. तिला हे देखील जाणून घ्यायचे होते की तिने असे कोणते रहस्य लपवले आहे जे तिला स्वत:ला माहित नव्हते. तिच्या नवऱ्याने टीव्ही पाहणे थांबवले होते आणि लाळ आणि थुंकीने तिचे ओठ आणि छाती ओली करत होता पण तिला ते अजिबात कळत नव्हते. जसे सिंह हरणाचे मृत शरीर चाटत असतो तर हरणाचा आत्मा शरीरापासून मुक्त होऊन दुसरीकडे कुठेतरी फिरत असतो. हृदयाच्या सर्व पृष्ठभाग ओलांडल्यानंतरही तिला काहीही स्पष्ट दिसत नव्हते. तिथे अंधार होता. अंधारातून एक हात तिच्या चेहऱ्याला हळूवारपणे स्पर्श करतो. हात मऊ होता. स्पर्शाने ती कमकुवत होते आणि स्वत:ला हातांच्या स्वाधीन करते. ते तिच्या कपाळालाही स्पर्श करू लागतात. ते तिच्या केसांमधून त्यांच्या नाजूक बोटांनी फिरवू लागतात आणि ती झोपू लागते. तिच्या नवऱ्याचे जड शरीर तिला तुडवत आहे, तरीही ती झोपी जात आहे. ती झोपेत त्या मऊ हाताच्या तळहाताचे चुंबन घेते. ती बांगड्यांनी भरलेल्या तिच्या मनगटाचे चुंबन घेते. तिच्या मनगटावर वाळलेल्या जखमेच्या खडबडीत खवल्यावर तिचे ओठ तिला जाणवतात. ती वाळलेल्या जखमेच्या खडबडीत कवचाचे चुंबन घेते आणि झोपी जाते.

संपर्क: सहाय्यक प्राध्यापक, महात्मा गांधी आंतरराष्ट्रीय हिंदी विद्यापीठ,

मानववंशशास्त्र विभाग,

गांधी हिल्स वर्धा 442001 (महाराष्ट्र)

मोबाईल-९४०३८३२४०२

ईमेल: virupy@gmail.com

●●●

राहुल गोविंद निकम

राहुल गोविंद निकम हे मराठी कथांचे एक मजबूत हस्ताक्षर आहेत. आतापर्यंत त्यांचे तीन कथासंग्रह प्रकाशित झाले आहेत. त्यांच्या कथा लोकप्रिय मराठी मासिकांमध्ये प्रकाशित झाल्या आहेत. त्यांना राज्य साहित्य संस्थांकडून चार प्रतिष्ठित पुरस्कार मिळाले आहेत. सध्या ते महाराष्ट्रातील जळगाव येथे राहतात.

स्वाक्षरी

अनुवाद : राजेंद्र मुंढे

अनुवादक : गोरख थोरात-हिंदी विभाग स.प. महाविद्यालय,
तिलक रोड पुणे-411030
भगवान वैद्य प्रखर 30 गुरुछाया कॉलोनी,
साईनगर, अमरावती-444607
राजेंद्र मुंढे आर्वी नाका, ज्ञानेश्वर नगर,
वर्धा 442001 (महाराष्ट्र)

तो ऑफिसच्या पायऱ्यांवरून हळू हळू आणि सावधपणे खाली उतरत होता, एकामागून एक पाऊल टाकत. तळाशी पोहोचल्यानंतर त्याने एक दीर्घ श्वास घेतला. त्याला आता असे वाटले की त्याच्या मनावरील बराच ताण कमी झाला आहे. त्याच्या हृदयाचे ठोके कमी होत चालले होते.

जेव्हा तो ऑफिसच्या बाहेर आला तेव्हा त्याला बरे वाटू लागले. त्याचे मन हलके आणि आनंदी झाल्यामुळे त्याला बरे वाटू लागले.

आता तो हळू हळू चालायला लागला.

त्याने आपला राजीनामा बॉसकडे सोपवला होता आणि लगेच निघून गेला होता. तो इतरांकडे दुर्लक्ष करून बाहेर आला होता.

जर त्याच्या मनातील चांगल्या आणि वाईट गोष्टी बाहेर आल्या तर मोठा गोंधळ उडेल.तो ते करणार होता, पण त्याने सगळं दाबून टाकलं होतं कारण त्याचा शेवट कसा झाला असता हे तो सांगू शकत नव्हता. कदाचित भांडण झालं असतं, इथे तो संयमाने वागला, त्याचा निर्णयही संयमाने घेतला गेला.

सकाळी सुमारे १०:१५ वाजले असतील. प्रकाश त्याची बॅग घेऊन रस्त्यावरून चालत होता. त्यात कागदपत्रे, फाईल्स, टिफिन बॉक्स आणि इतर काही कागदपत्रे भरलेली होती. बॅगचा पुढचा भाग एखाद्या गुदमरल्यासारखा दिसत होता. तो बॅग शरीराभोवती गुंडाळून चालत होता कारण ती त्याच्या हातातून पडण्याची शक्यता होती.

तो गल्ल्यांतून मार्गक्रमण करत मुख्य रस्त्यावर पोहोचला. बॅग अजूनही तिथेच होती आणि शेवटी तो ऑफिसच्या गेटपाशी पोहोचला. झाडांच्या मध्यभागी कवेलूच्या घरावर तहसील कृषी अधिकारी असे नाव असलेला बोर्ड लावण्यात आला होता. पण ऑफिसची वाईट अवस्था लपून राहू शकली नाही कारण एक भिंत कोसळली होती.

आज ऑफिससमोर मोठी गर्दी दिसून आली. गर्दीत बहुतेक ऑफिस कर्मचारी दिसत होते.

त्यापैकी, मोठ्या संख्येने ग्रामीण लोक धोतर, पायजमा आणि डोक्यावर टोपी घालतात.

"सर" प्रकाशने दुरून आवाज ऐकला आणि तो आवाज त्याच्या दिशेने होता.

"नमस्कार भालेराव साहेब! नमस्कार!" पायजमा घालून तो प्रकाशला अभिवादन करण्यासाठी हात हलवत होता.

"नमस्कार" प्रकाशनेही त्याला नमस्कार केला. आणि स्वत:शीच म्हणाला, "मला माहित नाही आता त्याचे काय होईल?" तो ज्याने त्याला फोन केला होता त्याच्याकडे गेला.

तो साधारण एकोणीस-वीस वर्षांचा असावा, एक भोळा, निश्चिंत किशोरवयीन मुलगा आणि त्याला प्रयत्न न करता सरकारी नोकरी मिळाली होती. 'तो खूप भाग्यवान

आहे' असे हे लोक म्हणतात. त्याच्यात साहेबांचा स्वभाव आणि दिमाख नसेल पण त्यांच्यासाठी तो साहेब होता.

काही सहज गप्पा मारल्यानंतर तो म्हणाला, "पाटील काका, आपल्याला काय काम आहे ?" प्रकाशला त्याच्याकडून जाणून घ्यायचे होते. म्हणूनच त्याने त्याला एक अस्पष्ट प्रश्न विचारला. नंतर, जेव्हा त्याने त्याला थेट विचारले तेव्हा पाटील म्हणाले, "माझे फक्त तुमच्याकडे काम आहे, साहेब." गाडीच्या हॉर्नचा कर्णकर्कश आवाज आणि शेजारच्या वेल्डिंग दुकानातून येणाऱ्या मशीनच्या कर्णकर्कश आवाजामुळे प्रकाशला नीट ऐकू येत नव्हते.

त्याने त्याच्या सवयीप्रमाणे तो काय बोलला याचा अंदाज घेतला, "मला सांगा मी तुम्हाला कशी मदत करू ?" यावर पाटील म्हणाले, "तुम्ही सेवेबद्दल बोलता, पण तुम्ही मला भेटतही नाही. म्हणूनच मी तुम्हाला थेट भेटायला आलो !" पाटीलने त्याची वाकलेली टोपी सरळ केली आणि प्रकाशला त्याच्या शब्दांच्या कात्रीत पकडले.

"पाटील काका, तुम्ही काही चुकीचे बोलत आहात का ? तुम्ही मला भेटत नाही असे कसे म्हणू शकता ? मी सकाळपासून तुमच्या पंचायतीत बसलो होतो. मी तिथे खूप लोकांना भेटलो, इतकेच नाही तर मी सरपंच साहेबांनाही भेटलो."

प्रकाश आश्चर्यचकित झाला, काय झालं मित्रा, मी त्याला भेटू शकत नाहीये, आतापर्यंत तो तिथे होता, त्याची फिल्ड ड्युटी होती, पण जर पाटीलने हे प्रकाशच्या वरिष्ठ अधिकाऱ्याला सांगितले असते तर तो अडचणीत आला असता. कारण गावकऱ्यांच्या समस्या ऐकणे आणि त्या सोडवणे हे त्याच्या कामाचा एक भाग होते.

"हा घोडा गवत खातो साहेब, तुम्ही फक्त पंचायत कार्यालय आणि सरपंच फिरता, तुम्ही आम्हाला गरीब लोक कुठे पाहता ? तुमचे काम फक्त ऑफिसमध्ये बसून काम करणे, शेतात जाऊन पंचनामा करणे, त्यांची काळजी घेणे हे नाहीये साहेब." अशा प्रकारे पंचायत विरोधी पक्षाच्या पाटील यांनी प्रकाश यांना टोला लगावला. "हा काय पाटील, तुम्ही थेट माझ्यावर आरोप करत आहात, मला सांगा की आजपर्यंत माझ्यामुळे कोणाचे काम झाले नाही" पाटील यांच्या अशा बोलण्याने प्रकाश दुखावला गेला. तो पाटील यांना थेट म्हणाला, "पाटील, तुम्ही तुमचे राजकारण सांभाळा, आम्हाला त्यात ओढू नका. तुमच्या गावात गावाचे राजकारण करा, आम्हाला त्यात काही देणेघेणे नाही. फक्त तुमच्या

कामाबद्दल बोला." प्रकाश यांच्या या तीक्ष्ण विधानावर पाटील म्हणाले, "साहेब, तुम्ही गेल्या काही दिवसांत शेतांचा पंचनामा केला होता, पण त्यात आमचा उल्लेख केला नाही. पुन्हा आमची शेतं बघायला या." शेतांचा पंचनामा करताना प्रकाशने सरपंच, तलाठी, ग्रामसेवक, पोलिस पाटील आणि कोतवाल यांना साक्षीदार म्हणून उपस्थित ठेवले होते हे बरे झाले. हा अहवाल मुख्यालयालाही पाठवण्यात आला. आता यात कोणत्याही प्रकारची हेराफेरी करण्यास वाव नाही. प्रकाश पाटलांना अशा प्रकारे समजावून सांगत राहिला पण ते त्याच्यावर विश्वास ठेवण्यास तयार नव्हते. तिथे बसलेल्या लोकांनी त्याला सांगितले की पाटील मोठ्या साहेबांनाही भेटले होते. प्रकाशला वाटले की त्याने ही टेप साहेबांसमोर वाजवली असावी. त्याने पाटीलला चहा पिण्याची विनंती केली पण त्याने नकार दिला. त्यानेही फारशी विनंती केली नाही.आणि तो त्याच्या ऑफिसच्या कामात व्यस्त झाला.

चार, आठ दिवसांनी... प्रकाश नेहमीप्रमाणे त्याच्या ऑफिसमध्ये कामात व्यस्त होता. तो नरेगा योजनेतील फळबाग प्रस्ताव, गांडुळ कंपोस्ट युनिट प्रस्ताव, नेडेप कंपोस्ट खत प्रस्ताव अशा कामात व्यस्त होता. शेतकऱ्यांचे सर्व प्रस्ताव मंजुरीसाठी मुख्य कार्यालयात पाठवण्याची जबाबदारी त्याची होती. हा त्याचा रोजचा ऑफिस दिनक्रम होता.

तालुका कृषी अधिकाऱ्यांच्या कार्यालयातील शिपाई टपाल घेऊन आला. तिथे अनेक अर्ज आणि कारणे दाखवा नोटिसा होत्या. पण प्रकाशची नजर एका पत्रावर थांबली. त्यावर दहा ते बारा सह्या दिसत होत्या. त्यातील बरीच नावे ओळखीची वाटत होती.

तेच लोक होते जे एका आठवड्यापूर्वी त्याला भेटायला आले होते. त्यांनीच त्याच्याबद्दल तक्रार केली होती.

"आमच्या गावातील जमिनीच्या नोंदी खोट्या पद्धतीने तयार करण्यात आल्या आहेत आणि हे सर्व फेरफार करण्यात आले आहे. आमची नावे जाणूनबुजून काढून टाकण्यात आली आहेत." त्यावर असे काहीतरी लिहिले होते.

हे वाचून प्रकाशला अस्वस्थ वाटू लागले. त्याचे डोके जड वाटू लागले. ज्या लोकांनी अर्ज केले होते त्यांच्या पिकांचे कोणतेही नुकसान झाले नव्हते. मग आमच्या

पंचनाम्यात नुकसान कसे नोंदवता आले? आता वरिष्ठ अधिकाऱ्याच्या मनात पुन्हा पंचनामा होण्याची भीती निर्माण झाली. तो या विचारचक्रात हरवून गेला. "साहेबांनी मला फोन केला आहे" असे शिपाई म्हणाला. मग तो घाईघाईने उठला आणि बैठकीला पोहोचला.

"त्यांनी अर्ज केला आहे, प्रकाश, एकदा शेतांचा पंचनामा करा. तुमच्या पातळीवर किरकोळ तोटा दाखवा. त्यांचा नफा आणि अंतिम पंचनामा अहवाल द्या. पुढे काय करायचे ते आपण नंतर पाहू?" वरिष्ठ अधिकारी म्हणाले.

प्रकाशने बैठकीत विरोध केला नाही. पुन्हा पंचनामा करण्याचा कोणताही नियम नव्हता. नंतर तो बॉसला भेटला.

"या प्रकाश, बसा"

"साहेब, त्यांना काहीही इजा न होता...."

"या गोष्टीने त्यांना अस्वस्थ केले आहे."

"साहेब, मला दुसरे काही माहित नाही. मी सर्व काही कायद्यानुसार केले आहे."

"तुम्ही हा कसला कायदा लादला आहे? कृपया लोकांना ते थोडे समजावून सांगा, हे ते सर्व माझ्या गावातील शेतकरी आहेत. मला काही बाधित क्षेत्र दाखवा. मी तुम्हाला हे खूप दिवसांपासून सांगत आहे."

"साहेब, कृपया हे लेखी द्या."

"तुम्ही मला लेखी आदेश मागता, अरे, मी बोलणारा प्रत्येक शब्द हा आदेश असतो. निघून जा, तुम्हाला सांगितले जाईल तसे करा."

'पण'

"पण नाही, बाकी काही नाही. तू माझ्या सहीने पगार घेतोस. तू मला शिकवतोस. आता बोलू नकोस."

संपूर्ण ऑफिसचे लक्ष त्याच्या वरिष्ठ बॉससोबत सुरू असलेल्या वादावर केंद्रित होते.

केबिनमधून बाहेर पडताच तो विचार करू लागला, त्याचा प्रोबेशन पिरियड सुरू आहे, नोकरी सुरू ठेवण्यासाठी चांगला सीआर असणे आवश्यक आहे, ते बॉसच्या हातात आहे. माझी सेवा त्यावर अवलंबून आहे.

प्रकाश 'भालेराव', या माणसाने त्याचा विश्वासघात केला. त्याची जात आड आली. साहेबांच्या मनात आधीच जातीचे विष जळत होते. प्रकाशला त्याची उष्णता जाणवत होती.

प्रकाशचा प्रतिकार मावळला होता. आता त्याला समजले होते की याचिका लिहिण्यामागे कोण आहे. तो पुन्हा शेतकऱ्यांच्या शेतात गेला आणि पंचनामा केला. त्याने अहवालही सादर केला. काही महिन्यांनी भरपाईची रक्कम मिळाली. ती सर्व शेतकऱ्यांच्या बँक खात्यात जमा झाली.

काही दिवसांनी जिल्हा दंडाधिकाऱ्यांच्या कार्यालयातून एक पत्र आले, ज्यामध्ये लिहिले होते, 'तुम्हाला पुन्हा आगाऊ पंचनामा करण्याचा अधिकार कोणी दिला? असे करून, सरकारच्या पैशाचा गैरवापर झाला आहे. यासाठी तुम्हाला जबाबदार का धरू नये आणि ही रक्कम तुमच्याकडून वसूल का करावी? ते लगेच उघड करा.' हे वाचून तो स्तब्ध झाला. त्याला अपराधी वाटू लागले. काही वेळाने तो बॉसला भेटला. आता बॉस काहीही ऐकायला तयार नव्हता. उलट, त्याने त्याला केबिनमधून बाहेर पडण्याचा रस्ता दाखवला. आता त्याला हे काम करण्याची इच्छा नव्हती. हा बनावट पंचनामा, खोटे खरे सांगणे आणि संकट आल्यास स्वत:वर दोष घेणे. यापेक्षा स्वत:ची शेती करणे चांगले. कोणाचेही आदेश नाहीत, कोणाचेही ऐकणे नाही, कोणताही त्रास नाही?

'नाही, मला आता इथे राहायचे नाही' असे त्याने ठरवले, राजीनामा लिहून दिला आणि केबिनमध्ये पोहोचल्यानंतर ते साहेबांच्या हाती देण्यात आला. साहेबांनी ते वाचले आणि त्यांना समजावून सांगितले.

"काय करतोयस?" घाईघाईने येऊ नकोस. लोकांना सेवा मिळत नाही. तुला पश्चाताप होईल. थंड मनाने विचार कर.

"हे माझ्याकडून घाई किंवा वेडेपणा नाहीये. मी हे आधीच करायला हवे होते. जरी उशीर झाला असला तरी, मी आता शहाणा झालो आहे."

"हे बघ, एकदा विचार कर."

"नाही साहेब, माझा निर्णय बरोबर आहे"

"ठीक आहे, तुम्हाला कोणाविरुद्ध काही अडचण आहे किंवा तक्रार आहे?"

"नाही साहेब, काही अडचण का येईल, इथे सगळे देवासारखे आहेत," असे म्हणत तो ऑफिसमधून बाहेर पडला.

आता प्रकाश मोकळा झाला होता. त्याला एका मुक्त पक्ष्यासारखे मोकळे वाटू लागले. आता तो कोणाशीही बांधलेला नव्हता आणि कोणाची भीतीही वाटत नव्हती. आता तो स्पर्धा परीक्षा आणि बँकिंग परीक्षांची तयारी पूर्ण जोमाने करू लागला.

आणि लवकरच त्यांच्या चिकाटी आणि दीर्घ प्रयत्नांमुळे त्यांना त्याच तालुक्यातील एका राष्ट्रीयकृत बँकेत कृषी अधिकारी म्हणून नियुक्ती मिळाली.

आज त्याच्या टेबलावर एक फाईल सहीची वाट पाहत होती...

त्याने सही करताच ही फाईल मंजूर होणार होती किंवा नाकारली जाणार होती. आणि त्या शेतकऱ्याला कर्ज मिळण्याचा मार्ग सोपा होणार होता.

त्या शिपायाने प्रकाशच्या टेबलावर फळबागा, पॉलीहाऊस, कुंपण यासाठी अनुदानाच्या प्रस्तावाची फाईल ठेवली होती. या प्रस्तावावर फक्त त्याची स्वाक्षरी बाकी होती. फाईलवर लिहिलेले नाव वाचून तो स्तब्ध झाला. ती फाईल त्याच्या आधीच्या बॉसची होती. ही फाईल त्या बॉसची होती ज्याच्या स्वाक्षरीवर प्रकाशचा पगार होता. आज त्याची फाईल प्रकाशच्या समोर स्वाक्षरीसाठी पडून होती. त्या बॉसला त्याच्या स्वाक्षरीचा खूप अभिमान होता. त्याला अहंकार होता.

प्रकाशने पेन चालवला आणि फाईल पुढे सरकवली...

लेखकाचा पत्ता: बिजवाई, शनिमंदिर रोड, देवेंद्र नगर,

महाबळ कॉम्प्लेक्स, जळगाव-425001

मोबाईल: ९४२१७०८६३८

●●●

जयंत पवार

जयंत पवार हे मराठी भाषेतील एक प्रसिद्ध कथाकार, नाटककार आणि पत्रकार आहेत. 'फिनिक्सच्या राखेतून उठला मोर' या त्यांच्या कथासंग्रहासाठी त्यांना २०१२ मध्ये साहित्य अकादमी पुरस्काराने सन्मानित करण्यात आले. त्यांनी १२ हून अधिक नाटके आणि एकांकिका लिहिल्या आहेत. ते नाट्य समीक्षक देखील आहेत. सध्या ते मुंबईत राहतात आणि लिहितात. त्यांच्या कथांना मराठी साहित्यात विशेष स्थान आहे. २९ ऑगस्ट २०२१ रोजी मुंबईत त्यांचे निधन झाले.

लेखकाचा मृत्यू

अनुवाद : गोरख थोरात

आरसे

हे कधी ना कधी घडणारच होते. लोकांनी आपापसात सर्व आरसे तोडण्याचा निर्णय घेतला. लक्षात ठेवा, हा काळ लहान गोष्टींकडून मोठ्या गोष्टींकडे जात आहे. लेखकांनी लघुकथांकडून दीर्घकथांकडे वळले पाहिजे. कवींनी कवितांचे तुकडे एकत्र करण्याऐवजी महाकाव्ये लिहावीत पण आरसे तोडल्याने त्यांना असहाय्य केले गेले.

हे घडणारच होते. आरशांचे उत्पादन इतके वाढले की त्यांच्याविरुद्ध अशी प्रतिक्रिया कधी ना कधी येणारच होती.काळ हा देशाच्या इतिहासातील छोट्या छोट्या गोष्टींचा काळ आहे. अत्यंत रमणीय किंवा रोमँटिक कालखंड म्हणत साहित्यिकांनी त्याची दखल घेतली आहे, पण लोकस्वातंत्र्य धोक्यात येण्याइतपत आरसे बनवले जाऊ लागले. असे वारंवार घडू लागले की आपण आरशासमोर मोठ्या तल्लीन होऊन उभे आहोत आणि त्याचवेळी मागून एक व्यक्ती आरशात डोकावत आहे आणि त्याचे प्रतिबिंब समोरून आणि मागून

आपल्या आरशात शिरत आहे. केवळ मागेच नाही तर डाव्या आणि उजव्या बाजूच्या आरशात डोकावणारे लोकही आपली एकाग्रता बिघडवतात. पुढे फक्त शेजारीच नाही तर सर्व दिशांनी सरळ, आडवे व वक्र लोक आरशात बघताना दिसू लागले. मिरर फॅक्टरीच्या मालकांनी केवळ मजलेच नाही तर छतही आरशापासून बनवले. शेवटी प्रकरण इतके वाढले की लोकांना आरशात पाहण्याची अर्थपूर्ण कृती निरर्थक वाटली आणि त्यांनी स्वत: पुढे जाऊन आरसे तोडले. लोक इतके अस्वस्थ आणि संतप्त झाले की त्यांना कुठेच पाहावेसे वाटले नाही. त्यांनी प्रथम लेखकांची दुकाने बंद केली. अनेकांनी पुढे येऊन दुकानांचे दरवाजे बंद केले. काही प्रसिद्ध लेखकांचे मॉल होते. तिथे प्रवेश केल्यावर काचेच्या महालात शिरल्याचा भास झाला. रंगीबेरंगी दिवे, झुंबर, प्रतिमा प्रतिबिंबित करणाऱ्या कलावस्तू इत्यादींचे चकाचक जग तिथे साकार झाले होते. लोकांनी या मॉल्सला आग लावली आणि सर्वांना तेथून हाकलून दिले.

एक लेखक एकटा होता. त्याचे ना बाहेर दुकान होते ना मॉलमध्ये. दिवसभर फिरून झाल्यावर घरात बसून लिहायचे. त्यांच्या पेनाच्या शाईत पारा मिसळल्याचे ऐकिवात आहे. आरसा फोडणारी ही चळवळ थांबवण्यासाठी त्यांनी सर्वतोपरी प्रयत्न केले. रस्त्याच्या मधोमध उभा राहून तो जोरजोरात समजावू लागला, पण हा त्याचा वेडेपणा होता, ज्याचे परिणाम त्याला लगेच भोगावे लागले. लोकांनी त्याचे तुकडे केले आणि सार्वजनिक चौकात फेकून दिले.

सगळे आरसे तुटल्यावर लोक शांत झाले. आता त्यांना एकमेकांचे तोंडही पहायचे नव्हते, पण नंतर या गप्प बसलेल्या लोकांना स्वत:चे चेहरे पाहण्याची इच्छा होऊ लागली, पण आता त्यांचे चेहरे पाहण्यासाठी दोनच पर्याय उरले होते. एकाने दुसऱ्याच्या डोळ्यात पाहायचे आणि दुसरा पाण्यात. अनेकांचे डोळे गुलाबी, लाल किंवा पांढरे झाले होते. अनेकांच्या डोळ्यांच्या बाहुल्या स्थिर राहू शकल्या नाहीत. अनेकांचे डोळे मिचकावत होते. अनेकांच्या पापण्यांवरील केस बाहेर पडले आणि डोळ्यांत शिरले, त्यामुळे खाज सुटली.

मग सर्वांनी पाणी बदलले; नद्या, विहिरी, नाले, तलाव यांच्याकडे वळलो. आजकाल अनेक टोळ्या ठिकठिकाणी पाण्यात डोकावायला खाली वाकताना दिसतात, पण ज्याला स्वत:ला बघायचे असेल त्याला त्याचे प्रतिबिंब शोधण्यात अडचण येत आहे.

विहिरी, तलाव, नद्या कोरड्या पडलेल्या दुष्काळग्रस्त भागात लोक काय करतील? ज्यांच्या शहरातील नाले उद्योग, कारखान्यांमुळे घाण झाले आहेत ते लोक काय करणार? अतिवृष्टी झालेल्या भागात पूरग्रस्त लोक काय करतील? असे अनेक प्रश्न निर्माण झाले आहेत, ज्यांची उत्तरे अद्याप सापडलेली नाहीत.

उपकथा

वरील कथेची एक उपकथा आहे. खरे तर अशा असंख्य उपकथा आहेत, ज्यांना एकत्र जोडून मोठी कथा निर्माण करता येते; पण खरा प्रश्न हा आहे की सगळेच लेखक पळून गेलेले असताना ते लिहिणार कोण? मी एक सामान्य लेखक आहे आणि माझे पाय नितंब पासून सेट आहेत. मला केव्हाही करचुकवेगिरीचा सामना करावा लागू शकतो, म्हणूनच मी पुढे जात असताना ही कथा थोडक्यात लिहित आहे.

पुढची गोष्ट अशी की, ज्या लेखकाचे तुकडे तुकडे करून गजबजलेल्या चौकात फेकले गेले, त्याने आयुष्यभर संघर्ष केला. जमाव निघून गेल्यावर काही संतप्त लेखक तिथे जमले आणि म्हणू लागले की तो मरणार नाही तर पुन्हा जिवंत होऊन लिहू कारण लेखकही कुठेतरी मरतात!

आणि काय आश्चर्य! सात तुकडे झालेला लेखक पुन्हा जिवंत झाला. आजच्या युगात हा मोठा चमत्कारच म्हणावा लागेल. हे पाहून लेखक चकित झाले आणि मान हलवत आपापल्या मार्गाने निघून गेले. आता त्या लेखकाच्या तुकड्यांतून जिवंत झालेले सात लेखक उभे राहिले पण ते फार काळ उभे राहू शकले नाहीत कारण त्यांची हाडे मऊ आणि लवचिक होती. त्याला बोलताही येत नव्हते. ते एकमेकांना ओळखतही नव्हते, मग काही वेळाने ते रेंगाळले आणि वेगवेगळ्या वाटांनी निघाले.

त्याची व्हिडिओ क्लिप माझ्याकडे आहे. व्हायरल केले तर हुडहुडी भरते. गोंधळ होईल पण मला समजत नाही की याचा फायदा कोणाला होईल?

जळणे

परवा एका लेखकाने आत्महत्या केल्याचे तुम्ही ऐकले असेल. तो माझा मित्र होता. गरीब माणूस जळून मेला. म्हणजे त्याने स्वत:ला पेटवून घेतले. तुम्हाला आठवत असेल की जुन्या काळी लोक अग्निदिव्य करत असत; स्वत:ला निर्दोष सिद्ध करण्यासाठी.

माझ्या मित्राला असे काही करावे लागले नाही. मृत्यूपूर्वी त्यांनी एक पत्र लिहिले होते आणि त्यात स्पष्टपणे लिहिले होते की ते स्वत:च्या इच्छेने मरत आहेत आणि त्यांच्या मृत्युसाठी कोणालाही जबाबदार धरू नये. याशिवाय त्यांच्या अंत्यसंस्कारासाठी लागणारे पैसेही त्यांनी एका लिफाफ्यात टाकून बेडवर उशीखाली ठेवले होते आणि याची नोंदही त्यांनी पत्रात केली होती.

खरं तर, हा लेखक फार आनंदी नव्हता, परंतु विशेषत: दु:खीही नव्हता. तो आमच्यामध्ये राहत होता. तो हसायचा, बोलायचा आणि कधी कधी तो आमच्यात नसायचा. अनेकवेळा तो एकटाच त्याच्याच नादात फिरताना दिसला. ना तो कोणाचा प्रिय होता ना तो कोणाचा प्रिय होता, तरीही तो जेव्हा कधी फिरायला जायचा तेव्हा त्याच्या मागे पाच-सहा भटके कुत्रे फिरताना दिसायचे. या भटक्या कुत्र्यांना तो बिस्किटे खायला द्यायचा. त्या बदल्यात ते त्याला चाटण्याचा प्रयत्न करतील आणि तोही त्यांचा तळवा आणि मनगट त्यांच्यासमोर ठेवेल.

लेखकाच्या मृत्यूच्या आदल्या रात्री, तो आमच्या मेळाव्यात गेला होता, जिथे गप्पाटप्पा आणि मद्यपान केले जात होते, परंतु दुसऱ्या दिवशी पहाटे जेव्हा त्यांनी स्वत: ला जाळले तेव्हा आम्हाला ते खूप भयानक वाटले. झोप पूर्ण करून तो नेहमीप्रमाणे उठला आणि निवांतपणे बाथरूममध्ये गेला. त्यादिवशी त्याने रॉकेलने आंघोळ केली आणि निवांतपणे जळणारी टॉर्च अंगभर टाकली. त्वचा जळू लागली पण थोडीही जळली नाही.

मी ते देखील केले नाही म्हणून. तो जळत होता. खिडक्यांच्या खिडक्यांमधून धूर येऊ लागला आणि इमारतीला लागूनच बाहेर झोपलेले कुत्रे जागे झाले. मला माहित नाही की त्याला लेखकाच्या त्वचेचा वास आला होता की काय, पण त्याने भुंकून असा गोंधळ निर्माण केला की संपूर्ण इमारत खडबडून जागी झाली. आग लागल्याचा संशय आल्याने सर्वांनी धाव घेतली. त्यांनी लेखकाच्या खोलीचा दरवाजा तोडला. त्यांनी आत जाऊन बाथरूमचा दरवाजा फाडून अर्धा जळालेल्या रायटरला बाहेर काढले. त्याच्यावर बादल्या पाण्याचा वर्षाव करण्यात आला. त्याचा मृतदेह चादरीत गुंडाळला. रुग्णवाहिका बोलावून त्याला रुग्णालयात नेले. तिथल्या अनेक डॉक्टरांनी त्याचा जीव वाचवण्याचा आटोकाट प्रयत्न केला; मात्र तो इतका भाजला की अखेर दुपारी त्याचा मृत्यू झाला.

त्या संध्याकाळी आमचा मेळावा व्यवस्थित पार पडला. मी माझ्या डॉक्टरांना विचारत होतो, 'जळल्यानंतर किती वेदना होतात?'

डॉक्टर म्हणाले, 'त्वचा जळल्यानंतर, आग हाडांपर्यंत पोहोचेपर्यंत वेदना होतात, परंतु त्यानंतर काहीच जाणवत नाही, परंतु अपूर्ण जळल्यामुळे असह्य करपा निर्माण होतात.

याचा अर्थ, ज्यांनी त्याला वाचवले त्यांनी त्याला पळून नेण्याचा प्रयत्न केला असावा? झोपडी वाढवली? शांततेने आणि धीराने मृत्यूला सामोरे जाणाऱ्या माणसाला वाचवण्याचा मूर्खपणाचा प्रयत्न करून या लोकांनी त्याचा त्रास वाढवला आणि त्यांच्या प्रयत्नाची कहाणी थंडपणे कथन करून स्वत:च्या पाठीवर थाप दिली. ज्या कुत्र्यांनी या लेखकाची बिस्किटे आयुष्यभर खाल्ली, त्यांनीही या शेवटच्या क्षणी बेईमानी केली. खरे तर आपण सगळेच मूर्ख आहोत. मी हे सांगत असतानाच डॉक्टर माझ्या ग्लासात पेग ओतत म्हणाले, 'तुम्ही बरोबर आहात!'

यातून काय करावे हे मला माहीत नाही; पण लेखक म्हणून प्रत्येक गोष्टीत अर्थ शोधण्याच्या रहेमानी किडा माझ्यात आहे. मी काय करू?

मजा

'लेखक मेला', त्यांनी हे लिहिलं, तेव्हाच लोकांना त्यांच्या मृत्यूची माहिती मिळाली.

तेज

पावसाळ्याच्या रात्री, वीज नसताना, घनदाट अंधारात तो एकटाच चालत होता. रानटी वादळी वाऱ्याबरोबर चेहऱ्यावर आणि अंगावर धुरकट पावसाच्या सरी पडल्याने तो सुन्न झाला होता. आपण हायवेवरून चाललो आहोत याचे भानही राहिले नाही. मधेच वाहनांचा आवाज आणि प्रकाशाच्या धारा फेकण्यातली मजा. त्याला विश्वासघात झाल्याचेही वाटले नाही. मनाच्या तळघरात असंख्य कल्पना उमलत होत्या. त्यांना उठायला प्रकाश मिळत नव्हता. सततच्या अस्वस्थ अवस्थेत, तो त्या अमर्याद अंधारात खोलवर बुडत होता, तेव्हा अचानक दिव्यांच्या प्रकाशाचा एक तेजस्वी प्रवाह त्याच्यावर आला. दिव्य प्रकाशाचा तो किरण त्याच्या डोळ्यांतून अशा प्रकारे गेला की त्याचे संपूर्ण अंतर्मन उजळून निघाले. ज्याची तो वाट पाहत होता तो क्षण अचानक येऊन त्याच्यावर

आदळला; पण यानंतर तो राहिला नाही. एक जड ट्रक त्याच्याजवळून गेला आणि घरघर करत निघून गेला.

लेखकास वाचवा

अखेरीस सरकारच्या लक्षात आले की लेखक जिवंत राहणे महत्त्वाचे आहे आणि त्याचा मृत्यू होणे योग्य नाही. ही प्रजाती नामशेष झाल्यास संस्कृतीच्या विकासाला खीळ बसेल. या समस्येवर तोडगा काढण्यासाठी एक मोठी तातडीची बैठक बोलावण्यात आली, ज्यामध्ये मंत्री, लोकप्रतिनिधी, सरकारी अधिकारी, पोलीस, तज्ज्ञ सुरक्षा दल, आपत्ती व्यवस्थापन तज्ज्ञ, अन्न तज्ज्ञ, मानसोपचार तज्ज्ञ, वकील, न्यायमूर्ती, अभियंता, तांत्रिक तज्ज्ञ, ऋषी, भिक्षू, ज्योतिषी, व्यापारी, उद्योजक इत्यादींचा समावेश होता. सभेत असंख्य माहिती, उपमाहिती, प्रस्ताव, योजनांचा वर्षाव झाला, ज्याची नोंद येथे करणे शक्य नाही. परंतु अंतिम मसुद्यातील मुख्य मुद्दे नमूद करणे आवश्यक आहे.

उदाहरणार्थ, लेखकांना प्रोत्साहन देणारे आणि प्रोत्साहन देणारे फलक ठिकठिकाणी लावले पाहिजेत. फलकांची रचना अशी असावी की त्यांना प्रोत्साहन देणारे लोक कोण आहेत, ते किती ज्येष्ठ आहेत आणि लेखकांबद्दल त्यांच्या मनात किती विश्वास आहे हे स्पष्टपणे दिसले पाहिजे. त्यांच्या लिखाणामुळे कोणताही वाद किंवा गैरसमज निर्माण झाल्याचा आदेश प्राप्त होताच, लेखकाने अगोदर पोलिसांना कळवावे, जेणेकरून त्यांच्या सुरक्षेची त्वरित व्यवस्था करता येईल.यासाठी पोलिस विभागात स्वतंत्र कक्ष तयार करण्यात येणार असून लेखकांच्या सुरक्षेसाठी कॉन्स्टेबल तैनात करण्यात येणार असून, ते तक्रार नोंदवल्यानंतर अर्ध्या तासात लेखकाच्या दारात हजर होतील. सशस्त्र पोलिस सावलीसारखे लेखकाच्या पाठीशी राहतील आणि तो जे काही बोलेल ते वैयक्तिकरित्या तपासतील. त्याच्या हालचालींवर लक्ष ठेवेल आणि गरज पडल्यास हस्तक्षेप करेल. उदाहरणार्थ, लेखकाला मिळालेली पत्रे ते व्यक्तिशः वाचतील आणि लेखकाला कुठेही धमकावले गेले नाही याचे समाधान झाल्यानंतरच ते पत्र सादर करतील. लेखक जिथे जाईल तिथे पोलिस त्याच्या आधी पोहोचतील आणि शोध घेतील. सर्व लेखकांच्या घरांच्या दरवाजे-खिडक्यांना जाळ्या बसवल्या जातील.

लेखकांच्या सुरक्षेसाठी राबविण्यात येत असलेल्या या महामोहिमेला लेखकांनीही आपल्या आचरणातून सहकार्य करावे. उदाहरणार्थ, ते नेहमी आनंदी असू शकतात. स्वच्छ आणि हलक्या रंगाचे कपडे घाला. नखे आणि केसांची नियमित काळजी घ्या

आणि नेहमी हसरा चेहरा ठेवा. विनाकारण उत्साह वाढवणाऱ्या तामसिक पदार्थांचे सेवन करू नका. लेखकांसाठी बनवलेल्या सात्विक आहाराच्या यादीतील पदार्थच खावेत कारण सात्विक अन्नामुळे विचारांमध्येही सात्विकता येते हे सर्वश्रुत आहे. हे अभिव्यक्ती कोमल करते. लेखक हे सभ्यतेचे वाहक असतात. त्यामुळे ही सभ्यता समाजात रुजवण्याची सुरुवात आतापासूनच झाली पाहिजे, हे त्यांनी लक्षात घ्यायला हवे. खरे तर लेखक हे समाजाचे आदर्श असतात. समाज लेखकावर प्रेम करतो आणि त्याचा आदर करतो, म्हणून समाजाने त्याचा आदर केला पाहिजे. विचारशील असणे हा सभ्यतेचा एक भाग आहे. भीती हे मानवी उत्क्रांतीचे सर्वात उपयुक्त वैशिष्ट्य आहे. भीतीमुळेच मानवी समाजाचा विकास होत राहिला आणि सुरक्षिततेच्या नवीन प्रणालींचा शोध लागला. समाजात लेखकांच्या अस्तित्वाचा प्रश्न गंभीर होत चालला आहे. जिथे लेखकाच्या अस्तित्वाचा प्रश्न तीव्र होत चालला आहे, तिथे भीतीच त्याला विनाशापासून वाचवू शकते, हे स्वाभाविक आहे. शरीरातील भीतीचे प्रमाण वाढवण्यासाठी विशिष्ट उत्तेजकांची रचना करण्यात आली आहे. त्यावर लेखकांनी शांतपणे भाष्य करावे. लेखकांनी त्यांना दिलेली शासकीय ओळखपत्रे काळजीपूर्वक जपून ठेवावीत आणि अशा ओळखपत्रधारकांसाठी केलेल्या सवलत योजना, पुरस्कार योजना इत्यादींचा लाभ घ्यावा. लेखकाने उच्च विचार केला पाहिजे.

दिव्य स्वप्ने पहा. त्यांनी समाजातील महान व्यक्तींचा शोध घेऊन त्यांची पात्रे जिवंत असतानाच लिहावीत. त्यांच्या शोधात लेखकांपर्यंत पोहोचणाऱ्या नामवंत व्यक्तींचा आदर करा. 'प्रेम द्या, प्रेम घ्या; 'प्रेमामुळे प्रेम वाढते' ही सूत्रे लक्षात ठेवून तुमची आवड सुधारा, तरीही तुमचे मन सामाजिक बाबींमुळे विचलित होत असेल, तर ध्यान करा. तुमच्या मनात अशुभ विचार येत असतील तर व्रत करा. गडबड करू नका. नेहमी समाधानी राहा. लेखक युटोपियामध्ये राहतात. त्यांना कल्पनेत धन्यता वाटते. या आशीर्वादाचा फायदा घेऊन, त्यांनी वास्तवाकडे दुर्लक्ष करून आपले अंतर्मन अंतर्मुख करावे आणि प्रत्येकासाठी आदर्श वाटणारी काल्पनिक मनस्थिती निर्माण करावी. आपल्या परंपरेत अशी अनेक उदाहरणे आहेत, ज्यात लेखक एका जन्मात अनेक जन्म घेतो. यावरून हे स्पष्ट होते की लेखक स्वर्ग, मृत्यु आणि नरक या तिन्ही जगाला भेट देऊ शकतात. त्यांनी हेच करायला हवे. राजा-राणी, परी आणि अप्सरा इत्यादींच्या देवत्व आणि सौंदर्याबद्दल कथा तयार करा आणि त्यांच्या भव्य बलिदानावर कॅन्टो तयार करा. (लक्षात ठेवा, श्रृंगार कथांच्या क्षेत्रात लेखकांचा प्रवेश निषिद्ध आहे) यासाठी निद्रादेवीच्या कुशीत

वारंवार प्रवेश करून आपल्या कल्पनेचे साम्राज्य जागृत करा. लेखकाने कलियुगाची आसक्ती सोडून द्वापार-त्रेता-सतयुगात जावे. परमेश्वराची स्तुती करा.

C 811/भूमी ग्रीन सोसायटी,
रहेजा इस्टेटच्या मागे,
कुळपवाडी, बोरिवली (E)
मुंबई 400066 (महाराष्ट्र)

●●●

सदानंद देशमुख

गोंधळ

अनुवादक: भगवान वैद्य 'प्रखर'

संध्याकाळ तर झाली. शेतात काम करणाऱ्या मजुरांना सुट्टी मिळाली. ते घरी परतले. आतापर्यंत निर्मनुष्य असलेले पदपथ आणि रस्ते लोकांच्या येण्या-जाण्याने गजबजले होते. रखमाही अशाच एका गटात होती. डोक्यावर पल्लू होता. काम करताना वेळ काढून त्यांनी कबुतराचा पेरा उपटून त्यात ठेवला होता. मालकाची नजर वाचवण्यासाठी. रात्रीच्या जेवणाच्या भाजीसाठी! त्यांना कपड्यांमध्ये लपवून ठेवण्यात आले होते.

शेताच्या वाटेने ती गावात आली आणि तिने घराकडे पाहिले. ती थक्क झाली. अंगणात एक तुटलेली खाट पडली होती. त्यावर शोदले यांची सून आणि लावणे यांच्या दोन सून बसल्या होत्या. दोन्ही मुलींचे पती एकत्र कसे आले असतील? त्याला उत्सुकता होती. डोक्यावरचे हिरवे गवत ओझ्यासारखे जड वाटत होते. तिथे पाहुण्यांची गर्दी होती.

दिवाळीचा सण नुकताच संपन्न झाला. सणासुदीलाच दोन्ही मुली आपल्या माहेरी आल्या होत्या. आज जावई आला का तिला घेऊन जाण्यासाठी? पण दोघेही मिळून त्याच्या पावलांना अडखळल्यासारखे वाटत होते. चप्पलचा पट्टा तुटला. चप्पल काढून हातात धरावी लागली. ती खजील झाली. म्हणजे दारात पाहुणे बसले आहेत. तोही जावई! आणि हातात चप्पल धरून मी असा जात आहे. तिला खूप लाज वाटली.

आंचलने चेहरा झाकला. पाहुण्यांना टाळून ती पटकन आत गेली. मुलींनी नुकताच स्टोव्ह पेटवला होता. त्यात लावलेल्या पाईपमधून धूर निघत होता. अजून ज्योत पेटली नव्हती. त्यामुळे झोपडीसदृश घर धुराच्या लोटाने भरले असले तरी त्याचा कोणालाच त्रास झाला नाही. सकाळी जाम त्याची सवय झाली होती.

रखमा घरात शिरताच नन्हीने तिला पकडले. त्याला आपल्या मांडीत घेऊन रखमाने मांडीवर सरकवले. दिवसभर स्तनांमध्ये अडकलेले दूध बाहेर पडू लागले.

'जावई कधी आले?' त्याने आपल्या मोठ्या मुलीला विचारले जी तिच्या आईवडिलांच्या घरी आली होती आणि चुलीवर जेवण बनवत होती?

'आत्ताच आलेय.' असे म्हणत मुलीने पुन्हा स्टोव्ह पेटवायला सुरुवात केली.

'सुमन कुठे गेली?'

'चहा साखर घ्यायला दुकानात गेली आहे.' असे म्हणत ती पुन्हा आपल्या कामात व्यस्त झाली. त्याचे डोळे अश्रूंनी भिजले होते.

रखमाला एकूण पाच मुली होत्या. मुलाची वाट पाहत असताना, प्रत्येक वेळी मुलगी झाली. मग काय करायचं? काही वेळातच तिला सलग पाच मुली झाल्या. त्यामुळे रखमा व्यथित झाली. नवरा व्यथित झाला. शिवाय, प्रसूतीच्या वेदना प्रत्येक वेळी. शिवाय, प्रत्येक मुलगी जन्माला आल्यावर तिच्या लग्नाची चिंता असेल. वाढती महागाई, कमी काम, अपूर्ण उत्पन्न. शेतात काम करत असताना कोणीतरी मला सल्ला दिला, 'तुम्ही मुलाची वाट पाहत आहात का? ऑपरेशन करून घ्या, नाहीतर दहा-पंधरा मुली होतील आणि तुमची अवस्था बिकट होईल. तू एक दिवस मरशील. सर्व कन्या मातृहीन पाखरांप्रमाणे लाचार होतील. जरा तुमची अवस्था बघा, तुमचे खाणेपिणे सर्व काही संपले आहे.

'पण मुलगा झाला तर म्हातारपणात आधार मिळेल, असा विचार आम्ही करतोय. त्यामुळे तुम्ही असा मेला आणि कुठेही खोटे बोललात तर तुम्हाला ते ओळखताही येणार नाही. आणि घराणेशाही चालवण्यासाठी दिव्याची गरज नाही का? ही हिंसा त्याच्यासाठी! आता ती मुलगी असल्याने ती आपल्या मुलाचा जीवही घेऊ शकत नाही.

हे काय रखमा, तू वंशाचा 'दीपक राग' गात बसली आहेस. रायभान पवार यांना अलीकडे दोन मुलगे झाल्याचे तुम्ही पाहिले नाही का? पण, दोघे वेगळे झाले. आंधळा रायभान आता भीक मागत फिरतो. प्रेम आणि आपुलकीचे ते युग निघून गेले. आता माणसांचीही अवस्था प्राण्यांसारखी होऊ लागली आहे. किती प्राणी आणि पक्षीआपल्या मुलांबद्दल प्रेम व्यक्त करतात. आपण स्वत: उपाशी राहून त्यांना वाढवतो. आणि आई-वडिलांना न विचारता ते मोठे झाले. आता माणसांच्या बाबतीतही तेच होऊ लागले आहे.

वाट बघत बसण्यात काही अर्थ नाही. जा, जे काही झाले ते झाले. या मुलांसाठी तुमचे संपूर्ण आयुष्य धुळीला मिळत आहे.

रखमाला समजले आणि ऑपरेशन करून घेतले. मुलगा होण्याची वाट पाहिली नाही. मनात विचार केला, मुलगा होण्याची वाट बघायची आणि मुलगी झाली तर पूर्वीसारखीच! आणि आजकालची मुलं म्हातारपणी आई-वडिलांची विचारपूसही कुठे करतात? त्यानंतर तिने मुलगा होण्याची आशा सोडली आणि नसबंदीचे ऑपरेशन केले. प्रसूतीच्या जीवघेण्या दुखण्यापासून आराम मिळाला. मुलगा न होण्याचे दु:ख नक्कीच होते. काट्यासारखा तो आयुष्यभर अडकला. कोळ्याच्या जाळ्यासारखी पकड. कधी कधी तो इतका अडकला की पती-पत्नी दोघेही वैतागले.

आता दोन मुलींची लग्ने झाली. तीन बाकी आहेत. ही चिंता टांगती तलवारीसारखी होती. या चिंतेमुळे त्याला रात्रभर झोप लागली नाही. दिवसभर कामाचा प्रचंड ताण आणि हे जागरण! त्यामुळे पती-पत्नी दोघेही सिंचनाअभावी सुकलेल्या पिकासारखे झाले होते.

चहा आणि साखरेचे बंडल घेऊन सुमन घरात शिरली. आता बडकीने स्टोव्हला आग लावली होती. सुमनने चहा उकळला. शेजाऱ्याकडून कप आणि प्लेट उधार घेऊन आली. एका घरात होते. तिने दोन्ही पाहुण्यांसाठी चहाचे दोन कप आणि प्लेट भरले आणि बाहेर गेली. पाहुण्यांनंतर रखमानेही चहा घेतला. दुधात सात कप चहा! लाल भडक! पण पाहुण्यांनी मद्यपान केले. कारण त्याचीही परिस्थिती तशीच होती. त्यामुळेच त्याला काही असामान्य वाटले नाही.

घरात गव्हाचे पीठ नव्हते. ती विचार करू लागली. घरात पाहुणे म्हणून आलेल्या सुनेला ज्वारीची भाकरी आणि अरहरच्या बियापासून बनवलेल्या पातळ हिरव्या भाज्या खायला द्याव्यात का? त्यांच्या घरात लाख खात असावं, असं काहीसं. पण, तो आमच्या घरी पाहुणा म्हणून आला आहे, नाही का? आणि तेही नुसते पाहुणे नसून जावई! काय करावे हे त्याला समजेना, कोणी तिला पीठ उधार देईल की नाही हे शोधण्यासाठी ती भांडी घेऊन घराबाहेर पडली.

बाहेर आले. चौघे घरी गेले. पण कुणी देणार कुठे? कोणीही दिले नाही. रिकामे भांडे घेऊन ती घरी परतली. लोक किती कर्ज देणार? एकदा उधार घेतल्यावर परत करण्याचा मार्ग नाही! पुन्हा कोणी दारात उभेही नाही. आजूबाजूच्या संपूर्ण लोकसंख्येमध्ये

मजुरांचा समावेश आहे. गव्हाचे पीठ कोणाच्या घरी मिळते ? प्रत्येकाचे घर उधारी घेऊन असहाय्य उभे होते.

रखमा रिकाम्या हाताने घरी परतली. त्याच्या पाठोपाठ नारायणही बैलांना चारा आणि पाणी पाजून मालकाच्या वाड्यातून परतला. दोन्ही जावयांना दारात बसलेले पाहून तोही रखमासारखा काळजीत पडला. नमस्कार केला. क्षणभर त्यांच्यासोबत बसण्याचा बहाणा करून तो उठला आणि झोपडीसारख्या घरात गेला. मुलींमुळे तिथे आधीच गर्दी होती. पती घरी आल्याचे पाहून रखमाला थोडे हायसे वाटले. म्हणजे एकाचे ओझे दोघांनी समान वाटून घेतले!

'जावई आले, दोघेही एकाच वेळी!'

'हो, पत्र नाही, बातमी नाही. अचानक आले. कळले असते तर तयारी केली नसती का ?

जवळच मुली बसल्या होत्या. पालकांचे ऐकत होते. त्यातल्या त्यात 'लावणे'मधली सुमन खूपच बोलकी होती. दोन्ही जावई एकत्र कसे आले हे शोधण्याचा ती प्रयत्न करत होती. म्हणूनच ती म्हणू लागली - 'बाबा, ऐका! 'मोले'च्या यात्रेत दोघांची भेट झाली. दोघांच्याही मनात काहीच नव्हते. शेवटच्या क्षणी ठरले आणि दोघेही आले.

'म्हणजेच हे प्रकरण आहे तर!'

'ते आम्हाला घेऊन जाण्यासाठी आले आहेत. दोघांनाही उद्या निघण्याची तयारी करण्यास सांगितले आहे.

कोणी काही बोलले नाही. नारायणने खिशातून अर्धी विझलेली विडी काढली. थोडे पुढे सरकले आणि स्टोव्हच्या ज्योतीवर पेटवले. तोंडात घेतल्यावर पतन सुरू झाले. बाहेरचा धूर सोडून तो नीट निरखून पाहू लागला. कोणी कोणाशी बोलत नव्हते. रखमाच्या मांडीतली चुटकी आता थकली होती आणि गुडघ्यावर रेंगाळू लागली होती. रखमा त्याच्याकडे दुर्लक्ष करत होती.

'असं बसून कसं चालेल मम्मी ? आम्हाला त्यांच्या जेवणाची काही व्यवस्था करावी लागेल!' सुमनने गप्प बसलेल्या रखमाची आठवण करून दिली. याबरोबर रखमाने नारायणकडे पाहिले आणि नारायणने रखमाकडे एकाच वेळी पाहिले.

'पाहुण्यांसाठी काय शिजवणार ?' नारायण यांनी रखमासमोर आपल्या भावना मांडल्या.

'मी काय शिजवू?' ती त्याला विचारू लागली.

'हे बघ, मी कुठेतरी गव्हाचे पीठ उधार घेऊ शकतो का?' रोटी आणि बेसन शिजवणे.

'कोण देवाल आहे, गव्हाचे पीठ? मी येथे आहे, मी फेऱ्या मारत आहे आणि कोणीही पैसे देत नाही. जे देणार आहेत, त्यांचेच आधीच उधार आहे आपल्यावर.

संवाद थांबला. मुली अन्न शिजवण्याची वाट पाहत होत्या. त्यांना काय करावे काही सुचत नव्हते. आई-वडील घरी आल्यावरही मला जेवणासाठी काही उपाय सापडला नाही.

पाहुण्यांसाठी काय शिजवायचे? हे नेहमीपेक्षा वेगळे प्रकरण आहे. होय, हे कबुतराच्या मटनाचे वेगळे आहे. भाकरी मिरचीच्या चटणीबरोबर किंवा मीठ घालूनही खाता येते. पण सुनेसमोर भाकरी आणि चटणी द्यावी का? जरी हेच ते घरी खातात. पण, तो जावई म्हणून आमच्याकडे आला आहे. मुली सासरच्या घरी गेल्या तर त्यांना टोमणे मारत राहतात. या मार्गाने सर्व काही चुकीचे होईल.

रखमा विचार करून थकली. डोक्यात विविध प्रकारचे विचार येऊ लागले. नारायण मास्तरांच्या घरी पीठ नक्कीच मिळालं असतं. पण रखमाने मुद्दाम ते पुढे ढकलले होते. कसे जायचे? मागच्या वेळी मी त्याच्या घरून पीठ आणले होते. ते परत करणे बाकी आहे. याशिवाय त्याच्या वाड्यात गेल्यावर त्याच्या ठिकाणच्या निरुपयोगी स्त्रिया सांसारिक गोष्टी सांगत असतात. भांडी धुवा, झाडू, धान्य गोळा करा, मग ती कुठेतरी देते, फक्त एक शिडकावा! काम करताना माझी पाठ आधीच दुखत आहे. त्यावर त्यांचे सक्तीचे श्रम. 'नाहीतर मी असं करतो.'

'कसे?' नारायणचे म्हणणे ऐकून त्याला थोडासा दिलासा वाटला.

'मी फक्त अर्धा किलो मासा शोधत आहे, जर मला तो उधार घेता येईल. म्हणजे मग भाकरीही निघून जाईल. गव्हाचे पीठ शोधण्याची गरज नाही. आपणमसाले बारीक करून बाजूला ठेवा. भाकरी पण बनवा. रामा कहार यांनी आज मासे आणले असतील. तो उधार देईल.

असं म्हणत तो जुना, मळलेला स्कार्फ खांद्यावरच्या खुंटीवर ठेवला आणि बाहेर निघून गेला. रखमाचे संपूर्ण शरीर दिवसभराच्या कामातून दुखायला लागले होते. वर

पाहुण्यांच्या जेवणाची चिंता भुतासारखी त्याच्या गळ्यात लटकत होती. हे सर्व विसरून ती कामाला लागली. भाकरी करण्यासाठी त्याने ताटात पीठ काढले. 'असू द्या, होऊ द्या, आम्ही ते करू' म्हणत मुली होत्या. मात्र, त्यांनी त्यांचे ऐकले नाही. ते आहेत, माहेरचे पाहुणे आज हंकाळला परतणार आहेत. सासरच्या घरी गेल्यावर त्यांना आराम कुठे मिळतो? या विचारांनी त्याचे मन भरून आले.

त्यांनी भाकरी केल्या. नारायणही रिकाम्या हाताने परतला नाही.त्याने मासे आणले होते. दोन रुपये किमतीचा गरम मसालाही आणला होता. मासे शिजवले गेले. जेवण संपले. पाहुण्यांसोबत इकडे तिकडे गप्पा मारल्या. त्यानंतर दोन्ही जावई गावात व्हि.डी.ओ.पहायला गेले. त्यामुळे नवरा-बायको विचारात बुडाले. काळजीमुळे जेवणही पूर्ण झाले नव्हते. मनात अस्वस्थता होती. दिवाळीच्या सणात मुली आल्या होत्या! आता त्यांना काही नवीन कपडे न घेता परत पाठवता येईल का? साड्या घ्यायच्या आहेत. ब्लाउज पीस घ्यायचा आहे. ही सगळी कल्पनाच होती. तशी व्यवस्थाही त्यांनी केली होती. तो सध्याच्या मालकाचे काम सोडून जाणार होता. मासिक पगारावर दुसऱ्या व्यक्तीची नियुक्ती झाल्यानंतर त्याच्याकडून हजार रुपये अॅडव्हान्स घेणार होता. हजार रुपयांच्या अॅडव्हान्सपैकी जुन्या मालकाचे दोनशे रुपयांचे कर्ज फेडायचे होते. त्याशिवाय त्याला कामातून सोडले जाणार नाही. उरलेल्या पैशाने मुलींना निरोप द्यायचा. साडी आणि ब्लाउज पीस खरेदी करायची. गावातील काही दुकानदारांचे कर्ज फेडायचे होते. याशिवाय आणखी काही लोकांकडून घेतलेले पैसे परत करायचे होते. असा संपूर्ण प्लॅन बनवला गेला, पण त्याच्या म्हणण्यानुसार या सगळ्यासाठी अजून दहा-पंधरा दिवस बाकी होते. सध्या तो ज्या मालकासाठी काम करत होता त्याच्या महिन्याला अजून पंधरा दिवस बाकी होते. महिना उलटेपर्यंत मालक त्याला कामावरून सोडायला तयार नव्हता. आणि कामासाठी हजर न होता नवीन मालक आगाऊ रक्कम देण्यास तयार नव्हता. तो प्रचंड संकटात सापडला होता.

आज अचानक घरात पाहुणे आले. असं झालं होतं की पाऊस अजून उशीर झालाय असा विचार करून आम्ही घराची साफसफाई पुढे ढकलली आणि त्याचवेळी पाऊस सुरू झाला आणि सगळं घरच विस्कळीत झालं. पण, काही उपाय योजावे लागतील. मनात विचारचक्र सुरू झाले होते.

बरं, पाहुण्यांना रिकाम्या हाताने परत पाठवणे योग्य वाटत नाही. शेवटी ते जावई! सुनेला प्रत्येक परिस्थितीत साथ द्यावी लागते. आपण कितीही केले तरी कमी साध्य होते. परत आल्यास मुलींना सासरच्या घरात अत्याचाराला सामोरे जावे लागू शकते. तुझ्या बापाने आम्हा जावयांचा अपमान केला. आम्हाला रिकाम्या हाताने परत पाठवले. असे बोलून दोन्ही जावई चिडतील. दोघींचा स्वभावही चलाख आहे. आजकाल काळ खूप वाईट चालला आहे. जेंव्हा तुम्ही पाहाल तेंव्हा सुनेवर अत्याचार करून त्यांची हत्या झाल्याच्या बातम्या ऐकायला मिळतात. तुम्ही म्हणावे, तुमचे नशीब 'चांगले' आहे, इतर लोकांच्या जावयांप्रमाणे तुमचे जावई पैसे मागत नाही, आणि त्याने मागितले तरी तुमच्याकडे त्याला देण्यासाठी काही आहे का?

नारायणने थंड श्वास सोडला. त्यामुळे समोरच्या कोनाड्यात ठेवलेल्या दिव्याची ज्योत हादरली. घरातील मंद प्रकाश आदळून तुकडे तुकडे झाल्यासारखे झाले होते. संपूर्ण घराची अस्वस्थता वाढली होती. रखमानेही एक दीर्घ श्वास सोडला. दिवा पुन्हा फडफडला आणि पाय घसरलेल्या माणसाने स्वत:वर नियंत्रण ठेवले आणि गोष्ट पुन्हा स्थिर झाली. तिच्या मांडीवर झोपलेल्या चुटकीला तिने चटईवर झोपवले आणि तंबाखूचा बटवा घेऊन तिच्या समोर बसली. डाव्या हाताच्या पंजावर चिमूटभर तंबाखू घेऊन ती उजव्या हाताने चोळली आणि म्हणाली - 'मग आता काय करायचं?'

'काय?'

'का' काय विचारता? दोन्ही मुली उद्या नवऱ्यासोबत जायला सांगत आहेत. दोन्ही सुनांनी त्याला तसे सांगितले आहे. त्यांना पाठवावे लागणार नाही का? दिवाळी सणासाठी आणलेल्या मुलींना रिकाम्या हाताने पाठवणार का? सासरच्या मंडळींनी साऱ्या समाजावर बोंब मारली.

'मीही हाच विचार करतोय. पैसे कुठून गोळा करायचे? पांडू भालेराव सुद्धा अजून आगाऊ द्यायला तयार नाहीत आणि गणेशराव बापूही महिना पूर्ण होण्यापूर्वी निघायला तयार नाहीत. ठीक आहे, गणेशराव बापूंचे काम सोडून.

भालेरावांच्या कामाला गेल्यावर पांडू काय करेल माहीत नाही. पाहुणेही अशा वेळी येतात की पुरे. तो व्याकूळ झाला.

'ते कधीतरी येतील. त्या मुली आहेत, त्यांना पाहिजे तेव्हा जाऊ शकते. आपण त्यांना कसे नाकारू शकतो? आणि समजा, आपल्या अडचणींमुळे, आम्ही ते आणखी आठ दिवस राहू द्या असे सांगितले. आणि नंतर, त्यांनी मुलींना पाठवून दिले नाही, मग? तरुण मुलींना कोणत्या पंखाखाली लपवून ठेवायचे? त्यांनी आधीच अशा प्रकारे त्यांचे पंख खराब केले आहेत. आपण मुलींचे आयुष्यभर पालनपोषण करू शकू का?

'मग मी म्हणतोय मुलींना इथे ठेवा? तुम्ही वेड्यासारखे काहीही बडबडायला सुरुवात केली आहे. मुलींना सासरच्या घरी पाठवू नका असे मी म्हणालो का?

'मी साहजिकच म्हणालो. तसं माझ्या तोंडून बाहेर पडलं. असे म्हणत त्याने दाढीत तंबाखू टाकली.

इतक्यात अंगणात बसलेल्या दोन्ही मुली आतून आल्या. सुमन येताच म्हणाली, 'भाऊ, माझा माणूस या वर्षी रिकाम्या हाताने जायला तयार नाही. लग्नाला दोन वर्षे झाली. गावातले सगळे मित्र त्याची चेष्टा करतात.

'असं का? सुमन काय बोलत होती ते समजत नव्हते.

'दिवाळी उरली ना तुझी! त्यामुळे या वर्षी कपड्यांशिवाय जाणार नाही, असे ते सांगत आहेत आणि गेल्यास पुन्हा सासरच्या मंडळींना भेटणार नाही, असे ते सांगतात.

'काय?' सुमनचे बोलणे ऐकून दोघेही किंचाळले. सुमनच्या बोलण्यामुळे त्याचे हृदय लाकडावर कुऱ्हाडीने मारल्यासारखे तुकडे झाले. पण, त्याने जे सांगितले ते योग्यही वाटले. सुमनच्या लग्नाला दोन वर्षे तर कमलच्या लग्नाला तीन वर्षे झाली आहेत. पण, प्रथेप्रमाणे मूलींसाठी लागणारे कपडे दिवाळीच्या सणात विकत घेतले जात नव्हते. मी या वर्षी खरेदी करेन आणि पुढच्या वर्षी खरेदी करेन असे सांगून मी विलंब केला. प्रत्येक येणारे वर्ष मागील वर्षापेक्षा अधिक कठीण होत होते. मागील वर्षांप्रमाणे यंदाही स्थगिती मिळणार होती. पण सुमनचे बोलणे ऐकून तो गोंधळून गेला.

'आणि माझा माणूसही या वर्षी कपड्यांशिवाय जायला तयार नाही. आमच्या लग्नाला तीन वर्षे झाली. त्यांच्यासाठी अजून कपडे घेतलेले नाहीत. यावर्षी कपडे घेतले नाहीत तर मी तुला घटस्फोट देईन, असे त्याने सांगितले.

अबोल कमलच्या बोलण्याने आगीत इंधन भरले. नारायण स्तब्ध झाला! सापाच्या मणक्याला काठीने मारल्यासारखी त्याची पाठ मोडली. दोन्ही जावई हटून बसले आहेत. पाच-सहाशे रुपये खर्च आणि जवळ एक रुपयाची नोटही नाही. दुबळ्या लोकांमध्ये दोन मजबूत लोक आहेत आणि ते म्हणतात - तो तसा आहे! रखमा आणि नारायण अवकाळी पावसात अडकले.

अंधार दाट होत चालला होता.

व्हिडिओ पाहून आलेले जावई झोपी गेले होते. आईवडिलांच्या घरी आलेल्या मुली आधीच झोपल्या होत्या. धडपड करून थकलेली रखमाही तोंड उघडून झोपी गेली होती, पण नारायणच्या डोळ्यात झोप नव्हती. नवीन कपडे, कपड्यांची दुकाने, जावई, मुली हे सतत डोक्यात फिरू लागले. पैसे, पैसे, किमान पाचशे रुपये हवेत. मी कुठेतरी चोरी करावी का? मालकाचे पैसे पेटीतच राहतात. शांतपणे जा आणि पेटी उचला. कुलूप तोडून नोटा बाहेर काढल्या. पण, त्यानंतर पोलीस ठाणे! पुन्हा जेल! तीन मुलींचे लग्न कोण लावणार? ती त्याच्याबरोबर पळून जाईल. रखमा शॉकने मरेल. हा विचार त्याला वादळात अडकलेल्या झाडासारखा हादरून गेला. तो थरथर कापला.

बाहेरचा अंधार दाट झाला होता. शेकोटीचा वाढता आवाज सतत ऐकू येत होता. आजूबाजूचे सर्व काही शांत आणि भयावह वाटत होते. मध्यरात्र उलटून गेली आहे. घरात सर्व काही शांत होते. सगळे घर झोपले होते. पण त्याच्या डोळ्यात झोप नव्हती. माझं मन थिरकत होतं. मला काळजी वाटत होती.

तो मध्येच उठला आणि लघवीला गेला. बिडीची आठवण आली. पण खिशात बिडी नव्हती. मी घरात विडी ठेवण्यासाठी सर्व ठिकाणे शोधली - कोनाडे, टोपल्या वगैरे, पण विडीचा एक तुकडाही सापडला नाही. त्यामुळे तो खवळला. खाली बसला. घरी झोपलेल्या सगळ्यांच्या चेहऱ्याकडे पाहू लागला. मुबलक पाण्याने बागडलेल्या पिकांसारखे जावयांचे चेहरे, रागाचा रस गोळा करायला आले आहेत, म्हणूनच तो बहरलेल्या गवतांसारख्या मुलींच्या चेहऱ्याकडे आणि आठ वर्षांच्या मुलींचे निष्काळजी आणि निरागस चेहरे, झोपलेल्या चिमुरडीचा मोहक चेहरा, तिच्या आईच्या तोंडाला चिकटून बसलेला चेहरा पाहत राहिला. झोपलेल्या रखमाचा. तुटलेला, घाबरलेला चेहरा. त्याच्या भुवयांमध्ये एक विचित्र हालचाल झाली. झोपेतही कपाळावरच्या रेषा सक्रिय

होत्या आणि बंद भुवयांच्या आतल्या डोळ्यांच्या बाहुल्या इकडून तिकडे आणि तिकडून इकडे सरकत होत्या. ओठ उघडे होते. खूप दिवस झाले मी त्याच्याकडे असं मनापासून बघत! तो हळूच पुढे सरकला. तिच्या चेहऱ्याकडे पाहत राहिला. तुम्ही खूप कष्ट करत राहा, गरीब. या घरच्यांचे कुटूंब चालवणे. जेवताना ती घरी असती तर अजून किती आकर्षक दिसली असती! पण मी त्याच्या नशिबात होतो. गोरा रंग होता. खूप लांब केस होते. गद्रे यांचे शरीर सामान्य होते, परंतु ते कोमेजलेले होते. त्याच्या मानेभोवती ढग फिरले. त्याने तिचा हात तिच्या चेहऱ्यावर हलवायला घेतला, पण नंतर तो मागे खेचला. सोडा ना, घरात तरुण मुली आहेत, त्यांच्यापैकी कुणी उठून मला या अवस्थेत पाहिलं तर! नाहीतर काही जावई जागे होऊ शकतात.

तो उभा राहिला. त्यामुळे बिडीची मागणी केली. कुठे तरी बिडी सापडलीच पाहिजे. त्याची इच्छा अधिक तीव्र झाली. त्याने पुन्हा घरात शोधाशोध सुरू केली. बिडी शोधत असताना त्याचा पाय सुमनच्या पायावर पडला. ती झोपेतच बडबडली. 'अहो-अहो, आज घरी गेल्यावर ,नाही.' झोपेत कुडकुडत तो बाजूला झाला. तिला वाटलं असावं की तिचा नवराच तिला उठवत होता.

पण नारायण झोपेतच बडबडत असल्यामुळे त्याला मनात खूप लाज वाटली. हाताने गालात लावावे असे त्याला वाटले आणि मग दुसऱ्याच्या अंगावर पाऊल पडणार नाही या विचाराने त्याने विडी शोधणे थांबवले आणि शांतपणे झोपी गेला. शेकोटीचे आवाज अजूनही येत होते. यामुळे डोके भन्न झाले होते. नारायणाला वाटले की जे झोपले आहेत ते किती आनंदी आहेत! त्यांना कसला आवाज नाही की ते काही चिंता नाही, बिचारे चांगले झोपले आहेत!

गावाच्या वरच्या भागातून नागपूर-पुणे महामार्ग गेला. सततची रहदारी असलेल्या या मुख्य रस्त्यावर ट्रक भरधाव वेगाने ये-जा करत असत. पण, वातावरण शांत झालं की त्यांचा कर्कश आवाज इथपर्यंत पोहोचायचा. त्यामुळे आणखीनच गोंधळ उडाला. ट्रकची ये-जा सुरूच होती. एकामागून एक. पुन्हा एक-दोन मिनिटांत तिसऱ्या ट्रकच्या इंजिनने टेकडीवर चढण्यासाठी गियर बदलला. इतक्या दुरूनही रडण्याचा आवाज येत होता. जवळच असल्यासारखे वाटत होते. याआधी कधीही अशी चिंता करावी लागली

नाही. उठण्याची गरज नव्हती. दिवसभर शेतात काम केल्यावर रात्री अंथरुणावर पडून राहायचो आणि लगेच मेल्यासारखा झोपी जायचो.

कदाचित त्यामुळेच रात्रीच्या वेळी डांबरी रस्त्यावरून इतके ट्रक जातात हे आज पहिल्यांदाच समोर आले. हे पूर्वी इतके जाणवले नव्हते. आज ही नवीन माहिती मिळाली.

तो विचार करू लागला, इतक्या ट्रकमध्ये ते काय घेऊन जात असतील आणि कुठे? तुम्ही ते का घेऊन जाल? तुम्ही गहू आणि ज्वारी घेऊन जात असतील. अरे बापरे, मला ट्रक मिळाला आणि तोही गहू भरलेला, तर काय मजा येईल! जे पीठ उधार घेण्याऐवजी तो जायचा मग लोक ते उधार घेण्यासाठी त्याच्या घरी येतील.

एकापाठोपाठ एक, दुसरा, तिसरा, चौथा, पाचवा असे कितीतरी ट्रक भयानक आवाज करत पळत होते. ट्रक गावाजवळ येताच आवाज खूप मोठा झाला. मग हळू हळू कमी होत गेले. ट्रकच्या हालचालीमुळे आवाज वाढतच गेला आणि कमी होत गेला. त्याने आवाजावरून नंबरचा अंदाज घेण्याचा प्रयत्न केला. पण, ते शक्य झाले नाही. मध्येच कुठेतरी नंबर चुकला आणि तो आपल्या नियंत्रणात नाही हे त्याच्या लक्षात आले. हिशोबातील या चुकीमुळे डोकं दुखायला लागलं. याशिवाय येणारे-जाणारे ट्रक मोजण्यात काही अर्थ नाही,

उशिरा का होईना हे त्यालाही समजले. त्यानंतर त्याने ते करणे बंद केले. पण, आता काय? तो विचार करू लागला. अंथरुणावर अस्वस्थ वाटू लागले. झोप लागत नव्हती. निरोप कसा घ्यावा? तो या द्विधा मनस्थितीत होता. झोप काही लागली नाही. पाण्याविन माशाप्रमाणे रात्रभर तडफडत होता.

गावातील मशिदीत सकाळची नमाज अदा करण्यात आली. बिठोबाच्या मंदिरात आत्माराम कुटे यांनी भक्तीगीत सुरू केले. हळूहळू संपूर्ण गाव झोपेतून सावरू लागला. सर्वत्र मोठा आवाज ऐकू येत होता. त्याला अजिबात झोप लागली नाही. चिंतेपासून मुक्त होण्यासाठी कोणताही उपाय सापडला नाही. गोंधळ तसाच राहिला. न सोडवता.

पण मी ट्रक का मोजत होतो? तो रस्त्यावरून येणारे-जाणारे ट्रक का मोजत होता? मी वेडा झालो का? हा विचार येताच तो घाबरला. सराफाचा वेडा भाऊ रस्त्यावर बसून येणाऱ्या-जाणाऱ्यांची मोजणी करत राहतो. तो दिवसभर रस्त्याच्या कडेला बसतो. तो

लोकांच्या चेहऱ्याकडे बोट दाखवत 'एक', 'दो', 'क्र' म्हणत राहतो आणि मोजणीचे आकडे चुकीचे असल्याने केस ओढत इकडे तिकडे धावत राहतो. मी पण कुठेतरी! मी पण रात्रभर असेच केले. मी पण थोडा वेडा झालोय का? अशा भयंकर घटना आजवर घडल्या आहेत. पण असे कधीच झाले नाही. मग हे फक्त रात्रीच का झाले? शेवटी का?

जाग आल्याने डोळे लाल झाले होते. डोकं जड झालं होतं. मला चक्कर आल्यासारखं वाटलं. 'मग आता काय करायचं?' रखमाने त्याला चहाचा कप आणि प्लेट देताना सांगितले. दुधाशिवाय लाल मजबूत चहा. तो काही बोलला नाही. डोळे मिटून शांतपणे चहा घेतला. त्यानंतर तो शेण घेण्यासाठी मालकाच्या वाड्याकडे गेला.

रखमाला पतीची अस्वस्थता जाणवत होती. ऑपरेशन उशिरा झाले आणि संख्या वाढू दिली नाही हे चांगले झाले. नाहीतर मुलाच्या अपेक्षेने दहा ते बारा मुली काही वेळातच जन्माला येतील. मग कसला त्रास झाला असता? दोन मुलींची लग्न होऊनही त्यांच्या अडचणी कमी झाल्या नाहीत. अजून तीन बाकी आहेत. हीच त्यांची समस्या आहे. अशा संकटात आपला जन्म जाईल का? चिंतेमुळे आधीच छातीत दुखते. कधीतरी रात्री मला छातीत दुखेल आणि मरेन.

लहान मुलगी अजून उठला नव्हती. मधल्या दोन मुली कपात चहा घेऊन बसल्या होत्या. ते एकमेकांच्या हातपाय तुकड्यासाठी भांडत होते. दुस-याच्या हातातला तुकडा मोठा वाटत होता.

यावरून वाद झाला. लग्न होऊन ती दिवाळीला आई-वडिलांच्या घरी आली होती, ती अंगणात कॉटवर बसली होती. त्या हसत होत्या आणि नवऱ्यासोबत खूप बोलत होत्या. आईवडिलांच्या काळजीची त्यांना अजिबात जाणीव नव्हती. अनेक दिवसांचे अंतर होते, त्यामुळे सासरच्या घरी जाऊन नवऱ्याच्या मिठीत घेण्याची दोघांची इच्छा प्रबळ झाली असावी. त्यांच्याकडे बघून रखमाला मनात राग आला. हा राग इतरत्र उफाळून आला. 'पाव'साठी लढणाऱ्या मुलींवर. धौल त्याच्या पाठीवर बसली. ती ओरडू लागली. ती रडत रडत रस्त्यावर गेली. 'पाव' आणि चहाचे कप हातात होते.

सकाळचे दहा वाजले. सूर्य प्रकाशमान होऊ लागला. पण नारायण सकाळीच निघून गेला होता. तो अजून परतला नव्हता. घर त्याची वाट पाहत होते. पाहुणे परतण्याची घाई करत होते. रखमा वाट पाहू लागली. घरी पाहुणे आले आहेत. जेवण व स्वयंपाकाची

व्यवस्था करण्यात आली नाही. काही नाही, मुलींसाठी साडी आणि ब्लाउज आणले नाहीत. जावईही दिवाळीचे कपडे मागत आहेत. या उष्णतेला कंटाळून हा माणूस कसा काय घाबरला आणि कुठेतरी पळून गेला? की आत्महत्या केली? हा विचार येताच ती घाबरली. सर्व काम सोडून पटकन मालकाच्या वाड्यात गेली.

'कुठे आहेत ते?' अंगणात वरच्या व्हरांड्यात वर्तमानपत्र वाचत बसलेल्या मालकाला त्याने विचारले.

'मी तुलाही हेच विचारणार होतो. सकाळी आल्यानंतर त्यांनी फक्त शेण साफ केले आणि तेव्हापासून काय बेपत्ता झाले याचा पत्ता नाही. शेतात जावे लागते. गव्हासाठी शेतात मेंदी लावावी लागते. हे सगळं सोडून तो कुठे बसलाय कुणास ठाऊक? निश्चिंत राहा! मला वाटले, पाहुणे आले आहेत म्हणून त्याने आज रजा घेतली. विचारायला आला आहात. पट्टा कुठे गेला असेल?

दरम्यान, मालकाचा शाळेत जाणारा मुलगा घरी परतला.

'कोणाविषयी बोलतोयस नारायण दा?' त्याने जाळे ओढताना विचारले.

'हो, तुम्ही त्यांना पाहिलं का?'

'हो, तो सकाळपासून शेजारी राहणाऱ्या बोचरे गुरुजींसोबत आहे.

तो आमच्या शाळेतही आला.

'त्याला बिचाऱ्या शिक्षकाशी काय काम?'

'मला माहीत नाही' म्हणत मुलगा आत पळत सुटला.

'हा गरीब माणूस महिन्याच्या पगारावर गुरुजींच्या घरी राहणार नाही का? हे मास्तर लोक आता शेतकऱ्यांच्याही पुढे जात आहेत. पेरणीच्या वेळी त्यांच्याकडे पगारासाठी पैसे आहेत. भरपूर खर्च करा. आणि पैसे कमवा, शेतकऱ्याच्या घरात दूध किंवा तूप नाही. या मास्तरांच्या घरात आहेत. वानखडे, भांगरे, गालफाडे हे सर्व मास्तर श्रीमंत शेतकरी झाले आहेत आणि त्यांच्यामुळे खरा शेतकरी उपासमारीने मरत आहे. वरून कारवाई का होत नाही? या महापुरुषांवर कारवाई झाली पाहिजे. एकतर शेती करा किंवा मास्टरी करा, असे म्हटले पाहिजे.

मालक विसंगतपणे बडबड करत राहिला. मात्र, यामुळे रखमाला तिचा नवरा कुठे गेला हे कळू शकले नाही. ती व्याकूळ झाली. घरी परतली. आता हा माणूस त्या

गुरुजीच्या भोवती का फिरत असेल? रखमा त्याच्यावर रागावली, घरात पाहुणे आहेत अशी कुरकुर करत, त्यांची व्यवस्था बाजूला ठेवली.

ती घरी परतली. घरी येताच तिला खूप आश्चर्य वाटले. नारायण घरी आला होता. तो सैल घातलेले धोतर घेऊन बसला होता. घरातील सर्वजण त्याच्याभोवती बसले होते. सर्व मुनी त्याला घेरले आणि पक्ष्यांप्रमाणे किलबिलाट करत होत्या. समोर नवीन कपडे पसरले होते. साड्या, त्याने बाजारातून एक-पिसेस, पॅन्ट-शर्ट, नवीन महागडे पॉलिस्टरचे कपडे आणि किराणा सामान, डझनभर केळी वगैरे काय काय आणले ते मला माहीत नाही. मुली कुतूहलाने नवीन कपड्यांकडे बघत होत्या. रखमा वेगाने येताना दिसल्यावर मध्येच दोघे आवाज करत उभे राहिले.

'आई, बघ बाबांनी किती सामान आणलंय - साड्या, कपडे, केळी आणि अजून काय काय.'

रखमाने सामान सोडून नारायणच्या डोळ्यात खोलवर पाहिले. तो थकलेला दिसत होता, त्याच्या चेहऱ्याचे सर्व तेज हरवले होते आणि त्याच्या जागी एक विचित्र उदासीनता होती. अंधार पडला होता. तिने बुडलेल्या डोळ्यांनी त्याच्याकडे पाहिलंते बघू लागलो. भुवया उंचावत त्याच्याकडे बघत रखमाने विचारले, 'हे सगळं कुठून आणलंस?'

'बाजारातून!' तो हसला पण तो रडत असल्यासारखा दिसत होता.

'ते मला माहीत आहे! बाजारातून नाही तर किमान स्मशानभूमीतून तरी हे सगळे आणले जात नाही.

'तुला माहीत आहे, तू शांत बस. ओरडू नकोस.' तो अस्वस्थ झाला.

'पण, पैसे कुठून आले ते मी विचारतोय.'

या शब्दांमुळे तो आणखीनच व्यथित झाला. वाईट वाटले. त्यांनी पुन्हा त्यांच्या प्रश्नाचे उत्तर देणे टाळले.

'जास्त विचारू नका. पाहुणे निघण्याची घाई करत आहेत. मी केळी आणली आहेत, त्यातून काळेवा बनवा. मी किराणा आणला आहे. मी गहू आणला आहे, कृपया थोडे चांगले अन्न शिजवा, मी खूप काही आणले आहे. मला ते सहन होत नव्हते, म्हणून पुंज्याने हमाल सोबत आणले, चला मजा करू या, पाहुणे कुठे गेले? त्यांना बोलावून हे

कपडे दाखवा, सर्वांना आनंदी होऊ द्या. कोणीही रागावलेले दिसू नये. गंगा, तू गहू दळल्यावर स्वयंपाकाला लागा, सुमन आणि कमल, तोपर्यंत तू उरलेले अन्न शिजव,चला कामाला सुरुवात करू.

मुली उठल्या. उत्साहाने कामाला लागल्या. पण रखमा तशीच राहिली. पतीने पैसे कोठून आणले याचे उत्तर अद्याप तिला मिळाले नव्हते. आणलेल्या वस्तूंशिवाय त्याला काही उपाय मिळणार नव्हता. वारंवार विचारूनही तो उत्तर देत नव्हता. तिच्या प्रश्नांनी तो वैतागला.

'मला सांग, पैसे कुठून आणले?'

'मी नवीन मालकाकडून ॲडव्हान्स आणला आहे, मी कोणतीही चोरी केलेली नाही, तुम्हीही अप्रतिम आहात! तुम्ही निरर्थक गोष्टी बोलत बसता, काळजी करू नका,' असं म्हणत त्यांनी प्रकरण स्पष्ट केलं.

'पण नवीन मालक कामासाठी कळवल्याशिवाय पैसे देणार नव्हता.'

'त्याचे पाय धरून. शेवटी दया दाखवून त्याने ते दिले. आम्हाला मुलींचा निरोप घ्यावा लागला. अशा वेळी अशी भीक मागावी लागते. यावर कोणताही उपचार नाही.

यावर ती काहीच बोलली नाही. समाधानी. ती उठली आणि मुलींसोबत घरची कामे करू लागली.

जावई उपस्थित होते. कपडे पाहून आनंद झाला. पाहुणचार आनंदाने संपला. दोन्ही मुली सासरच्या घरी निघून गेल्या.

आता मुलींची चिंता नव्हती. तिचा नवरा आता तिला घटस्फोट देणार नव्हता. त्याची चेष्टा करायला मित्र आणि भाऊ नव्हते. सर्व काही पद्धतशीरपणे सेटल केले गेले. त्याचे मन प्रसन्न झाले.

त्याच्या पाहुण्यांनी वारंवार विनंती करूनही तो त्यांच्यासोबत जेवला नाही. त्याने खोटे सांगितले की मला पोटदुखी होत आहे पण खरे कारण म्हणजे त्याच्या जावई आणि मुलींना कमी पडू नये.

मुली गेल्यानंतर वादळ गेल्यासारखे घरात अस्वस्थता पसरली होती. मुलींच्या कोलाहलाने गजबजलेले घर पूर्ण शांत वाटत होते. दु:खाची भावना होती. काहीही न

बोलता दोघंही बिनधास्तपणे जेवण करत होते की दारावर थाप पडली. 'कोण आहे?' तो घास थांबवत म्हणाला.

'तो मी, बोचरे मास्तर!'

' असे म्हणत मास्तरांनी दारातील चप्पल काढली आणि घरात प्रवेश केला. थेट नारायणच्या ताटाजवळ येऊन बसला. त्याच्या हातात ग्लुकोज-पावडर आणि बिस्किटांची पाकिटे होती. मोसंबी होता. नारायणच्या ताटात केळीचा केक, रोटी, भजी वगैरे पाहून तो जोरात ओरडला, 'अरे, हे काय नारायण? मी तुला दोन दिवस हलके जेवण घ्यायला सांगितले नव्हते का? आणि तुम्ही हे अन्न खात आहात? तुमची तब्येत अशीच बिघडेल. 'काही फरक पडत नाही', नारायण खाली बसून उत्तरला.

मास्तर काय बोलत आहेत ते रखमाला समजत नव्हते. त्याच्या हातात बिस्किटांची ही पाकिटे कशी आहेत? आणि तो त्यांना ही पाकिटे का देत आहे? कधीही न येणारे हे मास्तर आज त्यांच्या घरी का आले असतील? या सगळ्याचा अर्थ काय? त्याने दारू प्यायली आहे का? तिला काहीच समजत नव्हते.

'काय झालं मास्तरजी, हे वेड्यासारखं काय बोलताय?' ती म्हणाली. 'नारायणने आत्तापर्यंत काही सांगितले नाही का?'

'नाहीतर.' ती त्याच्याकडे आणि मास्तरकडे बघू लागली. अस्वस्थता वाढली. तिचा नवरा तिची नजर टाळत असल्याचे तिने पाहिले. 'आज सकाळीच नसबंदी ऑपरेशन करण्यात आले. तो स्वत: येऊन मला भेटला. नुकतेच मी सहज म्हणालो होतो, काही 'केस' आढळल्यास कृपया कळवा. त्यामुळे आज त्यांनी स्वत:ला सादर केले. आजकाल एखाद्या केसच्या शोधात गावोगाव फिरावे लागते. लोकांची खुशामत करावी लागते. अधिक पैशाच्या लोभापोटी लोकही लवकर तयार होत नाहीत. पण, तो पहाटेच माझ्या घरी पोहोचला. माझ्यावर मोठा उपकार झाला आहे, अन्यथा माझी बदली निश्चित होती. वरिष्ठ अधिकाऱ्यांनी त्यांना त्रास दिला होता पण नारायणला देव मानण्यात आले. म्हणूनच बोलता बोलता मी त्याला आठशे रुपये दिले. पैशाची बाब नाही, रोजगार टिकवणे महत्त्वाचे आहे आणि तेही गावात. शेतातही नांगरणी करू शकतो.

मास्तरांचे म्हणणे ऐकून जणू तिच्या अंगावर पाणीच पडले. अंगभर थरथर कापत होती. ती नि:शब्द झाली. वर्गात शिकत असल्यासारखे तल्लीन होऊन मास्तरांचे संभाषण

चालूच होते. पण तिला ते ऐकू येत नव्हते. ती सतत नारायणाकडे पाहत होती. आणि तो मातीच्या पुतळ्यासारखा शांत! शांत! त्याची नजर चुकवण्याचे प्रयत्न सुरू होते.

'अहो, पण माझं नुकतंच ऑपरेशन झालं होतं! मग पुन्हा करायची काय गरज होती?' त्याने तिला कर्कश आवाजात विचारले.

त्याने प्रतिसाद दिला नाही. ती पुन्हा पुन्हा विचारत राहिली.

त्याचे ओठ क्षणभर थरथर कापू लागले पण नंतर स्थिर झाले. डोळ्यांच्या कडांतून अश्रूंच्या लाटा वाहू लागल्या. तो रडलेल्या डोळ्यांनी तिच्याकडे पाहू लागला. डोळ्यातून अश्रू बाहेर आले आणि समोरच्या ताटावर टपकू लागले. यामुळे, ती आता त्याला अस्पष्ट दिसू लागली होती.

●●●

MARATHI BOOKS
महाराणा प्रताप
झाशीची राणी
लक्ष्मीबाई
भारतातील अमर क्रांतिकारक
चंद्रशेखर आझाद
MARATHI
शहीद भगत सिंह
MARATHI
दलित समाजाचे पितामह
डॉ. भीमराव आंबेडकर
अंबानी & सन्स
भारतातील अमर तत्वज्ञ
स्वामी विवेकानंद
MARATHI
एक
भारत
श्रेष्ठ
भारत
प्रदीप पंडित
मॅनेजमेंट गुरू
नरेंद्र मोदी
स्वातंत्र्याचा महासंग्राम
1857
डॉ. सर्वपल्ली
राधाकृष्णन
आशा प्रसाद
स्वामी
विवेकानंद
एक जीवनी
किरण बेदी
नोबेल पुरस्कारविजेते
कैलाश सत्यार्थी
चाणक्य आणि
चंद्रगुप्त
छत्रपती
शिवाजी
DIAMOND BOOKS
X-30, Okhla Industrial Area, Phase-II New Delhi-110020
Ph: 011-40712200 email : wecare@diamondbooks.in www.diamondbooks.in

www.ingramcontent.com/pod-product-compliance
Lightning Source LLC
LaVergne TN
LVHW060607051026
849519LV00002B/518